ഇടിഞ്ഞു പൊളിഞ്ഞ ലോകം

Idinju Polinja Lokam
Novel

Perumbadavam Sreedharan

CHINTHA PUBLISHERS
Thiruvananthapuram

First Chintha Edition
January 2022

Second Edition
September 2022

Published
Chintha Publishers, Thiruvananthapuram

Printed at
Repro India Ltd, Mumbai

Cover Design
Vinod Mangoes

ISBN : 978-93-93468-32-1

CR - 3257 / 6201

₹ 210

Email: chinthapublishers@gmail.com
Website: www.chinthapublishers.com

A version is available at National Libraries
Kolkata, Mumbai, Chennai and Delhi

Distribution
DESHABHIMANI BOOKHOUSE
H O Thiruvananthapuram 695035

Branch
Head Office Kunnukuzhi • Statue Thiruvananthapuram
KSRTC Bus Terminal Thampanoor • Saphalyam Complex Thiruvananthapuram
KSRTC Bus Station Alappuzha • KSRTC Bus Station Ernakulam
Machingal Lane Thrissur • IG Road Kozhikode
Mavoor Road Kozhikode • NGO Union Building Kannur
Central Bus Terminal Complex Thavakkara Kannur

ഇടിഞ്ഞു പൊളിഞ്ഞ ലോകം
(നോവൽ)

പെരുമ്പടവം ശ്രീധരൻ

ചിന്ത പബ്ലിഷേഴ്സ്
തിരുവനന്തപുരം-695 035
വില : ₹ 210

പെരുമ്പടവം ശ്രീധരൻ

നോവലിസ്റ്റ്. കഥാകൃത്ത്. തിരക്കഥാകൃത്ത്. മൂവാറ്റുപുഴ താലൂക്കിലെ പെരുമ്പടവം ഗ്രാമത്തിൽ 1938 ഫെബ്രുവരി 12 ന് ജനിച്ചു. കുട്ടിക്കാലംതൊട്ടേ സാഹിത്യത്തിൽ താല്പര്യമുണ്ടായി. എഴുത്തിന്റെ ആരംഭം കവിതയിലായിരുന്നു. പിന്നീട് കഥയിലേക്കും നോവലിലേക്കും തിരിഞ്ഞു. *അഭയം, അഷ്ടപദി, ആയില്യം, അന്തിവെയിലിലെ പൊന്ന്, കാൽവരിയിലേക്ക് വീണ്ടും, പ്രദക്ഷിണവഴി, എന്റെ ഹൃദയത്തിന്റെ ഉടമ, ഒരു സങ്കീർത്തനംപോലെ, അരൂപിയുടെ മൂന്നാം പ്രാവ്, ശംഖുമുദ്രയുള്ള വാൾ, നാരായണം, ഒരു കീറ് ആകാശം* എന്നീ നോവലുകളും *വേനലിൽ പൂക്കുന്ന മരം, ഇലത്തുമ്പുകളിലെ മഴ, ദൈവത്തിന്റെ കാട്ടിലെ ഒരില, ഡിസംബർ, രണ്ടു സങ്കടങ്ങൾ കണ്ടുമുട്ടുമ്പോൾ* എന്നീ ചെറുകഥാ സമാഹാരങ്ങളുമാണ് പ്രധാന കൃതികൾ. *അഭയം* കേരളശബ്ദം അവാർഡിനും, *അഷ്ടപദി* കേരള സാഹിത്യ അക്കാദമി അവാർഡിനും, *അന്തിവെയിലിലെ പൊന്ന്* ഗൾഫ് മലയാളികൾക്ക് ഏറ്റവും ഇഷ്ടപ്പെട്ട നോവലിസ്റ്റിനുള്ള അവാർഡിനും അർഹമായി. *ഒരു സങ്കീർത്തനം പോലെ* വയലാർ അവാർഡ് ഉൾപ്പെടെ ഒൻപത് അവാർഡുകൾ നേടി – അബുദാബി മലയാളി സമാജം സാഹിത്യ അവാർഡ്, അബുദാബി ശക്തി അവാർഡ്, വി ടി ഭട്ടതിരിപ്പാട് സ്മാരക സാഹിത്യ അവാർഡ്, കാവ്യമണ്ഡലം അവാർഡ്, ദുബായ് കൈരളി കലാകേന്ദ്രം രജത ജൂബിലി സാഹിത്യ അവാർഡ്, മസ്കറ്റ് മലയാളി സമാജം സാഹിത്യ അവാർഡ്, മലയാറ്റൂർ അവാർഡ് എന്നിങ്ങനെ. *ഒരു സങ്കീർത്തനം പോലെ, അഭയം, നാരായണം* ഉൾപ്പെടെ ചില കൃതികൾ ഇന്ത്യൻ ഭാഷകളിലും വിദേശ ഭാഷകളിലും തർജ്ജമ ചെയ്തിട്ടുണ്ട്. 12 ചലച്ചിത്രങ്ങൾക്ക് തിരക്കഥയെഴുതി. *സൂര്യദാഹ*ത്തിന് കേരളാ സ്റ്റേറ്റ് ഫിലിം അവാർഡും, *അഷ്ടപദിക്ക്* ഫിലിം ക്രിട്ടിക്സ് അവാർഡും, *നിലാവിന്റെ ഭംഗിക്ക്* സംസ്ഥാന ബാലസാഹിത്യ ഇൻസ്റ്റിറ്റ്യൂട്ട് അവാർഡും കിട്ടി. കേരള സാഹിത്യ അക്കാദമിയിലും ഫിലിം സെൻസർ ബോർഡിലും സാഹിത്യ പ്രവർത്തക സഹകരണ സംഘം ഡയറക്ടർ ബോർഡിലും അംഗമായിരുന്നു.

വിലാസം : പെരുമ്പടവം വീട്
തമലം, തിരുവനന്തപുരം 695 012

പ്രസാധകക്കുറിപ്പ്

ജനപ്രിയ സാഹിത്യത്തിന്റെ ലോകം പെരുമ്പടവത്തേക്കാൾ നന്നായി മനസ്സിലാക്കിയ എഴുത്തുകാർ മലയാളത്തിൽ അധികമുണ്ടാകില്ല. ഏതൊരു വിഭാഗത്തിൽപ്പെട്ടവർക്കും വായിച്ചാസ്വദിക്കാനാവുന്നതാകണം താനെഴുതുന്ന സാഹിത്യം എന്ന് അദ്ദേഹം എന്നും നിർബ്ബന്ധം പുലർത്തി. അതുകൊണ്ടു കൂടിയാവണം പെരുമ്പടവത്തിന്റെ പല കൃതികൾക്കും തലമുറകൾ കഴിഞ്ഞിട്ടും ആസ്വാദകർ വർദ്ധിച്ചു കൊണ്ടിരിക്കുന്നതും പുതിയ എഡിഷനുകൾ പുറത്തിറങ്ങിക്കൊണ്ടിരിക്കുന്നതും.

ഇടിഞ്ഞു പൊളിഞ്ഞ ലോകവും ഈ ഗണത്തിൽപെടുന്നു. സാധാരണക്കാരായ മനുഷ്യരുടെ വളരെ സാധാരണമായ വൈകാരിക ലോകം പകർത്തുകയാണ് എഴുത്തുകാരനിവിടെ. ജനപ്രിയ സാഹിത്യം ഏറ്റവും അധികം കൈകാര്യം ചെയ്യുന്ന പ്രമേയമായ സ്ത്രീ പുരുഷ ബന്ധങ്ങളിലെ സങ്കീർണതകൾ തന്നെയാണ് എഴുത്തുകാരൻ ഇവിടെ പ്രശ്നവല്ക്കരിക്കുന്നത്.

കേന്ദ്രകഥാപാത്രമായി ഒരു സ്ത്രീയെ പ്രതിഷ്ഠിക്കുന്നതിലും അവരുടെ വീക്ഷണകോണിൽ നിന്നുകൊണ്ട് ആഖ്യാനം നടത്തുന്നതിലും പെരുമ്പടവം പ്രത്യേക നിഷ്കർഷ പുലർത്തിയിരിക്കുന്നു. പക്ഷേ, കഥ പറഞ്ഞ് അവസാനിപ്പിക്കുന്നിടത്ത് ഇതര ജനപ്രിയസാഹിത്യത്തിന്റെ പതിവ് സമവാക്യങ്ങൾ തെറ്റിച്ചുകൊണ്ട് തനതായ ആഖ്യാനമികവുമായി പെരുമ്പടവം വേറിട്ട് നില്ക്കുകയും ചെയ്യുന്നു.

ചിന്ത പബ്ലിഷേഴ്സ്

ഒന്ന്

നാലുവർഷം മുമ്പ്, ഒരു പ്രേമബന്ധം തകർന്നതിന്റെ വേദന ഹൃദയത്തിൽ ഒളിച്ചു വച്ചുകൊണ്ടാണ് ഗീത വിവാഹിതയായത്. അച്ഛന്റെയും അമ്മയുടെയും നിർബ്ബന്ധത്തിനു വഴങ്ങിയെന്നല്ലാതെ അവൾ അതൊരിക്കലും ആശിച്ചതല്ല. ആശിച്ചതും സ്വപ്നം കണ്ടതും വേറെ ഒന്നായിരുന്നു. കഴുമരത്തിലേക്കെന്നപോലെയാണ് അവൾ അന്നു കതിർമണ്ഡപത്തിലേക്കു കാലെടുത്തുവച്ചത്. താലിച്ചരട് കഴുത്തിൽ വീണപ്പോൾ തോന്നി, അത് മരണക്കുടുക്കാണെന്ന്. കണ്ണിൽ ഉരുകുന്ന ദുഃഖം എന്തിന്റെയാണെന്ന് ആരും തിരിച്ചറിഞ്ഞില്ല.

അച്ഛനും അമ്മയ്ക്കുമൊക്കെ സന്തോഷമായി. നിലയും വിലയുമുള്ള ഒരു തറവാട്ടിലേക്കാണ് മകളെ അയയ്ക്കുന്നത്. ഭർത്താവിന് മാന്യമായ ഉദ്യോഗമുണ്ട്. സ്വത്തുണ്ട്. “ഇതു നിന്റെ ഭാഗ്യമാ”ണെന്നാണ് അമ്മ പറഞ്ഞത്. അച്ഛന്റെ വിചാരവും അതുതന്നെയായിരിക്കും. അച്ഛൻ വിചാരിക്കാത്തതോ പറയാത്തതോ ഒന്നും അമ്മ പറയാറില്ല. അവർക്കൊക്കെ എന്തെന്നില്ലാത്ത സന്തോഷമായിരുന്നു. ഇതിൽപ്പരം ഒരു ഭാഗ്യം വരാനുണ്ടോ? പക്ഷേ, ഗീതയുടെ സങ്കടം അവൾക്കല്ലേ അറിയാവൂ.

വിവാഹത്തിന്റെ തലേന്ന് അവൾ ഉറങ്ങിയില്ല. അരവിന്ദനെക്കുറിച്ചായിരുന്നു ഓർമ്മ. അരവിന്ദൻ ഇപ്പോൾ എവിടെയായിരിക്കും? നഗരത്തിന്റെ ഒഴിഞ്ഞ കോണുകളിലോ അതോ കിഴക്കൻ കാടുകൾക്കിടയിലോ? ചുവന്ന പ്രഭാതത്തെക്കുറിച്ചുള്ള സ്വപ്നങ്ങൾ ഹൃദയത്തിൽ സൂക്ഷിക്കുന്ന അരവിന്ദൻ പറയാറുണ്ടായിരുന്നു.

“ഈ ഭൂമി നല്ലതായിരുന്നു. അതു മനുഷ്യൻ ചീത്തയാക്കി. ഉള്ളവരും ഇല്ലാത്തവരും എന്ന വേർതിരിവ് എങ്ങനെ വന്നു? എങ്ങനെ കുറേ

പ്പേർ ഭൂമിയുടെ അവകാശികളും കുറേപ്പേർ ഭൂമിയിൽ അഗതികളുമായി ത്തീർന്നു?"

മനുഷ്യനും മനുഷ്യനും തമ്മിൽ അകല്ച്ചയില്ലാത്ത ഒരു ലോക ത്തെക്കുറിച്ചായിരുന്നു അരവിന്ദന്റെ സ്വപ്നം.

പട്ടിണിപ്പാവങ്ങളുടെ കണ്ണീരിൽ ഈ ലോകത്തെ ഭസ്മമാക്കാനുള്ള തീയുണ്ടെന്ന് അരവിന്ദൻ ഒരിക്കൽ ഗീതയോടു പറഞ്ഞു, അവൾക്ക് ചിരി വന്നു.

"ബാക്കിയുള്ളവരുടെയൊക്കെ വിപ്ലവം കഴിഞ്ഞു ഇനി അരവിന്ദ ന്റേതാണ്. അരവിന്ദനു വേറെ തൊഴിലില്ലേ?"

"അവളുടെ സ്വപ്നങ്ങൾ വേറെയായിരുന്നു. സിനിമയിലും നോവ ലിലുമൊക്കെ കണ്ടിട്ടുള്ളതുപോലെ സുന്ദരമായ ഒരു ലോകത്തെക്കുറി ച്ചായിരുന്നു അവളുടെ സങ്കല്പങ്ങൾ. നിലാവു പെയ്യുന്ന രാത്രികളും; ഋതുഭേദങ്ങളാൽ ചമഞ്ഞുനില്ക്കുന്ന ഗ്രാമവും; പിന്നെ ഗീതയും അര വിന്ദനും!

ഹൃദയത്തിൽ നിധിപോലെ സൂക്ഷിച്ച സ്വപ്നങ്ങൾ ഏതാനും നിമി ഷങ്ങൾക്കുള്ളിൽ തകർന്നു.

ഒരുദിവസം അമ്മ പറഞ്ഞു: "നാളെ ഒരാൾ നിന്നെ പെണ്ണുകാണാൻ വരും."

അവൾ ഞെട്ടിപ്പോയി.

എന്നെ കാണാൻ ആരും വരണ്ടാ എന്നു പറയാൻ തോന്നിയതാണ്.

അമ്മ എന്തെന്നില്ലാത്ത സന്തോഷത്തോടെ പെണ്ണു കാണാൻ വരുന്ന ആളിന്റെ ഗുണഗണങ്ങൾ വർണ്ണിക്കാൻ തുടങ്ങി. വാക്കുകൾ അവ ളുടെ കാതിൽ ചിറകടിച്ചു വീണു. ഹൃദയം ഇളകിമറിഞ്ഞു. ഒടുവിൽ അവൾ വല്ലോണവും പറഞ്ഞൊപ്പിച്ചു.

"എനിക്കിപ്പോൾ കല്യാണം വേണ്ടമ്മേ."

"അതെന്താ?"

ഉള്ളിലുള്ളത് തുറന്നുപറയാൻ അവൾ പേടിച്ചു. അവളുടെ മൗനം അമ്മയെ ശുണ്ഠിപ്പിടിപ്പിച്ചു.

"എന്താടീ മിണ്ടാത്തെ?"

ഇനി ഒളിച്ചുവച്ചിട്ടു പ്രയോജനമില്ല.

"ഞാനൊരാളെ സ്നേഹിക്കുന്നുണ്ടമ്മേ."

പെട്ടെന്ന് അമ്മയുടെ മുഖഭാവം മാറി.

"ആരെ?"

പറയണോ? അവളുടെ ഹൃദയം പതറി.

പറഞ്ഞാൽ അമ്മ കലി തുള്ളുമായിരിക്കും. പക്ഷേ, പറയാതിരു ന്നാലോ?

"പറേടീ ആരെയാ?"

"അരവിന്ദനെ."

അമ്മയുടെ കണ്ണിൽ അരിശത്തിന്റെ ജ്വലനം കണ്ടു.

"നിനക്കു ഭ്രാന്തുണ്ടോ പെണ്ണേ?"

അവൾ മിണ്ടിയില്ല.

"ഒരു കാര്യം പറഞ്ഞേക്കാം." അമ്മയുടെ സ്വരം മാറി. "നിന്റെ തോന്ന്യാസമൊന്നും ഈ വീട്ടിൽ നടപ്പില്ല. അച്ഛനറിഞ്ഞാൽ നിന്നെ കൊന്നുകളയും!"

എന്തുചെയ്യണമെന്നറിയാതെ അവൾ പകച്ചു. ഹൃദയത്തിനു തീപിടിക്കുന്നതുപോലെ തോന്നി.

എവിടേക്കെങ്കിലും ഒളിച്ചോടിയാലോ? ഒരാഴ്ചയായി അരവിന്ദനെ കണ്ടിട്ട്. എവിടെയാണെന്നുണ്ടോ?

"പെണ്ണേ, വേണ്ടാത്തതൊന്നും ചിന്തിച്ചു മനസ്സു പുണ്ണാക്കണ്ട." അമ്മ പരുക്കൻ സ്വരത്തിൽ ശാസിച്ചു: "നിനക്കെന്തിന്റെ കേടാ പെണ്ണേ? നീ സ്നേഹിക്കാൻ കണ്ട ഒരാള്! അവനെന്നാ പൊലീസിന്റെ കൈകൊണ്ടു ചാക്വാന്ന് ആർക്കറിയാം!"

"അമ്മേ!"

"മിണ്ടരുത്?"

അന്നു രാത്രി മുഴുവൻ അവൾ കരഞ്ഞു. നേരം വെളുത്തിട്ടും അവളെ പുറത്തു കണ്ടില്ല. അമ്മ ചെന്നു നോക്കുമ്പോൾ ഗീത കട്ടിലിൽ കമിഴ്ന്നു കിടക്കുന്നു.

അമ്മയ്ക്കു ദേഷ്യം വന്നു.

"എന്താ നിന്റെ ഭാവം? വേഗം പോയി കുളിച്ചുവന്നോളൂ. അവര് വരുമ്പോൾ ദുർമ്മുഖം കാണിക്കരുത്."

പെണ്ണുകാണാൻ വന്നവരുടെ മുമ്പിൽ അവൾ ഒരു പ്രതിമയെപ്പോലെ മുഖം കുനിച്ചുനിന്നു. അവൾ ആരെയും കണ്ടില്ല. സങ്കടത്തിന്റെ പാട അവളുടെ കണ്ണുകളെ മൂടിയിരുന്നു.

"അവർക്കിഷ്ടമായി." ഹോ! അമ്മയുടെ ഒരു സന്തോഷം കാണണം. ഇതിനേക്കാൾ വലിയൊരു ഭാഗ്യം വരാനുണ്ടോ? ഭക്തികൊണ്ട് അമ്മയുടെ ഹൃദയം കുമ്പി:

"ഭഗവതീടെ അനുഗ്രഹം."

സ്വപ്നം കണ്ട ലോകത്തിലേക്ക് അരവിന്ദന്റെകൂടെ ഒളിച്ചോടാൻ അവൾ കാത്തിരുന്നു. അതങ്ങനെയാണ്; കാത്തിരിക്കുമ്പോൾ അരവിന്ദനെ കാണാൻ കിട്ടില്ല. പുഴയിൽ കുളിക്കാനും അമ്പലത്തിൽ തൊഴാനും പോകുന്നതിനിടയിൽ അവളുടെ കണ്ണുകൾ അരവിന്ദനെ തിരഞ്ഞു. ഒരു ത്രിസന്ധ്യക്ക് അമ്പലത്തിൽ ദീപാരാധന തൊഴുതു മടങ്ങുമ്പോൾ മനയ്ക്കുത്താഴത്തുവച്ച് അരവിന്ദനെ കണ്ടു. പെട്ടെന്ന് അവളുടെ മുഖം ചുവന്നു. കണ്ണുകൾ നിറഞ്ഞു.

"എന്താ ഗീതേ?"

ഒരു പൊട്ടിക്കരച്ചിലിന്റെ വക്കത്തായിരുന്നു അവൾ.

മുറിവേറ്റ പക്ഷിയായി പിടയ്ക്കുന്ന ഹൃദയത്തെ അടക്കി അവൾ പറഞ്ഞു.

"എനിക്കൊന്നു കാണണം. ഒരു കാര്യം പറയാനാ."

"പറയൂ."

"ഇപ്പോഴല്ല."

"പിന്നെ?"

"ഇന്നുരാത്രി പുഴക്കരയിലെ സർപ്പക്കാവിന്നടുത്തു വരണം. ആ ഏഴിലംപാലേടെ ചോട്ടിൽ."

അരണ്ട നിലാവുള്ള രാത്രി.

പുഴ ഒരേകാന്തദുഃഖംപോലെ ഒഴുകി. പുഴക്കരയിൽ സർപ്പക്കാവ് ഒരു നിഴൽക്കൂടാരമായിത്തീർന്നു.

വീട്ടിൽ എല്ലാവരും ഉറങ്ങാൻ അവൾ കാത്തിരുന്നു. ഇടവഴി കടന്ന്. നിഴൽക്കാടുകൾ വകഞ്ഞുമാറ്റി. ഓരോ ചുവടും മുമ്പോട്ടുവയ്ക്കുമ്പോൾ അവൾ എന്നെന്നേക്കുമായി വീടുപേക്ഷിച്ചു പോവുകയായിരുന്നു. അരവിന്ദന്റെ കൂടെ, താൻ സ്വപ്നം കണ്ട ലോകത്തിലേക്ക്. നിലാവു പെയ്യുന്ന രാത്രികളും ഋതുഭേദങ്ങളാൽ ചമഞ്ഞൊരുങ്ങിയ ഗ്രാമഭംഗിയുള്ള ലോകത്തിലേക്ക്. അവളുടെ സ്വപ്നലോകത്തിലേക്ക്.

"അരവിന്ദന്റെ കൂടെ എവിടെ വരാനും എനിക്കിഷ്ടമാണ്." അവൾ പറഞ്ഞു. "എത്രയും വേഗം നമുക്കിവിടന്നു പോകണം."

അരവിന്ദൻ എന്തോ ഓർത്തിരുന്നു. ആ മൗനം അവൾക്ക് അസഹ്യമായിരുന്നു.

"അരവിന്ദൻ എന്താ മിണ്ടാത്തെ?"

"അയാൾ മുഖമുയർത്തി നോക്കി. എന്നിട്ട് നിർവ്വികാരമായി പറഞ്ഞു.

"നീ അയാളെ വിവാഹം കഴിച്ച് സുഖമായി ജീവിക്ക്."

അവൾ ഞെട്ടിപ്പോയി. അവളുടെ ഹൃദയത്തിൽ എന്തോ പൊട്ടിത്തെറിച്ചു.

"അരവിന്ദൻ എന്താ പറഞ്ഞെ?"

"ഞാനിപ്പോൾ എന്തു പറഞ്ഞാലും ഗീതയ്ക്കു മനസ്സിലാവില്ല."

അവൾ വിങ്ങിപ്പൊട്ടി.

"ഇതാണല്ലേ സ്നേഹം!"

"സ്നേഹിച്ചെന്നോർത്തു കല്യാണം കഴിക്കണമെന്നുണ്ടോ?"

ആ ചോദ്യം അവൾ ഒരിക്കലും പ്രതീക്ഷിച്ചില്ല.

"അരവിന്ദൻ എന്നെ വഞ്ചിച്ചു. അല്ലേ?"

"ഞാൻ ഗീതയോടു തർക്കിക്കുന്നില്ല. കല്യാണം കഴിച്ചു ജീവിക്കുവാനുള്ള സാഹചര്യം ഇപ്പോൾ എനിക്കില്ല. എന്റെ ജീവിതം അപകടം നിറഞ്ഞതാണ്. ഒടുക്കം നീ ദുഃഖിക്കാനിടയാകരുത്."

അവൾ സങ്കടം കൊണ്ടു വിങ്ങി.

"ഞാൻ സ്വപ്നം കണ്ടതെല്ലാം വെറുതെ. അല്ലേ?"

"ജീവിതത്തിൽ എന്നെങ്കിലുമൊരിക്കൽ ഗീതയ്ക്കു തോന്നും ഈ വേർപാട് നല്ലതിനായിരുന്നെന്ന്."

"അരവിന്ദൻ എന്നെ സമാധാനിപ്പിക്കാൻ ശ്രമിക്യാണല്ലേ?"

"എന്റെ വഴി എവിടെച്ചെന്നവസാനിക്കുമെന്ന് എനിക്കറിയില്ല. എങ്ങനെ അവസാനിക്കുമെന്നും അറിയില്ല. നീ നിന്റെ സ്വപ്നങ്ങളെക്കുറിച്ച് പറഞ്ഞില്ലേ? വളരെനാൾ കൊണ്ടുനടന്നിട്ട് നഷ്ടപ്പെടുന്നതിനേക്കാൾ നല്ലത് ആ സ്വപ്നങ്ങൾ ഇപ്പോൾതന്നെ ഉപേക്ഷിക്കുകയാണ്."

'മതി ഉപദേശിച്ചത്." അവളുടെ കണ്ണുകൾ നിറഞ്ഞു. "ഞാനൊരു മണ്ടിപ്പെണ്ണാണ്. സ്നേഹിച്ചപ്പോൾ ഞാനിതൊന്നും ഓർത്തില്ല."

അന്ന് അവളുടെ സ്വപ്നങ്ങൾ തകർന്നു.

പിന്നെ ഒരു രാത്രി അവൾ ഒരു ദുഃസ്വപ്നം കണ്ടു. ചുവന്നകണ്ണുകളും നീണ്ട കൊക്കുമുള്ള ഒരു ഇരുണ്ട കഴുകൻ കുത്തനെ പറന്ന് താണ് താൻ ഓമനിച്ചു വളർത്തിയിരുന്ന പനിനീർച്ചെടിയിൽ വന്നിരുന്ന് അതിൽ വിടർന്നുനിന്നിരുന്ന തുടുത്ത പൂവിന്റെ ഇതളുകളിൽ കൊത്തുന്നു. പൂവിന്റെ ഇതളുകൾ മുറിയുന്നു. പൂവിതളുകളിലെ മുറിവുകളിൽനിന്ന് രക്തം ഒഴുകുന്നു. നീണ്ടുകൂർത്ത കൊക്കുകൊണ്ട് കഴുകൻ പനിനീർപ്പൂവിന്മേൽ ആഞ്ഞാഞ്ഞു കൊത്തുമ്പോൾ ഓരോ കൊത്തും തന്റെ ഹൃദയത്തിലാണ് കൊള്ളുന്നതെന്ന് അവൾക്കു തോന്നി. അവൾ വേദന കൊണ്ടു പുളഞ്ഞു. ഞെട്ടിയുണർന്നു. കഴുകൻ കൊത്തിയത് തന്റെ ഹൃദയത്തിലാണ്. ഹൃദയത്തിലെ മുറിവുകളിൽ നിന്ന് രക്തമൊലിക്കുന്നു.

ഓർമ്മകളുടെ ഇരുണ്ട ആകാശങ്ങളിൽ അവൾ ഏകാകിയായ ഒരു പക്ഷിയായി പറന്നു.

ആശുപത്രിക്കടുത്തുള്ള അമ്പലത്തിലെ ശംഖുവിളികേട്ടാണ് ഗീത ഉണർന്നത്. നേരം വെളുക്കുന്നതേയുള്ളൂ. അകലെ മരങ്ങളും കെട്ടിടങ്ങളും നിഴൽരൂപങ്ങളായി തോന്നിപ്പിച്ചു. കിഴക്ക് ആകാശം ചുവന്നുതുടങ്ങി. ജനലഴികൾക്കിടയിലൂടെ കിഴക്കേ ആകാശത്തേക്ക് നോക്കി കിടന്നു. മരച്ചില്ലകൾക്കിടയിൽ ഇളംവെയിൽ തെളിഞ്ഞു.

മഴക്കാലത്തെ ഇരുണ്ട ആകാശം പോലെ ഗീതയുടെ ഹൃദയം മൂടിക്കെട്ടി. ഓർമ്മകൾ, ഓർമ്മകൾ, മേഘങ്ങളെപ്പോലെ ഓർമ്മകൾ, നിമിഷങ്ങൾക്കുള്ളിൽ അവയുടെ രൂപങ്ങൾ നഷ്ടപ്പെടുന്നു. പുതിയ രൂപങ്ങൾ കൈക്കൊള്ളുന്നു.

അവൾ എണീറ്റു ജനാലയ്ക്കൽ ചെന്നുനിന്ന് കിഴക്കോട്ടു നോക്കി. മരക്കൊമ്പുകൾക്കപ്പുറത്തു ചുവന്ന സൂര്യൻ.

ഒരു പ്രഭാതം..

ഇരുണ്ട മൂടിക്കിടന്നിരുന്ന ഹൃദയാകാശങ്ങളിൽ ഒരു പുതിയ പ്രഭാതം...

രണ്ട്

അവൾ കാറിന്റെ പിൻസീറ്റിൽ ചാരിക്കിടന്നു. മഴ പെയ്തുതെളിഞ്ഞ ആകാശം പോലെയാണ് മനസ്സ്. മഴക്കാറ് നിശ്ശേഷം ഒഴിഞ്ഞി

ട്ടില്ല. എങ്കിലും പണ്ടത്തെ ഇരുൾ ഇല്ല. എന്തൊക്കെയോ നിഴലുകൾ കട ന്നുപോകുന്നു ഒന്നും വ്യക്തമല്ല. അവ്യക്തമായ രൂപങ്ങൾ. അവൾ പുറ ത്തേക്കു നോക്കി. വഴിവക്കിലെ മരങ്ങൾ കാഴ്ചയിൽനിന്നു അകന്നകന്നു പോകുന്നു. ആകാശം ചാരനിറം പൂണ്ടു കിടക്കുന്നു. വെയിൽ ദൂരെ മൃഗ തൃഷ്ണ തിളപ്പിക്കുന്നു. അവൾ കുറെനേരം കണ്ണടച്ചിരുന്നു.

രാത്രിയിൽ, ഇരുണ്ട ആകാശത്തിനുകീഴിൽ പറക്കുന്ന ഒരു പക്ഷി യുടെ രൂപം അവളുടെ മനസ്സിൽ തെളിഞ്ഞു വന്നു. പക്ഷി ഒറ്റയ്ക്കാണ്. എങ്ങും ചെന്നെത്താനില്ലാതെ ആകാശത്തിനുകീഴിൽ അസ്വസ്ഥമായ ഒരാത്മാവിനെപ്പോലെ ഉഴറുന്ന ഒരു പക്ഷി. രാത്രിയുടെ നിശ്ശബ്ദതയിൽ അവിടെ ചിറകടികൾ പോറലുണ്ടാക്കുന്നില്ല.

എന്തോ ഓർത്ത് അവൾ പേടിച്ചു.

പെട്ടെന്നു കണ്ണു തുറന്നു.

കാറിനുള്ളിൽ ഉറപ്പിച്ചിട്ടുള്ള കണ്ണാടിയിൽ അവൾ സ്വന്തം മുഖം കണ്ടു. കാറ്റത്തു പറന്ന മുടി മുഖത്തു വീണുകിടക്കുന്നു. നെറ്റിയിലെ ചന്ദനക്കുറി നനവുണങ്ങിയിട്ടില്ല.

എന്താ മധുച്ചേട്ടൻ ഒന്നും മിണ്ടാത്തെ? എന്താ തിരിഞ്ഞു നോക്കാത്തെ?

മുൻസീറ്റിൽ മധുച്ചേട്ടന്റെ ഒപ്പം ഇരിക്കണമെന്നായിരുന്നു ആശ.

പക്ഷേ, മധുച്ചേട്ടൻ പറഞ്ഞു:

"ഗീത പിന്നിലിരുന്നോളൂ. അതാ നല്ലത്. ചാരിക്കിടന്നുറങ്ങാം."

അവൾക്ക് നിരാശ തോന്നി.

അടുത്തിരിക്കാനും ഒന്നു തൊടാനും എത്ര കൊതിച്ചാണിരുന്നത്.

എന്നിട്ട് പിന്നിലിരുന്നോളാൻ

എന്തെങ്കിലും മിണ്ടിക്കൂടേ മധുച്ചേട്ടന്?

പിന്നിൽ ഒരാൾ ഇരിപ്പുണ്ടെന്നുള്ള ഓർമ്മ ഇല്ല.

ഒന്നു തിരിഞ്ഞു നോക്കുകയോ ചിരിക്കുകയോ ചെയ്യാൻ മേലേ?

മധുച്ചേട്ടൻ എന്താണാലോചിക്കുന്നത്?

രാവിലെ അമ്പലത്തിൽ ശംഖു വിളിക്കുന്നതു കേട്ടാണ് ഉണർന്നത്. പാതി ഉറക്കത്തിൽ ശംഖു വിളി കേൾക്കാൻ കാത്തുകിടക്കയായിരുന്നു. കട്ടിലിൽ എഴുന്നേറ്റിരുന്നു നോക്കിയപ്പോൾ കിഴക്ക് സൂര്യോദയത്തിന്റെ തുടുപ്പു കണ്ടു.

വേഗം തന്നെ കുളിച്ചൊരുങ്ങി. മധുച്ചേട്ടന് ഇഷ്ടം ഇളം ചുവപ്പാണ്. അതുകൊണ്ട് ഇളംചുവപ്പുള്ള സാരിതന്നെ ഉടുത്തു. തൂപ്പുകാരി പാറു വമ്മ കൊണ്ടുവന്ന അമ്പലത്തിലെ ചന്ദനംകൊണ്ടു കുറിതൊട്ടു. മധു ച്ചേട്ടന് ഇഷ്ടപ്പെടണം.

പിന്നെ മധുച്ചേട്ടൻ വരുന്നതും കാത്തിരുന്നു. ഇന്നലെ റൗണ്ടിനു വന്നപ്പോൾ ഡോക്ടർ പറഞ്ഞു:

"നാളെ ഗീതയ്ക്കു വീട്ടിൽ പോകാം. രോഗമൊക്കെ പമ്പകടന്നു. മധു എന്നെ ഫോണിൽ വിളിച്ചിരുന്നു. നാളെ വരും സന്തോഷമായില്ലേ?"

ആ നിമിഷം തൊട്ടു തുടങ്ങിയതാണ് ഹൃദയം പിടയ്ക്കാൻ.

നാളെ മധുച്ചേട്ടൻ വരും.

നിമിഷങ്ങളെണ്ണി കാത്തിരുന്നു.

അർദ്ധരാത്രി വരെ ജനാലയ്ക്കൽ പുറത്തേക്കും നോക്കി നിന്നു.

നിഴൽക്കാടുകളുണ്ടാക്കുന്ന ആശുപത്രി വളപ്പിലെ മരക്കൊമ്പുകൾക്കപ്പുറത്ത് പൂർണ്ണചന്ദ്രൻ.

എത്ര നാളായി നിലാവു കണ്ടിട്ട്.

ഗീത നോക്കുമ്പോൾ പുറത്ത് എന്നും ഇരുട്ടായിരുന്നു.

ഇരുട്ടിലേക്കു നോക്കാൻ പേടിയാണ്. ഭൂതങ്ങൾ ഇരുട്ടിൽ ഒളിച്ചു നില്ക്കുന്നു.

ഇരുട്ടിൽനിന്ന് ഭൂതം ജനലഴികൾക്കിടയിലൂടെ കൈനീട്ടി തന്നെ പിടിക്കാൻ വരുന്നത് ഒരിക്കൽ അവൾ സ്വപ്നം കണ്ടു.

ഇരുട്ടിൽ ഭൂതം നില്ക്കുന്നത് അവൾ സ്വപ്നത്തിൽ കണ്ടു.

ഒരസ്ഥിപഞ്ജരം

തലയോട്ടിയും കണ്ണിന്റെ സ്ഥാനത്തെ കുഴികളും നീണ്ട പല്ലുകളുമുള്ള അസ്ഥികൂടം ഇരുട്ടിൽനിന്ന് അകത്തേക്കു കൈനീട്ടുന്നു. വാരിയെല്ലുകൾക്കിടയിൽ ഹൃദയത്തിന്റെ സ്ഥാനത്തുനിന്ന് രക്തമൊഴുകുന്നുണ്ടായിരുന്നു.

ഞെട്ടിയുണർന്നപ്പോൾ ഇരുട്ട്.

വളരെ നാൾകൂടി ഇന്നലെ നിലാവു കണ്ടു.

പിന്നാലെ വരുന്ന ലോറിയുടെ ഭീകരമായ ശബ്ദം അവളെ ഓർമ്മകളിൽനിന്നും ഉണർത്തി.

അവൾ തിരിഞ്ഞുനോക്കി.

കാറ്റിനു തൊട്ടു പിന്നിൽ ഏതോ കൂറ്റൻ യന്ത്രം കയറ്റിയ ലോറി.

'ആ ലോറിക്കു വഴി കൊടുക്കൂ. അതുപൊയ്ക്കോട്ടെ, എനിക്കതു കണ്ടിട്ടു പേടിയാകുന്നു.' എന്നു പറയാനോർത്തതാണ്.

ലോറിയിൽ ഉയർന്നു നില്ക്കുന്നത് യന്ത്രമോ, ഏതെങ്കിലും ഭീകര ജന്തുവിന്റെ അസ്ഥികൂടമോ, അതോ പകൽനേരങ്ങളിൽ രൂപം മാറിവരുന്ന ഭൂതമോ?

ലോറിക്കു കടന്നു പോകാൻ മധുച്ചേട്ടൻ വഴിയുണ്ടാക്കിക്കൊടുത്തു.

ഹാവൂ. ഇപ്പോഴാണ് ശ്വാസം നേരെ വീണത്.

ഇന്നെന്താ മധുച്ചേട്ടൻ ഇത്ര പതുക്കെ കാറോടിക്കുന്നത്? സ്റ്റിയറിങ്ങിൽ മധുച്ചേട്ടന്റെ കൈ അനങ്ങുന്നേയില്ല. എത്ര സ്പീഡിലുണ്ടായാലും പോരാത്ത ആളിന് ഇന്നെന്തു പറ്റി?

ആമയ്ക്ക് ഇതിനേക്കാൾ വേഗതയുണ്ട്.

ഈ മധുച്ചേട്ടൻ എന്താണോർത്തിരിക്കുന്നത്?

പറക്കാനുള്ള കൊതികൊണ്ടു ചിറകു വിടർത്തുന്ന പക്ഷിക്കുഞ്ഞായി അവളുടെ മനസ്സ് പിടഞ്ഞു. അവൾ മുന്നോട്ടാഞ്ഞിരുന്നു. ഹൃദയം വിങ്ങുന്നു. ഒന്നു തൊടാൻ ഇത്രയും നേരം കാത്തിരുന്നു. ഇനി വയ്യാ.

കുറേക്കൂടി മുന്നോട്ട് നീങ്ങിയിരുന്നു അവൾ മധുവിന്റെ കഴുത്തിൽ കൈയിട്ടു.

"മധുച്ചേട്ടാ!"

അയാൾ പെട്ടെന്ന് പിന്നിലേക്ക് മുഖം തിരിച്ചു അവളെ നോക്കി.

"എന്താ ഇത്?"

പരുക്കൻ സ്വരം അവളുടെ ഹൃദയത്തിൽ നടുക്കമുണ്ടാക്കി.

"എന്തേ മധുച്ചേട്ടന്റെ മുഖം കറുത്തത്?"

മധു അവളുടെ കൈ എടുത്തു മാറ്റി.

"ആരെങ്കിലും കാണും."

"കണ്ടാലെന്താ?"

അയാൾ മിണ്ടിയില്ല.

ഗീതയ്ക്കു എന്തെന്നില്ലാത്ത സങ്കടം തോന്നി.

എന്താ മധുച്ചേട്ടൻ ഇങ്ങനെ? ആരെങ്കിലും കാണുമെന്ന്! ഇഷ്ടമില്ലെങ്കിൽ അതു പറഞ്ഞാൽ പോരേ?

മധുവിന്റെ വിളറിയ മുഖം അവളെ സംശയാലുവാക്കിത്തീർത്തു.

എനിക്കിപ്പോഴും ഭ്രാന്തുണ്ടെന്നാണോ മധുച്ചേട്ടന്റെ വിചാരം?

മധുച്ചേട്ടനെ കെട്ടിപ്പിടിച്ചു കരയണമെന്ന് അവൾക്കു തോന്നി.

"ഇല്ല മധുച്ചേട്ടാ, എനിക്കു ഭ്രാന്തില്ല. ഞാനിപ്പോൾ ഭ്രാന്തിയല്ല; മധുച്ചേട്ടന്റെ ഗീതയാണ്."

സങ്കടം ഒതുക്കി അവൾ പിന്നിലേക്കു ചാരി കണ്ണടച്ചിരുന്നു.

അവൾ ഉറങ്ങാൻ തുടങ്ങുകയാണെന്നു മധു വിചാരിച്ചു. കാറിനുള്ളിലെ കണ്ണാടി അവളുടെ നേരെ തിരിച്ചുവച്ചു.

"ഇനി ഒന്നും പേടിക്കാനില്ല മധു." ഡോക്ടർ പറഞ്ഞത് അയാൾ ഓർത്തു. "ഗീതയുടെ രോഗം പൂർണ്ണമായും മാറി. ഇനി സ്നേഹത്തോടും സന്തോഷത്തോടും കൂടി ജീവിക്കാൻ ശ്രമിക്ക്. ബാക്കി ദൈവം നോക്കിക്കൊള്ളും."

ആറേഴുമാസംമുമ്പ് ഗീതയെ ആശുപത്രിയിൽ പ്രവേശിപ്പിക്കുമ്പോൾ അയാൾ ആകെ ദുഃഖിതനും നിരാശനുമായിരുന്നു.

മുജ്ജന്മത്തിൽ എന്തു പാപം ചെയ്തിട്ടാണ് തനിക്കിങ്ങനെ വന്നത്?

പണ്ടത്തെ ഗീതയാണോ ഇത്?

കണ്ണാടിയിൽ കാണുന്ന അവളുടെ മുഖം മരുഭൂമിയിൽ നില്ക്കുന്ന ഒരു വേനൽപ്പൂവിനെ ഓർമ്മിപ്പിക്കുന്നു.

പെട്ടെന്ന് അവൾ കണ്ണുതുറന്നു. കണ്ണുകൾ മിഴിച്ച് അവൾ ചുറ്റും നോക്കി. അവളുടെ നോട്ടം അയാളെ സംഭ്രമിപ്പിച്ചു. എന്താണ് ഗീത ഇങ്ങനെ നോക്കുന്നത്?

വെറുതെ അവൾ പുഞ്ചിരിക്കുന്നത് അയാൾ കണ്ടു.

"എന്താ ഗീതേ?"

മനസ്സ് വേറെങ്ങോ ആയിരുന്നതുകൊണ്ട് ചോദ്യം കേട്ടിട്ടും അവൾ വെറുതെ ഇരുന്നു.

പിന്നെയാണോർത്തത് മറുപടി പറഞ്ഞില്ലല്ലോ എന്ന്.

"ഒന്നൂല്ലാ."

ആശുപത്രിയിൽനിന്ന് എത്രദൂരം പോന്നു. അതിനിടയ്ക്ക് ഇപ്പോഴാണ് മധുച്ചേട്ടൻ ഒന്നു മിണ്ടിയത്.

ചിരിച്ചതെന്തിനാണെന്ന്.

വെറുതെ, എന്തോ ഓർത്തു.

ഉടൻതന്നെ അതു മനസ്സീന്നു പോവുകയും ചെയ്തു.

ആകാശത്തിൽ ഒരു തുണ്ടുമേഘം ഒഴുകുന്നു.

അവൾ വീണ്ടും മുന്നോട്ടാഞ്ഞിരുന്ന് മധുച്ചേട്ടന്റെ ചുമലിൽ തൊട്ടു. അടക്കാൻ കഴിയണ്ടേ ഒന്നു തൊടാനുള്ള കൊതി.

അയാൾ മുഖം തിരിച്ചുനോക്കി.

"ഉം?"

"വെറുതെ."

"വണ്ടി ഓടിക്കുമ്പോൾ ശല്യപ്പെടുത്തരുത്. അപകടമാണ്."

'ഞാൻ തൊട്ടാൽ ശല്യമാണോ?'

ചോദിച്ചില്ല; മനസ്സിലോർത്തു.

പെട്ടെന്ന് അവളുടെ കണ്ണിൽ വെള്ളം നിറഞ്ഞു.

മധുച്ചേട്ടന്റെ മനസ്സിന് ഇത്ര കാഠിന്യമുണ്ടാവുമെന്ന് സ്വപ്നത്തിൽ പോലും ഓർത്തിരുന്നില്ല.

"ഗീതയ്ക്കിനി വീട്ടിൽ പോകാ"മെന്ന് ഡോക്ടർ പറഞ്ഞപ്പോൾ അവൾ ആശിച്ചതു മധുച്ചേട്ടന്റെ അടുത്തെത്താമല്ലോ എന്നു മാത്രമായിരുന്നു ആറേഴുമാസം ആശുപത്രിയിൽ കിടന്ന് അവൾ മടുത്തു.

ഇന്നലെ റോസക്കുട്ടി എന്നു പേരുള്ള നെഴ്സ് വന്നപ്പോൾ ഗീതപറഞ്ഞു.

"നാളെ ഞാൻ വീട്ടിൽ പോകും. എന്നെ കൊണ്ടുപോകാൻ മധുച്ചേട്ടൻ വരും."

'നിന്റെ പ്രാർത്ഥന ഫലിച്ചില്ലേ?" റോസക്കുട്ടി അടുത്തുവന്നു സ്നേഹപൂർവ്വം ചുമലിൽ കൈവച്ചു:- "ഇനി ദൈവം നിന്നെ ഒരിക്കലും ദുഃഖിപ്പിക്കില്ല."

എന്നും ഉറക്കത്തിൽ ദുഃസ്വപ്നങ്ങളാണ് കാണാറ്. ഇന്നലെ രാത്രി മധുച്ചേട്ടൻ തന്നെ കെട്ടിപ്പിടിക്കുന്നതും ഉമ്മവച്ചു വീർപ്പുമുട്ടിക്കുന്നതും സ്വപ്നം കണ്ടു ഞെട്ടിയുണർന്നപ്പോൾ അവൾ സ്വയം നാണിച്ചു. ഒരു കവലയിൽ മധുച്ചേട്ടൻ കാറ് നിർത്തിയപ്പോഴാണ് അവൾ ഓർമ്മകളിൽ നിന്നുണർന്നത്.

"നിനക്ക് കുടിക്കാൻ വല്ലതും വേണോ?"

"വേണ്ട."

മധുച്ചേട്ടൻ ഇറങ്ങിപ്പോയി. ഒരു പീടികയിൽനിന്നു സിഗററ്റു വാങ്ങി മടങ്ങിവന്നു.

"ഒന്നു വേഗം വിടു മധുച്ചേട്ടാ. എനിക്കെന്റെ മോനെ കാണാൻ ധൃതിയായി."

കേട്ട ഭാവമേ ഇല്ല മധുച്ചേട്ടന്.

മൂന്ന്

മധുച്ചേട്ടൻ ഒന്നും മിണ്ടുന്നില്ല.

എന്താ ഇത്ര മൗനം?

പണ്ടിങ്ങനെ അല്ലായിരുന്നല്ലോ.

വിവാഹം കഴിഞ്ഞ് അധികം കഴിയുന്നതിനുമുൻപ് ഒരുദിവസം അവൾ മധുവിനോട് ചോദിച്ചു.

"മധുച്ചേട്ടന്റെ അച്ഛനപ്പൂപ്പന്മാരൊക്കെ വക്കീലന്മാരായിരുന്നോ?"

"ഉം, എന്താ ചോദിക്കാൻ?"

"വക്കീലന്മാരുടെ പാരമ്പര്യമുള്ളോർക്കെ ഇങ്ങനെ വായിട്ടലയ്ക്കാൻ കഴിയൂ."

"എന്റെ വീട്ടിൽ വക്കീലും ജഡ്ജിയുമൊന്നു ഉണ്ടായിട്ടില്ല. പണ്ടെങ്ങോ ഒരു സർവ്വാധികാര്യക്കാര് ഉണ്ടായിരുന്നു എന്നു കേട്ടിട്ടുണ്ട്. പുള്ളി മിണ്ടുകയേ ഇല്ലായിരുന്നു."

"പിന്നെങ്ങനെ മധുച്ചേട്ടനിത്ര വായാടിയായിത്തീർന്നു?"

"ഇങ്ങടുത്തുവാ. ചെവിയിൽ പറയാം."

"വേണ്ട. വേണ്ടാ." ഗീത നാണത്തോടെ ഒഴിഞ്ഞുമാറി. "എന്തിനാണെന്നു എനിക്കറിയാം."

വാതിൽ കടന്ന് പുറത്തേക്കിറങ്ങുന്നതിനിടയിൽ മധുച്ചേട്ടൻ ഉറുപ്പടങ്ങം പിടിച്ചു. ആലിംഗനം ചെയ്തു ചുംബനംകൊണ്ടു വീർപ്പുമുട്ടിക്കുന്നതിനിടയിൽ അവൾ കുതറിമാറാൻ നോക്കി.

"എന്തു ഭ്രാന്താണിത്? വല്ലോരും കണ്ടാലോ? മനുഷ്യനായാൽ കുറെ അടക്കോതുക്കം വേണ്ടേ?"

"എന്നെ ഭ്രാന്തു പിടിപ്പിക്കുന്നതെന്താണെന്നറിയാമോ? നിന്റെ ഭംഗി, നിന്റെ ശരീരത്തിന്റെ സുഗന്ധം."

അവളുടെ ഹൃദയം ഇളകി മറിഞ്ഞു.

ഓർമ്മകൾ കനലുകളായി ഹൃദയത്തിനടിയിൽ കിടക്കുന്നു.

മധുച്ചേട്ടന് അതൊന്നും ഓർമ്മയില്ലേ?

മധുച്ചേട്ടൻ എത്ര മാറിപ്പോയി!

"ഇപ്പോൾ ഒന്നു മിണ്ടാൻപോലും വിഷമം! ഇത്ര അകല്ച്ചയുണ്ടാവുമെന്ന് സ്വപ്നത്തിൽപോലും ഓർത്തില്ല."

നഗരത്തിലെ പ്രസിദ്ധമായ ഹോട്ടലിന്റെ മുമ്പിൽ മധു കാർ നിർത്തി.

"നിനക്കു വിശക്കണില്ലേ?"

"ഇല്ല."

"ഉം?"

അവൾ വെറുതെ മിണ്ടാതെ ഇരുന്നു. വിശപ്പില്ലാഞ്ഞിട്ടല്ല. മധുച്ചേട്ടൻ കാണിക്കുന്ന അകല്ച്ച അവൾക്കു സഹിക്കുന്നില്ല.

ഭർത്താവിന്റെ മുഖത്തേക്കു നോക്കിയപ്പോൾ അവളുടെ കണ്ണുനിറഞ്ഞു.

'എന്റെ രോഗം മാറി മധുച്ചേട്ടാ, മധുച്ചേട്ടനു വിശ്വാസം വരുന്നില്ലേ.' എന്നു ചോദിക്കാനോർത്തതാണ്.

മധു പുറത്തിറങ്ങി കാറിന്റെ ഡോർ അടച്ചു. അവളുടെ അടുത്തു ചെന്ന് കാറിന്റെ പിൻവാതിൽ തുറന്ന് ആജ്ഞാസ്വരത്തിൽ അയാൾ പറഞ്ഞു.

"ഇറങ്ങൂ വല്ലതും കഴിക്കാം."

അവൾ ശൂന്യമായ ദൃഷ്ടികളോടെ മധുവിന്റെ മുഖത്തേക്കു നോക്കി.

"നീയെന്താ ഇങ്ങനെ മിഴിച്ചുനോക്കുന്നത്?"

അവൾ കാറിൽ നിന്നിറങ്ങി.

പെട്ടെന്ന് അവരുടെ മുമ്പിൽ മറ്റൊരു കാർ വന്നു നിന്നു. ആ കാറോടിച്ചിരുന്ന ചെറുപ്പക്കാരൻ കാറിനുള്ളിലിരുന്നുകൊണ്ട് വിളിച്ചു:

"ഹലോ, മധു"

"ഹലോ, രാജു" മധുവിന്റെ മുഖം പെട്ടെന്നു പ്രസന്നമായി. "നീ എന്നു വന്നു?"

"ഒരാഴ്ച കഴിഞ്ഞു." രാജു കാറിൽ നിന്നിറങ്ങി അവരുടെ അടുത്തേക്കുവന്നു.

"ഞാനെന്റെ പെങ്ങളെ കാണാൻ പോകുന്ന വഴിയാണ്."

പാറിപ്പറന്ന മുടി. നിറംകൂടിയ പരുക്കൻ വേഷം. ഇരുണ്ട ഗ്ലാസുള്ള വലിയ കണ്ണട, ചെമ്പിച്ച മീശ, പന്തയക്കുതിരയുടെ തലയെടുപ്പ്, ഗീത ആ ചെറുപ്പക്കാരനെ വിസ്മയത്തോടെ നോക്കിനിന്നു.

"ഹാ, നിനക്കു യാതൊരു മര്യാദയുമില്ല." രാജു അത്ര അടുത്ത ഒരു സ്നേഹിതന്റെ സ്വാതന്ത്ര്യത്തോടെ മധുവിന്റെ ചുമലിൽതട്ടി. "ഇത് നിന്റെ ശ്രീമതിയല്ലേ? നീയെന്താ എന്നെ ഒന്നു പരിചയപ്പെടുത്താത്തെ?"

"നിന്നെ ഓർക്കാപ്പുറത്തു കണ്ടതിന്റെ സന്തോഷത്തിനിടയിൽ ഞാനതു മറന്നു." മധു പറഞ്ഞു: "ഇതെന്റെ ഭാര്യ— ഗീത. ഞങ്ങളുടെ വിവാഹത്തിന് നിനക്കു ക്ഷണക്കയച്ചിരുന്നു. പഴയ അഡ്രസ്സിൽ."

"മൂന്നരവർഷംമുമ്പ് ഞാനിവിടം വിട്ടു. പിന്നെ എവിടെയൊക്കെ ചുറ്റിക്കറങ്ങിയെന്ന് എനിക്കുതന്നെ അറിഞ്ഞുകൂടാ." രാജു യാതൊരു കുസലുംകൂടാതെ ഗീതയുടെ നേരെ നോക്കി. "കേട്ടോ മധുവിന്റെ ഭാര്യേ, എന്റെ പേര് രാജു. ഇവന്റെ പഴയ ഒരു കൂട്ടുകാരനാണ്. കോളേജിൽ ഒന്നിച്ചു പഠിച്ചു. അക്കാലത്തു ഞങ്ങൾ സാമാന്യം പേരെടുത്ത തല്ലിപ്പൊളികളായിരുന്നു. ഇവൻ പിന്നെ എങ്ങനെയോ ഒരു മാന്യനായി തീർന്നു. ഞാനിപ്പോഴും ഏറക്കുറെ പണ്ടത്തെപ്പോലെതന്നെ. കിട്ടിയ സമയംകൊണ്ട് കറങ്ങാവുന്നിടത്തോളം കറങ്ങി. ഇപ്പോൾ ഗൾഫിലാണ്. ഒരെണ്ണക്കമ്പനിയിൽ ചെറിയ ഒരുദ്യോഗമുണ്ട്. അങ്ങനെ ജീവിക്കുന്നു. ഇനിയെന്താ അറിയണ്ടേ?"

മധു തമാശയായി ചോദിച്ചു.

"നീ ഇപ്പോഴും ഒറ്റയ്ക്കാണോ?"

"അതെ ആകാശത്തിലെ പറവയെപ്പോലെ സ്വതന്ത്രൻ." രാജു

ആകാശത്തിലേക്കു കൈകൾ ഉയർത്തി. "മരക്കൊമ്പത്തെ പഴയ കൂടു പോലും മറന്ന പക്ഷി, തോന്നിയ ദിക്കിലേക്കു പറക്കാം."

"എത്ര നാളത്തേക്ക്?"

"അതൊന്നും ഞാൻ ചിന്തിച്ചിട്ടില്ല എനിക്കിങ്ങനെ പറന്നുനടക്കുന്ന താണിഷ്ടം. ആരും എന്നെ കാത്തിരിക്കുന്നില്ല. എനിക്കാരെയും ഓർക്കാനുമില്ല."

"ഭാഗ്യവാൻ."

അപ്പോൾ രാജു പുരികങ്ങളുയർത്തി.

"ഉം, നിനക്കെന്താ ഭാഗ്യദോഷം?"

ഗീതയെക്കുറിച്ച് സ്നേഹിതൻ എന്തെങ്കിലും ചോദിക്കുമോ എന്നായിരുന്നു മധുവിന്റെ പേടി.

നിങ്ങൾ എവിടെപ്പോയതാണെന്നു രാജു ചോദിച്ചാൽ എന്തുപറയും?

എന്റെ ഭാര്യ ഭ്രാന്താശുപത്രിയിൽ ചികിത്സയിലായിരുന്നു എന്ന് അവനോട് എങ്ങനെ പറയും?

ഗീതയുടെ മുഖഭാവങ്ങളിൽനിന്ന് അവൻ എന്തെങ്കിലും ഊഹിക്കുമോ?

മധു അങ്ങനെയെല്ലാം ചിന്തിക്കുന്നതിനിടയിൽ രാജു പറഞ്ഞു:

"എന്റെ കണ്ണിൽ നിന്നെപ്പോലെ ഒരു ഭാഗ്യവാനില്ല. ഉയർന്ന ഉദ്യോഗം. മകന്റെ നന്മയ്ക്കുവേണ്ടി ഏതുനേരവും ദൈവത്തോടു പ്രാർത്ഥിക്കുന്ന അമ്മ. സുന്ദരിയായ ഭാര്യ. എനിക്കു സത്യത്തിൽ അസൂയ തോന്നുന്നു. എനിക്കാരാ ഉള്ളത്?"

"ആരും വേണ്ടെന്നു വച്ചിട്ടല്ലേ?"

"അല്ല. നീ ഒരു പെണ്ണിനെ കണ്ടുപിടിച്ചുതാ. ആ നിമിഷം ഞാനവളെ വിവാഹം കഴിക്കാം."

മധു സ്നേഹിതന്റെ തോളിൽ തട്ടി.

"എന്തിന് ഈ വെയിൽ കൊള്ളുന്നു?" രാജു പറഞ്ഞു: "നിനക്ക് അകത്തേക്കു പോകാം. എനിക്കൊരു ചക്രവർത്തിയുടെ വിശപ്പുണ്ട്."

അവർ ഹോട്ടലിലേക്കു നടന്നു. നഗരത്തിലെ പ്രസിദ്ധമായ ഹോട്ടലാണ്. അരണ്ട വെളിച്ചമുള്ള റെസ്റ്റോറന്റിൽ അധികം ആൾക്കാരില്ല. ഒരു കോണിലിരുന്ന് ഒരു സായിപ്പും മദാമ്മയും ഫ്രൂട്ട് സാലഡ് കഴിക്കുന്നു. പിന്നെയൊരാൾ ഒറ്റയ്ക്കിരുന്ന് എന്തൊക്കെയോ വാരിവലിച്ചു തിന്നുന്നു. അതിന്നപ്പുറത്തുള്ളവരെ നിഴലുകൾ പോലെയോ കാണാവൂ.

ഒഴിഞ്ഞ ഒരുകോണിൽ അവർ ചെന്നിരുന്നു.

"നിങ്ങളുടെ ഇഷ്ടം എന്താണെന്നെനിക്കറിയില്ല." രാജു പറഞ്ഞു. "ഇഷ്ടമുള്ളത് ഓർഡർ ചെയ്യാം." സൽക്കാരം എന്റെ വകയാണ്."

രാജു അത്രയും പറഞ്ഞ് ഗീതയെ നോക്കി. അവൾ ലജ്ജയോടെ മുഖം താഴ്ത്തി.

രാജു അപ്പോൾ മധുവിന്റെ നേരേ തിരിഞ്ഞു:

"നീ പറ. നിനക്കറിയാമല്ലോ നിന്റെ ധർമ്മപത്നിയുടെ ഇഷ്ടാനിഷ്ട

ങ്ങളൊക്കെ. നേരം ഉച്ച തിരിഞ്ഞു. എനിക്കാണെങ്കിൽ വിശന്നു കുടൽ കരിഞ്ഞതിന്റെ മണം വരുന്നു."

എന്തെങ്കിലും രുചിയുള്ള ആഹാരം കഴിക്കാൻ ഗീതയ്ക്ക് കൊതിയുണ്ടായിരുന്നു. ആശുപത്രിയിൽ കിട്ടിയിരുന്നത് സർവ്വാണിസദ്യയുടെ ഓഹരിയല്ലേ! വളരെപ്പെട്ടെന്ന് അതു മടുത്തു. പിന്നീടതു കാണുമ്പോൾ അരിശം വരും. ആശുപത്രിയിൽ രുചിയുള്ള ഭക്ഷണപദാർത്ഥങ്ങൾ കിട്ടാൻ വഴിയില്ല. ആശുപത്രിക്കടുത്ത് ബന്ധത്തിൽപ്പെട്ടവരുണ്ട്. അവരാരും അറിയരുതെന്നേ പ്രാർത്ഥനയുണ്ടായിരുന്നുള്ളൂ.

ആരെങ്കിലും ഒരാൾ അറിഞ്ഞാൽ മതി. ദിവസങ്ങൾക്കുള്ളിൽ അതെല്ലാവരും അറിയും.

"അറിഞ്ഞില്ലേ— ഗീതയ്ക്കു ഭ്രാന്താണെന്ന്."

"ആരു പറഞ്ഞു? നേരാണോ?"

"പിന്നെ നുണയോ? ഇവിടെ ആശുപത്രിയിലൊണ്ട്."

"എന്തൊരു നല്ല പെൺകുട്ട്യായിരുന്നു. അതിനിങ്ങനെ വന്നല്ലോ പാവം."

ആരും അറിയണ്ടെന്നോർത്ത് ആരോടും പറഞ്ഞില്ല. എന്നിട്ടും. എങ്ങനെയോ എല്ലാവരും അറിഞ്ഞു.

ഭക്ഷണം കഴിച്ച് ഹോട്ടലിൽനിന്നിറങ്ങിയപ്പോൾ രാജു ചോദിച്ചു.

"ഇനി നിങ്ങൾ എങ്ങോട്ടാ?"

"വീട്ടിലേക്ക്. നീയോ?"

"ഞാൻ പറഞ്ഞില്ലേ. പെങ്ങളുടെ വീട്ടിലേക്ക് എത്ര നാളായി അവളെ കണ്ടിട്ട്. ഒരു ദിവസം അവളുടെ വീട്ടിൽ തങ്ങും."

"പിന്നെ?"

"പിന്നെ. അതെനിക്കറിയില്ല. വേറെ എനിക്കൊരിടത്തു പോകാനില്ല. നിനക്കറിഞ്ഞുകൂടേ?"

"അവധിക്കാലം പിന്നെ എവിടെ കഴിക്കും?"

"നീ വലിയ യോഗ്യൻതന്നെ. എങ്ങും പോകാനില്ലാത്ത ഒരാളാണ് ഞാനെന്ന് നിനക്കറിയാം എന്നിട്ടും നിന്റെ വീട്ടിലേക്കു ക്ഷണിക്കണംന്നു നിനക്കു തോന്നിയില്ല."

"ഞാൻ ക്ഷണിച്ചിട്ടു വേണോ നിനക്കു വരാൻ?"

"അതുശരി. നീ ക്ഷണിച്ചില്ലെങ്കിലും ഞാൻ വരും. അമ്മയോടു പറഞ്ഞേക്ക് സാമ്പാറും അവിയലും തീയലും പായസവുമൊക്കെയുള്ള ഊണുതരണംന്ന്."

"നീ എന്നുവരും?"

"അതൊന്നും നേരത്തേ പറയാൻ നിവൃത്തിയില്ല. ഓർക്കാപ്പുറത്ത് ഒരുദിവസം ഞാനവിടെ പ്രത്യക്ഷപ്പെടും ഗീതയെന്താ മിണ്ടാത്തെ? വെറുതെയെങ്കിലും ഒന്നു ക്ഷണിക്കു ശ്രീമതി."

എന്തു പറയണമെന്നറിയാതെ അവൾ അന്തിച്ചു നിന്നു.

"ആരും ക്ഷണിക്കാതെ നീയങ്ങു വന്നാൽ മതി." മധു പറഞ്ഞു: – "നിനക്കതിനു കുറച്ചിലുണ്ടോ?"

"ഉണ്ടെങ്കിലും ഞാനതു സഹിച്ചു." യാത്ര പറയാൻ നേരത്തു രാജു പറഞ്ഞു:

"ഞാൻ വരും. തീർച്ച."

വീണ്ടും അവർ തനിച്ചായപ്പോൾ അവർക്കിടയിൽ മൗനം കനത്തു.

ഒടുക്കം ഗീത ചോദിച്ചു:

"എന്തിനാ അയാളെ വീട്ടിലേക്കു ക്ഷണിച്ചത്?"

മധു പിന്നിലേക്കു മുഖം തിരിച്ചു നോക്കി.

"ഉം? അവൻ ഒരിക്കൽ എന്റെ ഏറ്റവുമടുത്ത സ്നേഹിതനായിരുന്നു."

"സ്നേഹിതനാണെന്നോർത്ത് വീട്ടിലേക്കു ക്ഷണിക്കണോ?"

ഓർക്കാപ്പുറത്ത് വീട്ടിലേക്കു കേറിവന്ന മറ്റൊരാളെക്കുറിച്ചുള്ള ഓർമ്മ അവളുടെ ഹൃദയത്തെ ഇളക്കിമറിച്ചു.

നാല്

ഇരുട്ടുള്ള ഒരു രാത്രി. മധുച്ചേട്ടൻ അന്നു വീട്ടിലില്ല. ഉദ്യോഗസംബന്ധമായി ദൂരെയെങ്ങോ പോയതായിരുന്നു. ഒരാഴ്ച കഴിഞ്ഞേ വരൂ. എന്തോ അത്യാവശ്യത്തിന് മധുച്ചേട്ടന്റെ അമ്മ ഏതോ ബന്ധുവീട്ടിൽ പോയിട്ട് മടങ്ങി വന്നില്ല. വേലക്കാരൻ പരമുനായര് നേരത്തെ ഉറക്കം പിടിച്ചു. ഉരലിന്റെ ദേഹപ്രകൃതിയുള്ള പരമുനായർക്ക് പായ് കണ്ടാൽമതി ഉറങ്ങാൻ. ഉറങ്ങിക്കഴിഞ്ഞാൽ പിന്നെ ആകാശം ഇടിഞ്ഞുവീണാലും അറിയില്ല. കൂർക്കം വലിച്ച് ആഘോഷത്തോടെയാണ് പരമുനായരുടെ ഉറക്കം. തെക്കുവശത്തെ ചായ്ച്ചുകെട്ടിൽ അനങ്ങിയാൽ കരയുന്ന പലകക്കട്ടിലിൽ പരമുനായരുടെ പള്ളിക്കുറുപ്പ് നേരം വെളുക്കുംവരെ നീളും. കിടക്കാൻ പോകുമ്പോൾ പറഞ്ഞു എന്തെങ്കിലും ആവശ്യമുണ്ടെങ്കിൽ വിളിക്കണമെന്ന്. ആ പറച്ചിലേ ഉള്ളൂ. ഉറക്കം പിടിച്ചാൽ പിന്നെ നോക്കണ്ടാ. ആരോഹണാവരോഹണ ക്രമത്തിലുള്ള കൂർക്കംവലി കൊണ്ടറിയാം ആൾ ചത്തിട്ടില്ലെന്ന്.

ദീപുമോനും നേരത്തേ ഉറങ്ങി. ഗീത അകത്തെ മുറിയിൽ വായിച്ചു കൊണ്ടിരുന്നു. മഴക്കാലമാണ്. ആകാശം ഇരുണ്ടുമൂടിക്കിടക്കുന്നു. ഒരൊറ്റ നക്ഷത്രംപോലും കാണാനില്ല. ആകാശം ഇരുട്ടിന്റെ പ്രളയത്തിൽ മുങ്ങിപ്പോയ പോലെയാണ്. തണുത്ത കാറ്റൂതുന്നുണ്ടായിരുന്നു. വല്ലാത്ത കുളിര്. ഗീത ജനാലകളും അടച്ചുകുറ്റിയിട്ടു. പുറത്തു കാറ്റിന്റെ ശക്തി കൂടിക്കൂടി വന്നു. കാറ്റിൽ മരക്കൊമ്പുകൾ ഉലയുന്നതിന്റെ ഒച്ച കേൾക്കാം. കുറേക്കഴിഞ്ഞപ്പോൾ ഇടിമുഴക്കം കേട്ടു. മഴ പെയ്യും. ഗീത വായനയിൽ മുഴുകിയിരുന്നപ്പോൾ എന്തോ ഒടിഞ്ഞുവീഴുന്ന ഒച്ച കേട്ടു. അവൾ ഞെട്ടിപ്പോയി. മരത്തിന്റെ കൊമ്പൊടിഞ്ഞു വീണതാവും. പരമുനായര് യാതൊന്നും അറിഞ്ഞിട്ടില്ല. കാറ്റിന്റെ സീല്ക്കാരങ്ങൾക്കിടയ്ക്ക് പരമുനായരുടെ കൂർക്കംവലി വേർതിരിഞ്ഞു കേൾക്കാം. മരത്തിന്റെ

കൊമ്പൊടിഞ്ഞു വീണിട്ടും ഈ മനുഷ്യൻ അറിഞ്ഞില്ലല്ലോ എന്ന് അവൾ അത്ഭുതപ്പെട്ടു.

മഴ പെയ്തു തുടങ്ങി. മഴയുടെ ഒച്ച അവൾ കാതോർത്തു. കുറേ നേരം അങ്ങനെ ഇരുന്നു വായിക്കാൻ ഒരു രസം തോന്നുന്നില്ല. ഉറക്കം വരുന്നു. അവൾ നാഴികമണിയിൽ നോക്കി. പതിനൊന്നരയാകാൻ പോകുന്നു. മഴ തോർന്നിട്ടില്ല. കാറ്റിന്റെ ശക്തി കുറഞ്ഞെന്നു തോന്നുന്നു. അവൾ ദീപുമോന്റെ അടുത്തുചെന്നു കിടന്നു. വെളിച്ചം കെടുത്തി. കനത്ത ഇരുട്ട് അവളെ മൂടി. പരമുനായരുടെ കൂർക്കംവലിയുടെ താളം മാറിയിരിക്കുന്നു. അവൾ ചെരിഞ്ഞുകിടന്ന് ദീപുമോനെ കെട്ടിപ്പിടിച്ചു.

വേറെ ഒരു ശബ്ദവുമില്ല. മഴയുടെയും കാറ്റിന്റെയും ഒച്ചയല്ലാതെ.

മഴയുടെ സംഗീതത്തിനു കാതോർത്തു കിടന്ന് അവൾ ഉറങ്ങി.

വാതിലിൽ ആരോ മുട്ടുന്നു.

അവൾ ഞെട്ടിയുണർന്നു. പേടിയോടെ കാതോർത്തു.

വാതിലിൽ ആരോ ഇടിക്കുന്നു.

ആരാണ്?

ചോദിക്കാൻ ഒച്ച പൊങ്ങുന്നില്ല. സിരകളിൽ രക്തം തണുക്കുന്നു. ഹൃദയമിടിപ്പിന്റെ വേഗം വർദ്ധിക്കുന്നു. കണ്ണിൽക്കുത്തുന്ന ഇരുട്ടിൽ അവൾ അന്തിച്ചിരുന്നു.

എന്തുചെയ്യും? ആരാണ് വാതിലിൽ മുട്ടുന്നത്. കള്ളനോ കൊള്ളക്കാരനോ? ഓർക്കുന്തോറും അവളുടെ സംഭ്രമം ഇരട്ടിയായി. പരമുനായരെ വിളിച്ചാലോ? എത്ര ഉറക്കെ വിളിച്ചാലും അയാൾ കേൾക്കില്ല. അല്ലെങ്കിൽ വാതിലിൽ മുട്ടുന്ന ഒച്ചകേട്ട് ഉണർന്നേനെയല്ലോ.

മഴ തോർന്നിട്ടില്ല. മഴയുടെയും കാറ്റിന്റെയും ഒച്ച ഇരുട്ടത്ത് അദൃശ്യമായ തിരമാലകൾപോലെ അലച്ചലച്ചുവരുന്നു. അതിനിടയ്ക്കാണ് ആരോ വാതിലിൽ മുട്ടുന്നതിന്റെ ഒച്ച.

അവൾ ലൈറ്റിട്ടു. പരമുനായരെ വിളിച്ചുണർത്തിയാലോ? വിളിച്ചാൽ ഉണരുമോ ആ കുംഭകർണ്ണൻ?

വാതിലിൻ മുട്ടുന്നതിന്റെ ഒച്ച വീണ്ടും അവളുടെ കാതിൽ മുഴക്കത്തോടെ വന്നു പതിച്ചു.

മനോധൈര്യം സംഭരിച്ചുകൊണ്ട് അവൾ ചോദിച്ചു:

"ആരാ അത്?"

ഉത്തരമില്ല.

വീണ്ടും വാതിലിൽ മുട്ടുന്നതിന്റെ ഒച്ചയല്ലാതെ ഒന്നുമില്ല.

അവൾ വീണ്ടും കുറേക്കൂടി ഉറക്കെ ചോദിച്ചു:

"ആരാ അത്?"

അപ്പോൾ അടക്കിയ സ്വരത്തിൽ വാതിലിൽ മുട്ടുന്ന ആളിന്റെ ഒച്ച കേട്ടു.

"വാതിൽ തുറക്ക്."

"ആരാണെന്നു പറയൂ."

"ഞാനാ."

"ഞാനെന്നുവച്ചാൽ?..."

ഉത്തരമില്ല.

"ചോദിച്ചതു കേട്ടില്ലേ? ആരാണെന്ന്."

"അരവിന്ദൻ."

അവളുടെ ഹൃദയത്തിൽ ഒരാന്തലുണ്ടായി. അരവിന്ദനോ? ഈ അർദ്ധരാത്രിയിൽ.

അവൾ എഴുന്നേറ്റ് പുറത്തെ ലൈറ്റിട്ടു. വാതിൽ തുറക്കണോ? എന്തോ കുഴപ്പമുണ്ട്. അല്ലെങ്കിൽ ഈ അർദ്ധരാത്രിയിൽ വരില്ല.

വാതിലിൽ മുട്ടുന്നത് അരവിന്ദനാണെന്നറിഞ്ഞപ്പോൾ ഗീതയുടെ മനസ്സു പതറി,

പഴയ കാമുകൻ തിരിച്ചു വന്നിരിക്കുന്നു.

എന്തിന്?

ഈ അർദ്ധരാത്രിയിൽ!

"കതകു തുറക്ക്." വീണ്ടും വാതിലിൽ മുട്ടി കെഞ്ചുന്നു: "എന്നെ ഒന്നു രക്ഷിക്ക്. വേഗം..."

എന്തോ കുഴപ്പുമുണ്ട്. അല്ലെങ്കിൽ അരവിന്ദൻ വരില്ല– വർഷങ്ങൾക്കു ശേഷം. ഇതുവരെ മറന്നില്ലേ?

വാതിൽ തുറക്കണോ വേണ്ടയോ എന്ന് അവളുടെ മനസ്സു തർക്കിച്ചു.

അർദ്ധരാത്രിയിൽ ഭർത്താവ് വീട്ടിലില്ലാത്തപ്പോൾ പഴയ കാമുകൻ വന്നു വാതിലിൽ മുട്ടുന്നു.

അരവിന്ദന് എങ്ങനെ തോന്നി തന്റെ വാതിലിൽ വന്നു മുട്ടിവിളിക്കാൻ?

അവളുടെ മനസ്സ് വല്ലാതെ ഇളകിമറിഞ്ഞു. എന്തിനാണ് അരവിന്ദൻ വന്നത്? എന്നെ രക്ഷിക്കെന്നു പറയാൻ എന്തപകടം പിണഞ്ഞു അരവിന്ദന്?

അരവിന്ദൻ വീണ്ടും വാതിലിൽ മുട്ടി വിളിച്ചു.

"ഗീതേ, എന്നെ ഒന്നു രക്ഷിക്ക്."

അരവിന്ദനോ ആരോ ആകട്ടെ. ഒരു മനുഷ്യൻ തന്റെ വാതിലിൽ മുട്ടി കെഞ്ചുന്നു– എന്നെ ഒന്നു രക്ഷിക്കെന്ന്.

അവൾ വാതിൽ തുറന്നു.

അരവിന്ദൻ.

മുടിയും താടിയും നീണ്ട്. ആകെ നനഞ്ഞ് ദൈന്യം നിറഞ്ഞ മുഖഭാവത്തോടെ നില്ക്കുന്ന അരവിന്ദനെ അവൾ കണ്ടു.

"ഗീതേ, എന്നെ ഒന്നു രക്ഷിക്ക്. എന്റെ പുറകെ പൊലീസുണ്ട്. എവിടെയെങ്കിലും എനിക്കൊന്ന് ഒളിക്കണം."

എന്തു ചെയ്യണമെന്നറിയാതെ അവൾ ഒരു പ്രതിമയെപ്പോലെ മിഴിച്ചുനിന്നു.

"എന്നെ ഒന്നു സഹായിക്കൂ ഗീതേ."

"ഇവിടെ ഞാൻ തനിച്ചേ ഉള്ളൂ."

"പൊലീസിന്റെ കണ്ണിൽപ്പെടാതെ ഓടി വന്നതാണ്. അവരെന്റെ പിന്നാലെയുണ്ട്. വിളക്കണയ്ക്കൂ."

"നിങ്ങൾ എങ്ങനെ ഇവിടെ വന്നു?"

"എവിടെയെങ്കിലും ഒന്നൊളിക്കണമെന്നോർത്താണ് ഞാൻ വന്നത്. ഇല്ലെങ്കിൽ അവരെന്നെ പിടിക്കും. വിശ്വാസമുള്ള ആരുടെയെങ്കിലും അടുത്തെത്താൻ ഞാൻ ജീവനും കൊണ്ടോടി. അപ്പോൾ ഓർത്തത് ഗീതയുടെ വീടാണ്. ഞാൻ മതിൽ ചാടിക്കടന്നു."

"ഈ അർദ്ധരാത്രീല് എന്റെ ഭർത്താവില്ലാത്തപ്പോ ഞാൻ നിങ്ങളെ എങ്ങനെ ഇവിടെ ഒളിപ്പിക്കും?"

"നേരം വെളുക്കുന്നേനുമുമ്പ് ഞാൻ പൊയ്ക്കോളാം."

"ജീവിതത്തിൽ ഇനിയൊരിക്കലും നിങ്ങളെ കാണാരുതെന്നായിരുന്നു എന്റെ പ്രാർത്ഥന. എന്നിട്ട് നിങ്ങൾ ഒളിച്ചോടി വന്നത് എന്റെ അടുത്തേക്ക്. കേറിച്ചെല്ലാൻ നിങ്ങൾ വേറെ ഒരിടവും കണ്ടില്ലേ?"

"ഇല്ല ഗീതേ, എന്റെ മനസ്സു പറഞ്ഞു ഗീത സഹായിക്കുമെന്ന്."

"ഒന്നു ജീവിക്കാനുള്ള കൊതി എനിക്കുണ്ട്. ദയവായി അതു നശിപ്പിക്കാതെ നിങ്ങൾ വേറെ എവിടെയെങ്കിലും പോ."

"ഇവിടന്നിറങ്ങിയാൽ ഞാൻ പൊലീസിന്റെ കൈയിൽ അകപ്പെടും."

"അതിനു ഞാനെന്തു വേണം?"

"ഗീതേ."

"വേറെ ആരുമില്ലാത്തപ്പോൾ ഞാൻ നിങ്ങളെ ഈ വീട്ടിൽ ഒളിപ്പിക്കണമെന്ന്! നിങ്ങൾക്കു നിങ്ങളുടെ രക്ഷ മാത്രേ ചിന്തയുള്ളൂ. വലിയ ഒരു വിപ്ലവകാരി! നിങ്ങൾ വിപ്ലവകാരിയല്ല, സ്വാർത്ഥനാണ്. ഞാനറിയാത്തതാണോ?"

"ഗീതേ."

"പൊലീസിന്റെ മണം കേട്ടാൽ ഊരുംകൊണ്ടോടുന്ന നിങ്ങളാണ് വിപ്ലവമുണ്ടാക്കാൻ പോകുന്നത്. നിങ്ങൾക്കു നാണമില്ലേ?"

അരവിന്ദൻ കണ്ണിമയ്ക്കാതെ അവളുടെ നേരെ നോക്കി നിന്നു. ഗീത ഇങ്ങനെ പെരുമാറുമെന്ന് ഒരിക്കലും ഓർത്തിരുന്നില്ല. എത്ര വിശ്വാസത്തോടെയാണ് അവളുടെ വാതിലിൽ മുട്ടിവിളിച്ചത്. ഭൂമിയിൽ എല്ലായിടത്തുനിന്നും പുറന്തള്ളപ്പെട്ടാലും തനിക്കൊളിച്ചിരിക്കാൻ ഗീത ഒരിടം കാണിച്ചുതരുമെന്നോർത്താണ് ഓടിയോടി അവളുടെ വാതില്ക്കൽ വന്നു മുട്ടിയത്.

എന്നിട്ട് ഇപ്പോഴാണ് അവൾ ചൊരുക്കു തീർക്കുന്നത്.

"നിങ്ങളുടെ സ്ഥാനത്ത് ഞാനായിരുന്നെങ്കിൽ ഒരിക്കലും നിങ്ങളുടെ വാതില്ക്കൽ വരില്ലായിരുന്നു." ഗീതയുടെ വാക്കുകൾക്കു വാൾത്തലയുടെ മൂർച്ചയുണ്ടായിരുന്നു. അതയാളുടെ ഹൃദയത്തിൽ ആഴത്തിൽ കൊണ്ടു. "തെരുവിൽക്കിടന്നു പട്ടികളെപ്പോലെ ചാകേണ്ടിവന്നാലും."

അവളുടെ മുമ്പിൽ അരവിന്ദൻ ഒരു നിഴൽ പ്രതിമയെപ്പോലെ ഒരു നിമിഷം നിന്നു. പിന്നെ ഒരക്ഷരം മിണ്ടാതെ തിരിഞ്ഞുനടന്നു. ചറുപിറുന്നനെ പെയ്യുന്ന മഴ നനഞ്ഞ്, സാവകാശത്തിൽ നടന്ന് അവൾ ഗേറ്റിൽ എത്തി. ഗേറ്റു തുറന്നു വഴിയിലിറങ്ങി. ഒരാളിൽനിന്ന് ഒളിക്കാൻ താല്പര്യമില്ലാതെ അയാൾ അരണ്ട നാട്ടുവെളിച്ചത്തിൽ നടന്നു. ഒരു നിഴൽ പോലെ അരവിന്ദൻ അകലെ കാഴ്ചയിൽ നിന്നു മറയുന്നതുവരെ അവൾ നോക്കിനിന്നു.

അവൾ വാതിലടച്ച് വിളക്കു കെടുത്തി ദീപുമോന്റെ അരികിൽ ചെന്നു കിടന്നു.

പുറത്തു മഴയും കാറ്റും വീണ്ടും ശക്തിപ്പെട്ടു തുടങ്ങിയിരുന്നു. കാറ്റത്ത് മരക്കൊമ്പുകൾ ഉലയുന്നതിന്റെ ഒച്ച കേൾക്കാം. മഴ ഒരു പ്രേതഗാനം പോലെ മുറുകുന്നു. പ്രപഞ്ചം നടുങ്ങുന്ന ശബ്ദത്തിൽ ഇടിവെട്ടി.

വിജനമായ വഴിയിലൂടെ അരണ്ട വെളിച്ചത്തിൽ മഴ നനഞ്ഞ് നടന്നുപോകുന്ന അരവിന്ദന്റെ രൂപം അവൾ സങ്കല്പിച്ചു.

പരമുനായരുടെ കൂർക്കംവലിയുടെ താളം മാറിയിരിക്കുന്നു. പരമുനായരെ ഉണർത്തി അരവിന്ദനെ വിളിച്ചു കൊണ്ടുവരാൻ പറഞ്ഞാലോ..? വേണ്ടാ. പോട്ടെ. ഹും. ഒളിച്ചിരിക്കാൻ ഒരു സ്ഥലം കണ്ടുപിടിച്ചത്! മധുച്ചേട്ടനും മധുച്ചേട്ടന്റെ അമ്മയും ഇല്ലാത്തത് നന്നായി, അല്ലെങ്കിൽ അവർ ചോദിക്കില്ലായിരുന്നോ ഇയാൾ ആരാണെന്ന്.

മഴയുടെയും കാറ്റത്ത് മരക്കൊമ്പുകൾ ഉലയുന്നതിന്റെയും ഒച്ച കാതോർത്തുകിടന്ന് അവൾ എപ്പോഴോ ഉറങ്ങിപ്പോയി. വെളുപ്പാൻ കാലത്ത് ദീപുമോനാണ് അവളെ വിളിച്ചുണർത്തിയത്.

ഗീത എണീറ്റു ചെന്ന് കതകു തുറന്നു. പുഴമണൽ വിരിച്ച മുറ്റത്ത് അരവിന്ദന്റെ കാല്പാടുകൾ അവൾ കണ്ടു.

പത്രം എടുത്തു നോക്കിയപ്പോൾ അവൾ ഞെട്ടിപ്പോയി. വെടിയേറ്റു മരിച്ചുകിടക്കുന്ന അരവിന്ദന്റെ ചിത്രം മുൻപേജിൽ.

വിപ്ലവകാരികളുടെ നേതാവായ അരവിന്ദൻ പൊലീസുമായുണ്ടായ ഏറ്റുമുട്ടലിൽ കൊല്ലപ്പെട്ടുവെന്ന്! തനിക്കു ചുറ്റും കിടന്നു ഭൂമി കറങ്ങുന്നതുപോലെ ഗീതയ്ക്കു തോന്നി. ആകാശം ഒരു ഭൂതത്തെപ്പോലെ മുരളുന്നു. സൂര്യൻ പൊട്ടിച്ചിതറുന്നു. ഇരുണ്ട ശൂന്യതയിൽ അവൾ ഒരു പക്ഷിത്തൂവൽ പോലെ പാറിപ്പോകുന്നു.

ആ നിമിഷങ്ങളിൽ അവളുടെ കണ്ണുകൾ ഇമചിമ്മാതെ നിന്നു.

വിജനമായ വഴിയിലൂടെ അരണ്ട വെളിച്ചത്തിൽ മഴ നനഞ്ഞ്, മഴയറിയാതെ, ഇടിമുഴക്കങ്ങൾ കേൾക്കാതെ അരവിന്ദൻ നടന്നു പോകുന്നതും നിറച്ച തോക്കുകളുമായി പൊലീസ് അരവിന്ദന്റെ നേർക്കു പാഞ്ഞടുക്കുന്നതും പൊലീസിന്റെ കാലൊച്ച കേട്ട് അരവിന്ദൻ ഓടുന്നതും പൊലീസ് പിന്തുടരുന്നതും ഒടുവിൽ പൊലീസിന്റെ വെടിയേറ്റ് അരവിന്ദൻ ഭൂമിയിൽ വീണു പിടയുന്നതും കൈത്തലം കൊണ്ടു പൊത്തിപ്പിടിച്ച മുറിവിൽനിന്ന് രക്തം ഒഴുകുന്നതും പ്രാണവേദനകൊണ്ടു പിടയുന്ന അരവിന്ദന്റെ

ശരീരം നിശ്ചലമായിത്തീരുന്നതുമെല്ലാം ഒരു ദുഃസ്വപ്നംപോലെ അവളുടെ ശൂന്യമായ കണ്ണുകൾ കണ്ടു.

ആദിയും അന്തവുമില്ലാത്ത ഇരുണ്ട മഹാശൂന്യതയിൽ ഒരു പക്ഷിത്തൂവലായി പറന്ന അവൾക്ക് അവളിലേക്കു മടങ്ങിവരാൻ കുറേ നിമിഷങ്ങൾ വേണ്ടിവന്നു.

ഇരുൾ പോലെ പൊതിഞ്ഞു നില്ക്കുന്ന കൊഴുത്ത നിശ്ശബ്ദതയിൽ അവൾക്കു വീർപ്പുമുട്ടി.

ഒരു പൊട്ടിക്കരച്ചിൽ അവളുടെ ഉള്ളിലിരുന്നു വിങ്ങി.

അവൾ മുറ്റത്തേക്കുനോക്കി. മഴയിൽ അരവിന്ദന്റെ കാല്പാടുകൾ മിടഞ്ഞുപോയിരിക്കുന്നു.

അഞ്ച്

കാറിലിരുന്ന് അവൾ ഇരുളുന്ന ആകാശം കണ്ടു. വെയിൽ മങ്ങിയപ്പോഴാണ്? കാറ്റത്ത് മരക്കൊമ്പുകൾ ഉലയുന്നു. മഴ പെയ്യുമോ?

ആകാശം പിന്നെയും ഇരുളുന്നു.

അവളുടെ ഓർമ്മയിൽ ഇരുണ്ടുമൂടിയ മറ്റൊരാകാശം തെളിഞ്ഞുവന്നു.

അരവിന്ദൻ പൊലീസിന്റെ വെടിയേറ്റു മരിച്ച അന്നും ആകാശം ഇങ്ങനെ ഇരുണ്ടു കിടന്നിരുന്നു.

അന്നു ജനാലയ്ക്കരികിൽ ഇമചിമ്മാതെ നിന്ന നിമിഷങ്ങളിൽ കറുത്തിരുണ്ട ആകാശം അവളുടെ കണ്ണുകളിലേക്കിറങ്ങിവന്നു.

ഇരുണ്ട ആകാശത്തിന്റെ മുറിവിൽനിന്ന് രക്ത മാലിക്കുന്നത് അവൾ കണ്ടു.

അരവിന്ദന്റെ രക്തം ആകാശത്തിൽ തളംകെട്ടുന്നു.

ഇരുണ്ട ആകാശത്തിൽ രക്തം പടരുന്നു. ആകാശം ചുവക്കുന്നു. ഭൂമി ചുവക്കുന്നു. അവളുടെ കണ്ണിൽ പെട്ടെന്ന് എല്ലാം ചുവപ്പുനിറമായി തീർന്നു. ചുവന്ന പ്രഭാതം ചുവന്ന മരങ്ങൾ. ചുവന്ന ചുമരുകൾ, ചുവന്ന ജന്നൽക്കർട്ടനുകൾ, ചുവന്ന പൂക്കൾ.

ചോരയുടെ നിറം അവളുടെ കണ്ണുകളെ മൂടി.

തനിക്കും പങ്കില്ലേ അരവിന്ദന്റെ മരണത്തിൽ? ഗീതയുടെ മനസ്സു പുകഞ്ഞു. അന്നത്തെ ഒരു രാത്രിയിൽ ഒളിച്ചിരിക്കാൻ ഒരിടം കൊടുത്തെങ്കിൽ അരവിന്ദൻ മരിക്കുമായിരുന്നില്ല. എത്ര കടുത്ത വിശ്വാസത്തോടെയാണ് ആ രാത്രിയിൽ മതിൽ ചാടിക്കടന്ന് അരവിന്ദൻ വന്നത്!...

അതു ജീവനിലുള്ള കൊതികൊണ്ടോ അതോ ജീവിച്ചിരുന്നാൽ എന്തെങ്കിലും ചെയ്യാമെന്നുള്ള വിശ്വാസംകൊണ്ടോ?

പൊലീസിന്റെ തോക്കിൻ മുൻപിലേക്ക് താനല്ലേ അരവിന്ദനെ ഇറക്കിവിട്ടത്?"

അങ്ങനെ ഓർത്തിരിക്കുമ്പോൾ ആരോ വാതിലിൽ മുട്ടി. അവൾ ഞെട്ടിപ്പോയി. ശ്വാസം വിടാതെ ചെവിയോർത്തുനിന്നപ്പോൾ മധുച്ചേട്ടന്റെ അമ്മയുടെ ഒച്ചകേട്ടു.

"ഗീതേ വാതിൽ തുറക്ക്.,"

ഗീത നിന്ന നിലയിൽ നിന്ന് അനങ്ങിയില്ല. ആകാശത്തിൽനിന്നൊലിച്ച് ഭൂമിയിൽ പടർന്നു. അവൾ നില്ക്കുന്ന മുറിക്കകം മുഴുവൻ നിറയുന്ന ചുവപ്പിന്റെ കടുംവർണ്ണം അവളുടെ മനസ്സിൽ ചുവന്ന വിഭ്രാന്തിയായി കനത്തു. അതവളുടെ മനസ്സിൽ ഒരു ചുഴിയായി രൂപം കൊണ്ടു കറങ്ങി.

മധുച്ചേട്ടന്റെ അമ്മ വീണ്ടും വാതിലിൽ മുട്ടിവിളിച്ചു.

"ഗീതേ വാതിൽ തുറക്ക്."

പെട്ടെന്ന് പരമുനായർ ചായ്ച്ചുകെട്ടിൽനിന്ന് മുൻവശത്തേക്ക് വന്നു. അയാൾ ആകെ പേടിച്ചരണ്ട മട്ടിലായിരുന്നു.

"കുഞ്ഞിനെന്തോ സുഖംല്യാ. കതകടച്ച് അകത്തിരിപ്പുതന്ന്യാണ്. മുഖം കണ്ടിട്ട് എനിക്കു പേടിയായി."

"ഗീതക്കെന്താ പരമുനായരേ?"

"എന്തെന്നെനിക്കറീല്ല."

പരമുനായരുടെ വെപ്രാളം കണ്ടപ്പോൾ അമ്മയ്ക്കു തോന്നി എന്തോ കുഴപ്പമുണ്ടെന്ന്.

"ദീപുമോനെവിടെ?

"അതപ്രത്ത് എന്റെ കട്ടിലേൽ കെടന്നൊറങ്ങ്വാ. വാ പാവം പേടിച്ചുപോയി."

"എന്തിന്?"

"എന്തിനാന്നു ചോദിച്ചാ ഞാനെന്താ പറേണ്ടെ? ഗീതക്കുഞ്ഞിനെന്തോ കൊഴപ്പോണ്ട്."

"എന്താന്നു പറ പരമുനായരേ."

"എന്റെ ഭഗവാനേ, എനിക്കറിഞ്ഞുകൂടാ."

അമ്മ അടഞ്ഞുകിടന്ന ജനാലതുറന്ന് അകത്തേക്കു നോക്കി വിളിച്ചു.

"ഗീതേ, വാതിൽ തുറക്ക്."

ഗീതേ എഴുന്നേറ്റുവന്നു കതകു തുറന്നു. അമ്മ അകത്തേക്കു കടന്നുചെന്നു. ഗീതയുടെ അരണ്ട മുഖം കണ്ടപ്പോൾ അമ്മ വല്ലാതെ പേടിച്ചു.

"നിനക്കെന്തുപറ്റി മോളേ?"

വാക്കുകൾക്ക് അർത്ഥമില്ലാത്ത അവസ്ഥയിലേക്ക് ഗീത അവളുടെ മനസ്സിനെ ഒളിപ്പിച്ചു.

അവളുടെ മൗനം അമ്മയെ കൂടുതൽ പേടിപ്പിച്ചു. അവൾ അമ്മയെ മിഴിച്ചു നോക്കി. എന്നിട്ട് പൊട്ടിക്കരഞ്ഞു.

"എന്തിനാ മോളേ നീ കരേണെ."

മുഖം പൊത്തി കരച്ചിലടക്കുന്നതിനിടയിൽ അവളുടെ ശബ്ദം പതറിപ്പോയി.

"ഞാനൊരാളെ കൊന്നു."

"നീയോ? ആരെ?" അമ്മ അവളുടെ അടുത്തേക്കു ചെന്നു. "നീയാരെയാ കൊന്നേ?"

അവളുടെ കരച്ചിൽ പൈശാചികമായ ഒരു ശബ്ദമായി പൊട്ടിച്ചിതറി. അവൾ ധൃതിയിൽ തിരിഞ്ഞുനടന്ന് കിടക്കയിൽ പോയി. കമിഴ്ന്നു കിടന്ന് ഏങ്ങലടിച്ചു. അമ്മ അടുത്തുചെന്നിരുന്ന് അവളുടെ ചുമലിൽ കൈവച്ചു.

"എന്താ ഇത്? അമ്മയ്ക്കൊന്നും മനസ്സിലാവുന്നില്ല. നിനക്കെന്തു പറ്റി മോളേ?"

"അവൾ മിണ്ടാതെ പിന്നെയും ഏങ്ങലടിച്ചു കരഞ്ഞുകൊണ്ടിരുന്നു.

"ഭഗവാനു മാത്രമറിയാം ഇതെന്താന്ന്." പരമുനായര് വാതില്ക്കൽ നിന്നു പറഞ്ഞു: "കാലത്ത് എണിക്കുമ്പോ ഒന്നൂല്ല. പിന്നെ ഒരലർച്ച കേട്ടു. അത്രേ എനിക്കറിയാവൂ."

എന്തൊക്കെ ചോദിച്ചിട്ടും ഗീത മിണ്ടുന്നില്ല. എന്തു ചെയ്യും? ആരോടു പറയും? മധു എപ്പോൾ വരുമെന്നാർക്കറിയാം!

അമ്മ പുറത്തിറങ്ങി വാതിൽ ചാരി. കസേരയിൽ വന്നു തളർന്നിരുന്നപ്പോൾ അമ്മ ആലോചിച്ചു- അയൽക്കാരെ ആരെയെങ്കിലും വിളിച്ചാലോ? പിന്നെ ഓർത്തു. മധു വരട്ടെ.

അകത്ത് യാതൊരു ഒച്ചയും അനക്കവുമില്ല കുറേ നേരത്തേക്ക് മധുവിന്റെ അമ്മ മുൻവശത്ത് കസേരയിൽ ആ ഇരിപ്പിരുന്നു. ഗീതയുടെ ഭാവഭേദങ്ങളിൽനിന്ന് അവർക്കൊരു കാര്യം മനസ്സിലായിക്കഴിഞ്ഞിരുന്നു. അവൾക്കു ബുദ്ധിഭ്രമം പിടിപെട്ടിട്ടുണ്ട്.

കുറേനേരമായി അകത്തുനിന്ന് ഒച്ചയും അനക്കവും കേൾക്കാത്തതുകൊണ്ട് പരമുനായര് പതുങ്ങിപതുങ്ങിച്ചെന്ന് ജനാലയിലൂടെ അകത്തേക്കു നോക്കി. ഗീത നോക്കിയപ്പോൾ ജനാലയ്ക്കു പുറത്ത് രണ്ടു കണ്ണുകൾ. തന്റെ മേൽ ഇമവെട്ടാതെ നില്ക്കുന്ന ആ ഉണ്ടക്കണ്ണുകളെ അവൾ ഭീതിയോടെ നോക്കി. ഭയം അയാളുടെ മനസ്സിൽ ഒരു വലിയ ചുഴിയായി ചുറ്റി. പുറത്തുനില്ക്കുന്നത് പരമുനായരാണെന്നേ അവൾക്കു തോന്നിയില്ല. തടവിൽക്കിടക്കുന്ന തനിക്കു ആരോ കാവൽ നില്ക്കുന്നു. അവൾ മേശപ്പുറത്തിരുന്ന പൂപ്പാത്രമെടുത്ത് പരമുനായരുടെ നേരേ ആഞ്ഞെറിഞ്ഞു. പൂപ്പാത്രം ജനലഴികളിൽ തട്ടി നൂറു കഷണങ്ങളായി പൊട്ടിച്ചിതറി.

"ഗീതേ."

അമ്മ ഓടിച്ചെന്നു വാതിൽ തുറന്നു.

"എന്താ ഗീതേ?"

അവൾ പകച്ചുനില്ക്കുകയായിരുന്നു.

"ആരോ എന്നെ പിടിക്കാൻ വന്നു."

"ആര്?"

"ഒരാൾ"

"നിന്നെ ആരും പിടിക്കാൻ വന്നില്ല. നിനക്കു വെറുതെ തോന്നീതാ. ഇവിടെ ആരാ നിന്നെ പിടിക്കാൻ വരുന്നെ? നീ പേടിക്കാതിരുന്നാൽ മതി."

ഗീത മിണ്ടുന്നില്ല. അവളുടെ പകച്ച കണ്ണുകളിൽ ഭീതിയുടെ നിഴലാട്ടം കണ്ടു.

അമ്മ വീണ്ടും പുറത്തിറങ്ങി വാതിൽ ചാരി. അപ്പോൾ പരമുനായര് പതുങ്ങിവന്ന് താഴ്ന്ന സ്വരത്തിൽ പറഞ്ഞു.

"കുഞ്ഞിന് എന്തോ ബാധ കൂടീട്ടോണ്ട്. വല്ല മന്ത്രവാദിയേയും വിളിച്ചു കാണിക്കണം. ഇല്ലെങ്കിൽ കൊഴപ്പാകും."

അമ്മ അതു കേട്ടില്ല.

പുറത്തുപടരുന്ന മദ്ധ്യാഹ്നത്തിൽ നോക്കി അവർ നെടുവീർപ്പിട്ടു.

"ഭഗവാനെ, എന്താ ഇത്."

ഉച്ച കഴിഞ്ഞപ്പോൾ പുറത്ത് കാറിന്റെ ഒച്ചകേട്ടു. പരമുനായര് ഓടിച്ചെന്ന് ഗേറ്റുതുറന്നു. മധുവിന്റെ പച്ചനിറമുള്ള കാർ അകത്തേക്കു കടന്നു. മധു പുറത്തിറങ്ങി അകത്തിരിക്കുന്ന പെട്ടിചൂണ്ടി പരമുനായരോടു പറഞ്ഞു:

"അതെടുത്തു അകത്തുകൊണ്ടുവയ്ക്ക്.," പരമുനായരുടെ മങ്ങിയ മുഖം കണ്ടപ്പോൾ മധു ചോദിച്ചു:

"എന്താ പരമുനായരേ?"

"ഒന്നൂല്ല."

അകത്തേക്കു കേറിച്ചെന്നപ്പോൾ അമ്മ വാതില്ക്കൽ വാടിയ മുഖവുമായി നില്ക്കുന്നു. അമ്മയ്ക്കെന്തുപറ്റി? ഇങ്ങനെയല്ലല്ലോ പതിവ്,

ഗീതയെവിടെ?

കാറിന്റെ ഒച്ച കേൾക്കുമ്പോൾ ഗീതയാണ് ഓടിയിറങ്ങി വരാറുള്ളത്. അവൾ വന്നു ഗേറ്റു തുറക്കും. എത്ര ക്ഷീണമുണ്ടെങ്കിലും അവളുടെ ചിരി കാണുമ്പോൾ അതെല്ലാം മറക്കും. അവൾ തന്നെയാണ് കാറിന്റെ ഡോർ തുറക്കാറ്. ഇന്ന് ഗീതയെ കണ്ടില്ല. ഗീതയെവിടെ? പരമുനായരുടെയും അമ്മയുടെയും മുഖഭാവങ്ങൾ അയാൾ സൂക്ഷിച്ചു. എന്തോ കുഴപ്പമുണ്ട്. ആരും ഒന്നും മിണ്ടുന്നില്ല. അല്ലെങ്കിൽ താൻ വന്നുകേറുമ്പോൾ അമ്മ ശാസിക്കാറുള്ളതാണ്– 'നീ ഇത്രേംനേരം എവിടെയായിരുന്നു' എന്ന്. ഇന്ന് അമ്മയ്ക്കു മിണ്ടാട്ടമില്ല.

ഗീതയെവിടെ?

വാതിൽ തള്ളിത്തുറന്ന് മധു അകത്തേക്കു കടക്കാൻ തുടങ്ങിയപ്പോൾ അമ്മ ചെന്നു തടഞ്ഞു:

"വേണ്ട മോനേ, അവൾക്കെന്തോ സുഖംല്ലാ?"

"എന്താമ്മേ?"

"എന്താന്നറീല്ല. അവൾ വല്ലാണ്ടു പേടിച്ചിരിക്ക്യാന്നു തോന്നുന്നു."

"ആരെ?"

അമ്മ മിണ്ടുന്നില്ല.

അയാൾ വാതിൽ തള്ളിത്തുറന്ന് അകത്തേക്കു ചെന്നു. വാതിൽ

തുറക്കുന്ന ഒച്ചകേട്ട് കട്ടിലിൽ കമിഴ്ന്നുകിടന്നിരുന്ന അവൾ ഞെട്ടിയെണീറ്റു. അവൾ മധുവിനെ പകച്ചുനോക്കി. മധു അടുത്തടുത്തു ചെല്ലുംതോറും അവൾ പുറകോട്ടു പുറകോട്ടു മാറി. വലതുകൈ മുൻപോട്ടു നീട്ടി അരുത്. എന്റെ അടുത്തേക്കു വരരുത്. എന്നു കരയും പോലെയായിരുന്നു അവളുടെ ഭാവം.

"ഗീതേ, എന്താ ഇത്?" മധു ചോദിച്ചു. "നിനക്കെന്തു പറ്റി?"

"അരുത്. എന്നെ തൊടരുത്." അവൾ ഭീതി കലർന്ന സ്വരത്തിൽ പറഞ്ഞു.

"എന്റെ അടുത്തേക്കു വരരുത്. ഇറങ്ങിപ്പോ. ഇറങ്ങിപ്പോ."

"ഗീതേ."

"എനിക്കാരേം കാണണ്ടാ." അവളുടെ സ്വരം പതറി. "എന്നെ കാണാൻ വരരുത്. എന്റെ മുമ്പീന്നു പോ."

അവളുടെ കണ്ണുകളിൽ ഭീതി ജ്വലിക്കുന്നു.

മധു വീണ്ടും അടുത്തു ചെന്നു. അവൾ ചെന്നു ചുമരിൽ മുട്ടി. ഇനി അവൾക്കു പിന്നിലേക്കു പോകാൻ വയ്യാ. ചുമര് തടയുന്നു. ചുമരിന്മേൽ ചാരിനിന്ന് അവൾ വിലക്കി:

"എന്നെ തൊടരുത്."

"നിനക്കെന്താ ഗീതേ." മധു അടുത്തുചെന്ന് അവളുടെ ചുമലിൽ കൈവച്ചു. "നീ എന്തിനാണു പേടിക്കുന്നത്?"

"ഞാനൊരാളെ കൊന്നു."

"ആരെ?"

"ഞാൻ കാരണം ഒരാൾ ചത്തു."

"ഗീതേ!"

അരവിന്ദനെക്കുറിച്ചുള്ള ഓർമ്മ അവളുടെ മനസ്സിൽ നിറഞ്ഞുകവിഞ്ഞു.

ഓർമ്മകളുടെ ചുഴിയിൽ അവൾ ഒരോലത്തുരുമ്പുപോലെ കിടന്നു കറങ്ങി.

അതിങ്ങനെ ആകാശം ഇരുണ്ടുകിടന്നപ്പോഴാണ് സംഭവിച്ചത്. ആകാശം ഇരുണ്ടുമൂടുകയും ഇടിമുഴങ്ങുകയും മരക്കൊമ്പുകളിൽ കാറ്റുതുകയും മഴ പെയ്യുകയും ചെയ്യുമ്പോൾ അവൾ അതോർക്കും. അവളുടെ കണ്ണിൽ അപ്പോൾ ലോകം ഇടിഞ്ഞു പൊളിഞ്ഞു വീഴുകയാണ്.

കാർ വളവു തിരിയുന്നിടത്തുവച്ച് അവൾ കണ്ണു തുറന്നു. പുറത്തേക്കു നോക്കി. ആകാശം ഇപ്പോൾ അത്ര ഇരുണ്ടിട്ടില്ല. മഴക്കാറുകൾ നീങ്ങിപ്പോയോ? കാറ്റത്ത് തലമുടി മുഖത്തേക്കു പാറിവീഴുന്നു. അവൾ വിൻഡ് ഗ്ലാസ് ഉയർത്തിവച്ചു. മുൻപിൽ ഉറപ്പിച്ച കണ്ണാടിയിൽ അവൾ മധുച്ചേട്ടന്റെ മുഖം കണ്ടു. ഇരുണ്ട ആകാശം പോലെയാണ് മധുച്ചേട്ടന്റെ മുഖം. എന്താണിത്ര ആലോചന? ഒന്നുമിണ്ടിയാലെന്താ മധുച്ചേട്ടന്?

സ്നേഹിതനാണെന്നോർത്ത് ഒരാളെ വീട്ടിലേക്കു ക്ഷണിക്കണോ എന്നു ചോദിച്ചത് മധുച്ചേട്ടന് ഇഷ്ടമായില്ലേ?

വല്ലോണവും വീട്ടിലെത്തിയാൽ മതിയെന്നായിരുന്നു ഗീതയ്ക്ക്. ദീപു മോനെ കാണാൻ ധൃതിയായി. ചിറകുകൊഴിഞ്ഞ ഒരു പുഴു ഇഴയുന്നതിന്റെയത്ര വേഗംപോലുമില്ല കാറിന്.

കൂട്ടിലെ കിളിയെപ്പോലെ അവളുടെ ഹൃദയം ചിറകിട്ടടിച്ചു.

ഓർക്കാപ്പുറത്ത് ഭീതിദമായ ശബ്ദത്തോടെ പെട്ടെന്നു കാർ നിന്നു.

ഗീത ഞെട്ടിപ്പോയി.

കാറിനു തൊട്ടുമുമ്പിൽ മറ്റൊരു വണ്ടി.

കണ്ണാടിയിൽ അവൾ മധുച്ചേട്ടന്റെ വിളറിയ മുഖം കണ്ടു.

എന്താ സംഭവിച്ചത്?

ആറ്

ഭാഗ്യം. അല്ലെങ്കിൽ ഇപ്പോൾ കാറും ലോറിയും തമ്മിൽ കൂട്ടിമുട്ടിയേനെ.

"എന്തോർത്താടോ വണ്ടിയോടിക്കുന്നെ?" കാക്കിയുടെ നിറമുള്ള ഉടുപ്പിട്ട ലോറി ഡ്രൈവർ പുറത്തേക്കു തലയിട്ട് മധുവിനെ ശകാരിച്ചു. "ചാകണംന്നുണ്ടെങ്കീ ഇങ്ങനെ തന്നെ വേണോ?"

മധു മിണ്ടിയില്ല.

ലോറി ഡ്രൈവറുടെ മുഖം കണ്ടപ്പോൾ ഗീതയ്ക്കു പേടി തോന്നി. കൊമ്പൻമീശ, ചുവന്ന വട്ടക്കണ്ണുകൾ, ഒരു ദുർഭൂതത്തിന്റെ മുഖമാണയാൾക്ക്.

വീണ്ടും എന്തോ പിറുപിറുത്തുകൊണ്ട് അയാൾ ലോറി തിരിച്ചുകൊണ്ടുപോയി.

ഗീതയും ആലോചിച്ചു.

എന്തോർത്താണ് മധുച്ചേട്ടൻ വണ്ടി ഓടിക്കുന്നത്?

മുൻപിൽ ഉറപ്പിച്ചിട്ടുള്ള ചെറിയ കണ്ണാടിയിൽ അവൾ മധുച്ചേട്ടന്റെ മുഖം കണ്ടു. ഒരു പ്രതിമയുടെ മുഖം പോലെ നിർജ്ജീവം. അവൾക്കു വല്ലാത്ത സങ്കടം തോന്നി. മധുച്ചേട്ടൻ മിണ്ടുന്നില്ല. സ്നേഹപൂർവ്വം എന്തെങ്കിലും ഒരു വാക്ക് പറയുന്നതു കേൾക്കാൻ അവൾ വല്ലാതെ കൊതിച്ചു. എന്തൊക്കെയോ ഹൃദയത്തിൽ ഒതുക്കിക്കൊണ്ടാണ് മധുച്ചേട്ടൻ മൗനത്തിന്റെ പുറംതോടിനുള്ളിൽ ഒളിച്ചിരിക്കുന്നത്. പണ്ടിങ്ങനെയായിരുന്നില്ലല്ലോ എന്നോർത്ത് അവൾ സങ്കടം കൊണ്ടു വിങ്ങി എത്ര അടുത്ത് എന്നിട്ടും എത്ര അകലെ.

വീണ്ടും അവൾ കണ്ണടച്ച് പിന്നിലേക്കു ചാരിക്കിടന്നു. വണ്ടി വളവുകളും തിരിവുകളും കടന്നുപോകുന്നത് അവൾക്ക് അറിയാം. അങ്ങനെയിരുന്ന് അവൾ അറിയാതെ മയങ്ങിപ്പോയി. തലേരാത്രിയിലെ ഉറക്കച്ചടവ് കൺപോളകളിൽ കനംതൂങ്ങി.

പിന്നെ കാറു നിന്നപ്പോഴാണ്. അവൾ കണ്ണു തുറന്നത്. വീടിനു മുൻപിൽ എത്തിയിരിക്കുന്നു. അവളുടെ ഹൃദയം വല്ലാതെ മിടിച്ചു. പര

മുനായര് ഓടിയിറങ്ങി വന്നു ഗേറ്റു തുറന്നു. വണ്ടി പതുക്കെ അകത്തേക്കു കടന്നു. മുറ്റത്ത് മരത്തിന്റെ തണലിൽ മധു കാർ നിർത്തി പുറത്തിറങ്ങി. പിന്നിലെ വാതിൽ തുറന്ന് ഇറങ്ങു എന്ന് മുഖഭാവം കൊണ്ടു ഗീതയോടു പറഞ്ഞു. അവൾ കാറിൽ നിന്നു പുറത്തിറങ്ങി. പരുങ്ങിനില്ക്കുന്ന പരമുനായരുടെ കണ്ണുകളിലെ നിർവ്വികാരത അവൾ സൂക്ഷിച്ചു.

"എന്താ പരമുനായരെ" എന്നു ചോദിക്കാനോർത്തതാണ്. അയാളുടെ പരുങ്ങൽ കണ്ടപ്പോൾ നാവറച്ചു.

ദീപുമോനും മധുച്ചേട്ടന്റെ അമ്മയും അപ്പോൾ വരാന്തയിലേക്കു വന്നു. അവൾ വേഗം ചെന്നു ദീപുമോനെ എടുത്തു തെരുതെരെ ഉമ്മ വച്ചു. എത്രനാൾ കൂടിയാണ് അവൾ മോനെ കാണുന്നത്. അവളുടെ കണ്ണുകളിൽ സന്തോഷാശ്രു തുളുമ്പി. മധുച്ചേട്ടന്റെ അമ്മ വിളിച്ചത് അവൾ കേട്ടില്ല. ദീപുമോനെ മാറോടുചേർത്തു കെട്ടിപ്പുണർന്ന് അവന്റെ കവിളത്തും നെറ്റിയിലുമൊക്കെ ചുംബിക്കുന്നതിനിടയിൽ അവൾ എല്ലാം മറന്നു.

"മോനേ, എന്റെ പൊന്നുമോനേ' – എന്നു വിളിച്ച് അവന്റെ കവിളിൽ മുഖം ചേർത്തു നിന്നപ്പോൾ അവൾ തേങ്ങിപ്പോയി.

"എന്തിനാ മോളേ കരേണെ?" മധുച്ചേട്ടന്റെ അമ്മ അടുത്തു ചെന്ന് അവളുടെ ചുമലിൽ കൈവച്ചു. "കരയാതെ ദീപുമോൻ പേടിക്കും."

"എന്തിനാ?" ഗീത മുഖഭാവം കൊണ്ടു ചോദിച്ചു; "എന്റെ മോൻ എന്നെ പേടിക്കുന്നതെന്തിനാണ്?"

ഗീത മധുച്ചേട്ടന്റെ അമ്മയുടെ നേരെ നോക്കി നില്ക്കുന്നതിനിടയിൽ ദീപുമോൻ അവളുടെ കൈകളിൽനിന്ന് ഊർന്നിറങ്ങാൻ തുടങ്ങി. "എന്റെ മോനെ. എന്റെ പൊന്നുമോനെ." എന്നു വിളിച്ച് അവൾ വീണ്ടും ദീപുമോനെ ഉമ്മവച്ചു.

മധു അകത്തേക്കു കേറിപ്പോയത് അവൾ കണ്ടില്ല. മുറ്റത്തു പതുങ്ങിനില്ക്കുന്ന പരമുനായർ അവൾക്കൊരു നിഴലായി മാത്രം തോന്നി.

"വാ ഗീതേ, ഇത്രേംദൂരം യാത്ര ചെയ്തതല്ലേ? ക്ഷീണം കാണും." മധുച്ചേട്ടന്റെ അമ്മ വിളിച്ചു. "ഞാൻ ചായയുണ്ടാക്കിത്തരാം."

"ഒന്നും വേണ്ടമ്മേ. എന്റെ പൊന്നുമോനെ കണ്ടപ്പോ എന്റെ വിശപ്പും ദാഹോം എല്ലാം തീർന്നു." – എന്നു പറയാനോർത്തതാണ്. വാക്കുകൾ മൗനത്തിന്റെ തടവിൽ കിടന്നു.

മധുച്ചേട്ടന്റെ അമ്മയുടെ കൂടെ അവൾ അകത്തേക്കു ചെന്നു.

"മോനെ, അവിടെ നിർത്തിയേച്ച് മോള് പോയി കാലും മുഖോം കഴുകി വാ." മധുച്ചേട്ടന്റെ അമ്മ പറഞ്ഞു: "അല്ലെങ്കി ഒന്നു മേൽ കഴുകിക്കോ. ക്ഷീണം മാറും."

ഗീത മുഖം തിരിച്ച് മധുച്ചേട്ടന്റെ അമ്മയെ നോക്കി. വിരുന്നുവന്ന ഒരാളോടു പറയും പോലെയല്ലേ അമ്മ തന്നോടു പറയുന്നത്? അമ്മ തന്നെ സൽക്കരിക്കാനാണോ തുടങ്ങുന്നത്? താൻ ഈ വീട്ടിൽ അതിഥിയല്ല.

ദീപുമോൻ ഗീതയുടെ കൈകളിൽ നിന്നൂർന്നിറങ്ങി അച്ഛമ്മയുടെ അടുത്തേക്കോടി. ഒരുനിമിഷം അവൾ അവിടെ നിന്നു ആ വീടിനകം

മുഴുവൻ കണ്ണോടിച്ചു. പണ്ട് അവൾ പൂപ്പാത്രം വച്ച് എറിഞ്ഞുടച്ച് ജനൽക്കണ്ണാടി ഇപ്പോഴും അങ്ങനെ തന്നെ ഇരിക്കുന്നു. അതിതുവരെ നന്നാക്കിയിട്ടില്ല. അവൾ വളച്ചുവച്ച നാഴികമണിയുടെ സൂചികൾ ഇപ്പോഴും അതേപോലിരിക്കുന്നു. അതിന്റെ പെൻഡുലം നിശ്ചലം.

അവൾ കാലും മുഖവും കഴുകാൻ ചെന്നപ്പോൾ പരമുനായർ ഒഴിഞ്ഞുമാറി. ഇയാൾ എന്താണിങ്ങനെ മിഴിച്ചു നോക്കുന്നത്? താനിപ്പോഴും ഭ്രാന്തിയാണെന്നാണോ ഈ കിഴവന്റെ വിചാരം.

"എന്തൊക്യാ പരമുനായരെ വിശേഷം?"

"ഒന്നൂല്യാ."

അവൾ കാലും മുഖവും കഴുകി വന്നപ്പോഴേക്കും മധുവിന്റെ അമ്മ ചായ തയ്യാറാക്കിക്കഴിഞ്ഞു.

"വഴിക്കു വല്ലതും കഴിച്ചതാണോ?" മധുച്ചേട്ടന്റെ അമ്മ ചോദിച്ചു; "വിശക്കണുണ്ടാവും. ആ പഴം തിന്ന് ആദ്യം."

"വേണ്ടമ്മേ വിശക്കണില്ല." ഗീത പറഞ്ഞു: "വഴിക്കു ഭക്ഷണം കഴിച്ചതാണ്. ചായ മതി."

"പൊള്ളണ ചൂടുണ്ട്." മധുവിന്റെ അമ്മ പറഞ്ഞു. "ശകലം ആറട്ടെ."

"എനിക്കു പിന്നെ മതി." ഗീത പറഞ്ഞു. "ഞാനാദ്യം മധുച്ചേട്ടന് ചായ കൊടുത്തിട്ടു വരാം."

അവൾ എഴുന്നേല്ക്കാൻ തുടങ്ങിയപ്പോഴേക്കും മധുവിന്റെ അമ്മ തടഞ്ഞു.

"മോളവിടെ ഇരുന്നോ. അവന് ചായ ഞാൻ കൊണ്ടുകൊടുത്തോളാം."

'അതെന്താമ്മേ ഞാൻ കൊണ്ടുകൊടുത്താൽ?' എന്നു ചോദിക്കാൻ അവൾ ഓർത്തതാണ്. അപ്പോഴേക്കും ചായയുംകൊണ്ട് അമ്മ പോയിക്കഴിഞ്ഞു.

"ദീപുമോനെവിടെ?"

അവൾ എണീറ്റ് അങ്ങുമിങ്ങുമൊക്കെ നോക്കി കണ്ടില്ല. ചായ മോന്തിക്കുടിക്കുന്നതിനിടയിൽ ജനൽക്കർട്ടന്റെ ഇടയിലൂടെ രണ്ടു കണ്ണുകൾ കണ്ടു. ദീപുമോൻ! അമ്പട കള്ളാ! ഒളിച്ചുനില്ക്കുകയായിരുന്നോ?

"ദീപുമോനെ." എന്നു വിളിച്ചുകൊണ്ട് അവൾ എഴുന്നേറ്റു ചെന്നപ്പോഴേക്കും. അവൻ ഓടിക്കളഞ്ഞു.

പെട്ടെന്ന് അവളുടെ മുഖം വാടി.

"എന്താ ഗീതേ?"

മധുവിന്റെ അമ്മ അകത്തേക്കു വന്നു.

"ഞാൻ വിളിച്ചിട്ട് ദീപുമോൻ ഓടിക്കളഞ്ഞു."

"അതാണോ!" മധുവിന്റെ അമ്മ ആശ്വസിപ്പിച്ചു. "അവന്റെ കുസൃതിത്തരം അല്ലാണ്ടെന്താ? ദീപുമോനെക്കൊണ്ട് ഞാൻ തോറ്റു."

അവൾ ചൂടുചായ ഊതി ആറ്റിക്കുടിച്ചു. മധുച്ചേട്ടൻ എന്തെടുക്കുകയായിരിക്കും?

അവൾ അങ്ങേ മുറിയിലേക്കു ചെന്നു. കസേരയിൽ എന്തോ ഓർത്തുകൊണ്ടിരുന്ന മധു മുഖമുയർത്തി ഉദാസീനമായി അവളെ നോക്കി. അവൾ മെല്ലെ അടുത്തു ചെന്ന് തൊട്ടുതൊട്ടില്ല എന്ന മട്ടിൽ നിന്നു.

അന്യ ഒരാളെന്ന പോലെ മധു ചോദിച്ചു:

"എന്താ?"

"ഹും, എന്താണെന്ന്?"

ഭാര്യ ഭർത്താവിന്റെ അടുത്തു ചെന്നതെന്തിനാണെന്ന്!

എത്ര നാളായി ഒന്നു കണ്ടിട്ട്. ഒരു വാക്ക് മിണ്ടീട്ട്; ഒന്നു തൊട്ടിട്ട്...

കടൽപോലെ അവളുടെ മനസ്സ് വേലിയേറ്റം കൊള്ളുന്നു.

അവൾ ഒന്നു തൊടാൻ തുടങ്ങിയപ്പോഴേക്കും അയാൾ എണീറ്റു മാറി.

"പോയി കിടക്ക്. ക്ഷീണം കാണും."

പെട്ടെന്ന് അവളുടെ മനസ്സു വാടി.

പിന്നെ, ഈ ഉപദേശം കേൾക്കാനല്ലേ വന്നത്.

അവൾ നോക്കിനില്ക്കെ മധു മുറിയിൽ നിന്നിറങ്ങിപ്പോയി. അപ്പോൾ, എല്ലാവരും തന്നിൽനിന്ന് അകന്നു മാറുന്നതുപോലെ അവൾക്കു തോന്നി.

താൻ അടുത്തു ചെല്ലുംതോറും ആളുകൾ അകന്നുമാറുന്നു

ഇവർക്കൊക്കെ ഇനിയും തീർന്നില്ലേ സംശയം?

ലോകത്തോടു മുഴുവനായി വിളിച്ചു പറയണമെന്ന് അവൾക്ക് തോന്നി.

എന്റെ രോഗം മാറി. എനിക്കിപ്പോൾ ഭ്രാന്തില്ല. ഞാൻ പണ്ടത്തെ ഗീതയാണ്.

അന്നുരാത്രി അവൾ കിടക്കാൻ ചെന്നപ്പോൾ മധു പറഞ്ഞു:

"കുറേ ദിവസത്തേക്ക് നീ അങ്ങേക്കട്ടിലിൽ കിടന്നോളൂ."

അവൾക്കു കരച്ചിൽ വന്നു.

"അതെന്താ മധുച്ചേട്ടാ?"

"ഒന്നുല്ലാ. മരുന്നു കഴിക്കുന്നതല്ലേ? നന്നായി ഉറങ്ങണം."

ഒരുനിമിഷം അവൾ ഇമയനക്കാതെ അയാളെ നോക്കിനിന്നു.

പെട്ടെന്ന് അവളുടെ കണ്ണുകൾ നിറഞ്ഞു.

ജനാലയോടു ചേർത്തിട്ട കട്ടിലിൽ മധു എതിർവശത്തേക്കു തിരിഞ്ഞു കിടന്നു.

നിമിഷങ്ങളോളം അവൾ ഒരു പ്രതിമ പോലെ അങ്ങനെ നിന്നു.

കുറേക്കഴിഞ്ഞ് അയാൾതിരിഞ്ഞു കിടന്ന് അവളെ നോക്കി.

"നീയെന്താ ഇങ്ങനെ നില്ക്കുന്നത്? വിളക്കണച്ചു കിടന്നുറങ്ങ്."

മധു വീണ്ടും തിരിഞ്ഞ് ഉറങ്ങാൻ കിടന്നു.

പരുക്കൻ വാക്കുകൾക്ക് കുറ്റപ്പെടുത്തലിന്റെയും ആജ്ഞയുടെയും സ്വരമുണ്ടെന്ന് അവൾക്കു തോന്നി.

അവൾ വിളക്കണച്ചു.

മുറിക്കുള്ളിൽ ഇരുട്ടായി.

ആ ഇരുട്ടിൽ മറ്റൊരിരുൾ പോലെ അവൾ നിന്നു. ശ്വാസോച്ഛ്വാസത്തിന്റെ ശബ്ദം പോലും കേൾപ്പിക്കാൻ അവൾ ഭയന്നു. മധുച്ചേട്ടൻ അരിശപ്പെട്ടാലോ?

അവൾക്ക് അസഹ്യമായ സങ്കടം തോന്നി. എന്താണു മധുച്ചേട്ടൻ ഇങ്ങനെ പെരുമാറുന്നത്?

മുറിക്കുള്ളിലെ നരച്ച ഇരുട്ടിൽ നില്ക്കുമ്പോൾ അവൾ ആ മുറിയിലെ അവളുടെ ആദ്യരാത്രിയെക്കുറിച്ചോർത്തു

അന്നു നിലാവുണ്ടായിരുന്നു. ജനാലയ്ക്കപ്പുറത്ത് നിറയെ പൂത്ത മുല്ലപ്പടർപ്പുണ്ടായിരുന്നു. നാണിച്ചുനാണിച്ചാണ് അവൾ അകത്തേക്ക് ചേന്നത്. ഓരോ ചുവടു വയ്ക്കുമ്പോഴും ഹൃദയമിടിപ്പിന്റെ വേഗത വർദ്ധിച്ചു. കൈയിൽ ആരോ ഏല്പിച്ച സ്റ്റീൽ ഗ്ലാസിലെ പാൽ തുളുമ്പുന്നു. നിലത്തു നോക്കിയാണ് അവൾ നടന്നത്. വെള്ളവിരിച്ചു മുല്ലപ്പൂക്കൾ വിതറിയ കിടക്കയ്ക്കരികിൽ അവൾ നാണം കൊണ്ടുകൂമ്പിയ ഒരു പൂവായി നിന്നു. മധുച്ചേട്ടൻ എണീറ്റുവന്ന് ചുമലിൽ കൈവച്ചപ്പോൾ മേലാകെ തളിർത്തു. പൂത്തു. പിടിച്ചടുപ്പിച്ച് ആശ്ലേഷിക്കുന്ന കൈകൾക്കുള്ളിൽ അവൾ നിർവൃതിയിൽ മുഴുകിനിന്നു. കെട്ടിപ്പുണർന്ന് ചുംബനങ്ങൾ കൊണ്ടു വീർപ്പുമുട്ടിച്ച്, ഇന്ദ്രിയങ്ങളിൽ വേനലുകൾ ജ്വലിപ്പിച്ച്, തന്നെ ഒരു വേനൽപ്പൂവാക്കി തീർത്ത ആ രാത്രി.

ഈശ്വരാ, അതൊക്കെ മറന്നോ?

ആ ഇരുട്ടിൽ നിന്ന് അവൾ അറിയാതെ വിങ്ങിപ്പൊട്ടി.

"ഗീതേ."

അവൾ ഞെട്ടി.

തന്റെ തേങ്ങൽ മധുച്ചേട്ടൻ കേട്ടോ? ദേഷ്യപ്പെടുമോ? ദുഃഖം അടക്കാനുള്ള ക്ലേശത്തിൽ അവൾ പരാജയപ്പെട്ടു.

മധു എണീറ്റ് അടുത്തുചെന്ന് അവളുടെ ചുമലിൽ കൈവച്ചു.

"എന്തിനാ നീ കരേണെ?"

സകല നിയന്ത്രണങ്ങളും നഷ്ടപ്പെട്ട് അവൾ പൊട്ടിക്കരഞ്ഞു.

"അരുത്. കരയാതെ." മധു അവളെ തന്നിലേക്കു പിടിച്ചടുപ്പിച്ചു; "മനസ്സു വിഷമിപ്പിക്കരുത്."

കരയരുതെന്ന്.

ഇഷ്ടത്തോടെയാണോ ആരെങ്കിലും കരയുന്നത്? ഹൃദയം പൊട്ടിപ്പോകുന്നു.

അവൾ മധുച്ചേട്ടനെ കെട്ടിപ്പിടിച്ചു. നെഞ്ചിൽ മുഖമമർത്തിനിന്ന് തേങ്ങിത്തേങ്ങി കരഞ്ഞു. ശരീരം തളരുന്നതുപോലെ അവൾക്കു തോന്നി. കുഴഞ്ഞു വീഴുമോ? 'മധുച്ചേട്ടാ, എന്നെ ഒന്നു താങ്ങു." എന്ന്

തേങ്ങലുകൾക്കിടയിൽ അവളുടെ ഹൃദയം കേണു. ഇരുണ്ട ആഴങ്ങളിലേക്കു താണുതാണു പോകുംപോലെ അവൾക്കു തോന്നി. കൈകൾ അയഞ്ഞ് മെല്ലെമെല്ലെ അവളുടെ പിടിവിട്ടു പോകുന്നു. എന്റെ മധുച്ചേട്ടാ എന്നെ ഒന്നു താങ്ങിപ്പിടിക്കൂ. ഇരുണ്ട ആഴങ്ങളിലേക്കു ഞാൻ താണു താണു പോകുന്നു. ഏതോ കയത്തിലേക്ക്, ഏതോ ശൂന്യതയിലേക്ക്.

ഏഴ്

ആ വീട്ടിൽ താൻ അന്യയും അപരിചിതയുമായി തീർന്നിരിക്കുന്നു എന്ന് ഗീത സങ്കടപ്പെട്ടു. എല്ലാവരും തന്നിൽനിന്ന് അകന്നുമാറുന്നു. മധുച്ചേട്ടൻപോലും! പുറമേ കാണിക്കുന്ന സ്നേഹം ഹൃദയത്തിൽ തട്ടിയുള്ളതല്ല. വെറും നാട്യം. താനിപ്പോഴും ഭ്രാന്തിയാണെന്നാണോ വിചാരം? മധുച്ചേട്ടന്റെ അമ്മ ഇപ്പോഴും സങ്കടപ്പെടുന്നു. "ഈശ്വരാ ഇതാരു ചെയ്ത പാപത്തിന്റെ ഫലമോ? ഇങ്ങനെ ഒരു സുകൃതക്ഷയം ഈ വീട്ടിലുണ്ടാവാൻ ആര് എന്തു തെറ്റു ചെയ്തു?"

പരമുനായർ ഇപ്പോഴും നേരെ വരില്ല. പാത്തും പതുങ്ങിയും നിന്നുള്ള അയാളുടെ നോട്ടം കാണുമ്പോൾ ഗീതയ്ക്കരിശം വരും. ഇയാളെന്താണ് ഇങ്ങനെ മിഴിച്ചുനോക്കുന്നത്? അല്ലെങ്കിലെന്തിന് അവരെയൊക്കെ പഴിക്കുന്നു. സ്വന്തം അമ്മയും അച്ഛനും അനിയത്തിയും കാണാൻ വന്നിട്ട് അവരും അകന്നുനില്ക്കുകയല്ലേ ചെയ്തത്? അമ്മ കുറേ കരഞ്ഞു. അച്ഛൻ ദുഃഖം പുറമേ കാണിച്ചില്ല. അനിയത്തി മിണ്ടാൻ മടിച്ചു. പണ്ടവൾക്ക് ഗീതച്ചേച്ചിയെന്നുവച്ചാൽ ജീവനായിരുന്നു. എപ്പോഴും നിഴൽ പോലെ പിന്നാലെ കൂടുമായിരുന്നു. ഇന്നലെ ഗീതച്ചേച്ചിയെ കാണാൻ വന്നിട്ട് അവൾ അകന്നുനിന്നു. പക്ഷിയെപ്പോലെ ചിലയ്ക്കാറുണ്ടായിരുന്ന അവൾക്കു മിണ്ടാട്ടമില്ല. ചോദിച്ചതിനൊക്കെ ഒന്നോ രണ്ടോ വാക്കിൽ മറുപടി പറഞ്ഞൊഴിഞ്ഞു. ധൃതിയുണ്ടെന്നും പറഞ്ഞു പിറ്റേന്നു വെളുപ്പിന് അമ്മയും അച്ഛനും അനിയത്തിയും പോയി. അവരുടെ ഭാവം കണ്ടപ്പോൾ തോന്നി ഒരു രാത്രി അവിടെ തങ്ങിയത് മനസ്സോടെയല്ലെന്ന്, പോകാൻനേരത്ത് അവർ യാത്ര ചോദിച്ചപ്പോൾ ഗീത മിണ്ടിയില്ല. ആരെ ബോധിപ്പിക്കാനാണ് നിങ്ങൾ വന്നതെന്ന് ചോദിക്കാനോർത്തതാണ്. സങ്കടം അടക്കാൻ പെട്ടപാട് ഈശ്വരനുമാത്രമേ അറിയൂ. ഒരാഴ്ച കഴിഞ്ഞു വീണ്ടും വരാമെന്ന് അമ്മ പറഞ്ഞു. അതു വെറുതെയാണ്. വരില്ല. അച്ഛന് അവധിയില്ല. അച്ഛനെക്കൂടാതെ അമ്മ തനിച്ചുവരില്ല. അല്ലെങ്കിൽ എന്തിനാണിങ്ങനെ വരുന്നത്? സങ്കടം കാണിക്കാനോ? ആരും വരണ്ടാ.

ദീപുമോൻ പോലും അകന്നുപോകുന്നു. അവന് അമ്മൂമ്മയെ മതി.

എല്ലാവരുംകൂടി ദീപുമോനെ തന്നിൽനിന്ന് അകറ്റി നിർത്തുകയല്ലേ ചെയ്യുന്നത്? അല്ലെങ്കിൽ മകൻ എങ്ങനെ അമ്മയിൽനിന്ന് അകന്നുമാറും?

ആ ചിന്ത ഗീതയുടെ മനസ്സിൽ ഒരു ചൂണ്ടപോലെ കൊളുത്തി. നേർത്ത അലകൾപോലെ ഓർമ്മകൾ അനങ്ങി.

ഗീത മനോരോഗിയായിത്തീർന്ന ദിവസങ്ങളിൽ ദീപുമോന്റെ തൊട്ടിൽ പരമുനായർ അഴിച്ചുമാറ്റി. മധുവിന്റെ അമ്മ പറഞ്ഞിട്ടാണ്. ദീപു മോൻ അമ്മൂമ്മയുടെ കൂടെ കിടന്നുറങ്ങി. അർദ്ധരാത്രി കഴിഞ്ഞപ്പോഴാണു ഗീതയ്ക്ക് ദീപുമോന്റെ ഓർമ്മ വന്നത്. പെട്ടെന്ന് അവൾ നിലവിളിച്ചു ബഹളമുണ്ടാക്കി; "എന്റെ മോനെവിടെ? എന്റെ മോന്റെ തൊട്ടിലെവിടെ? മധുച്ചേട്ടാ. എന്റെ ദീപുമോനെ കാണുന്നില്ല."

മധു ഞെട്ടിയുണർന്ന് ഗീതയുടെ നേരെ പകച്ചുനോക്കി.

"എന്താ ഗീതേ?"

അവൾ പൊട്ടിക്കരഞ്ഞു.

"എന്റെ മോനേ കാണുന്നില്ല."

"ദീപുമോൻ അമ്മയുടെ അടുത്തുണ്ട്." മധു അവളുടെ ചുമലിൽ കൈവച്ചു അവളെ ആശ്വസിപ്പിച്ചു. "നീ കരയാതെ ദീപുമോൻ ഉണരും."

"ഇല്ല. എന്റെ ദീപുമോൻ പോയി." അവൾ കട്ടിലിന്റെ ക്രാസിന്മേൽ തലയിട്ടുരുട്ടി. "എന്റെ ദീപുമോൻ ചത്തുപോയി."

"ഗീതേ." മധു പരുക്കൻ സ്വരത്തിൽ ശാസിച്ചു: "ദീപുമോൻ അമ്മയുടെ അടുത്തുണ്ടെന്നു പറഞ്ഞില്ലേ?"

"ഇല്ല നുണ. എന്റെ ദീപുമോൻ ചത്തുപോയി." അവൾ വിങ്ങിപ്പൊട്ടിക്കരഞ്ഞു.

എന്തെല്ലാം പറഞ്ഞിട്ടും അവൾക്കു വിശ്വാസം വരുന്നില്ല. ഒടുക്കം മധുവിന്റെ അമ്മ ഉറങ്ങിക്കിടന്ന ദീപുമോനെ എടുത്തുകൊണ്ടുവന്ന് അവളുടെ മടിയിൽ കിടത്തി:

"ഇതല്ലേ ദീപുമോൻ. നിനക്കിപ്പോൾ വിശ്വാസമായോ?"

അവൾ ദീപുമോനെ മിഴിച്ചുനോക്കി. പിന്നെ വിങ്ങിപ്പൊട്ടി കരയുന്ന സ്വരത്തിൽ അവൾ പറഞ്ഞു.

"അല്ല. ഇതെന്റെ മോനല്ല. ഇതെന്റെ ദീപുമോനല്ല."

മധുവും അമ്മയും പരമുനായരും അന്തിച്ചു പോയി. ഗീതയ്ക്ക് അവളുടെ ദീപുമോനെ തിരിച്ചറിയാൻ കഴിയുന്നില്ല.

ദീപുമോനെ അവൾ കിടക്കയിലേക്കു തള്ളിയിട്ടു.

"ഇതെന്റെ മോനല്ല. എന്റെ മോൻ പോയി."

അവൾ കരഞ്ഞു ബഹളമുണ്ടാക്കി. ദീപുമോൻ പേടിച്ചാലോ എന്നോർത്ത് മധുവിന്റെ അമ്മ അവനെ എടുത്തുകൊണ്ടുപോയി. വീണ്ടും അവൾ കരയാൻ തുടങ്ങി.

"ഗീതേ, അരുത് കരഞ്ഞാൽ മറ്റുള്ളവർ കേൾക്കും. എന്തു നാണക്കേടാണിത്."

എന്തൊക്കെ പറഞ്ഞിട്ടും അവൾ കേൾക്കുന്നില്ല. അവൾ വീണ്ടും കരയാൻ തുടങ്ങിയപ്പോൾ മധു അവളുടെ കരണത്ത് ആഞ്ഞൊരടി കൊടുത്തു. എന്നിട്ട് അരിശം കടിച്ചൊതുക്കി ആജ്ഞാപിച്ചു: "മിണ്ടരുത്..."

അടിയുടെ വേദന അവൾ അറിഞ്ഞില്ല. അവൾ കരച്ചിൽ നിർത്തി മധുവിനെ മിഴിച്ചുനോക്കി.

അന്നു രാത്രി അവൾ ഉറങ്ങിയില്ല. നേരം വെളുക്കുന്നതുവരെ ദീപു മോനെ ഓർത്തു കരഞ്ഞു.

അന്നുമുതൽ ദീപുമോൻ അമ്മൂമ്മയുടെ കൂടെയാണ്. അവനു വേറെ ആരും വേണ്ടാ.

ഇപ്പോഴും തന്നെ ഒരു ഭ്രാന്തിയായിട്ടാണോ എല്ലാവരും കരുതുന്നത്?

ഗീതയുടെ മനസ്സ് വിങ്ങി.

എല്ലാവരും തന്നിൽനിന്ന് അകന്നുമാറുന്നു എല്ലാവരും നോക്കുന്നത് സംശയദൃഷ്ടിയോടെയാണ് ആ വീട്ടിൽ അവൾ ഏകാകിനിയായി ത്തീർന്നു. ഏകാന്തത അവളെ വീർപ്പുമുട്ടിച്ചു.

തന്റെ ജീവിതം ആകെ തകർന്നതുപോലെ മധുവിനു തോന്നി. എന്തെല്ലാം സ്വപ്നങ്ങളായിരുന്നു. അതെല്ലാം നഷ്ടപ്പെട്ടു. ഗീതയെപ്പോലെ ഒരു സുന്ദരിയെ കിട്ടിയതിൽ അയാൾക്ക് അഭിമാനമുണ്ടായിരുന്നു. കൂട്ടു കാർക്കിടയിൽ അയാൾ അന്നൊക്കെ ഒരു ഭാഗ്യശാലിയായിരുന്നു.

ഓരോ വേഷത്തിലും അവൾക്ക് വ്യത്യസ്തമായ ഒരു ഭംഗി തോന്നി പ്പിക്കാറുണ്ടായിരുന്നു. എന്നിട്ടിപ്പോൾ എന്താണ് സംഭവിച്ചത്? അതോർക്കുമ്പോഴാണ് ദുഃഖം അടക്കാൻ കഴിയാതെ വരുന്നത്. ഇപ്പോൾ അവളുടെ മുഖത്തു നോക്കാൻ വിഷമമാണ്. അവൾ എത്രമാറിപ്പോയി. ബുദ്ധിഭ്രമം പിടിപെട്ട ഗീതയെ ഓർത്ത് രാത്രികളിൽ അയാൾ ആരും കാണാതെ കരഞ്ഞിട്ടുണ്ട്. ചില നിമിഷങ്ങളിൽ ആഗ്രഹിച്ചു അവൾ മരി ച്ചിരുന്നെങ്കിലെന്ന്! ഇതിനേക്കാൾ എന്തുകൊണ്ടും അതായിരുന്നു ഭേദം.

ഡോക്ടർമാർ പറഞ്ഞു: "പേടിക്കേണ്ട ഗീതയുടെ രോഗം ഭേദമാകും. മാനസികമായ എന്തെങ്കിലും ആഘാതത്തിന്റെ ഫലമാണിത്. ചിലപ്പോൾ എന്തെങ്കിലും നിസ്സാരകാരണം മതി മനസ്സിന്റെ സമനില തെറ്റാൻ. ഗീതയ്ക്കും അത്രയേ സംഭവിച്ചുള്ളൂ. സ്നേഹവും അനുകമ്പയും കൊണ്ട് അവളുടെ ഹൃദയത്തെ ശാന്തമാക്കുകയാണ് വേണ്ടത്. അരിശ പ്പെടരുത്. കറുത്തിട്ടൊരു വാക്കുപോലും അവളോടു പറയരുത്."

ഡോക്ടർമാർക്കങ്ങനെപറയാം. ഉപദേശിക്കാൻ ആർക്കാ അരുതാ ത്തത്? സ്വന്തം ഭാര്യയെ ഭ്രാന്താശുപത്രിയിലാക്കിയിട്ടു മടങ്ങിവരുന്ന ഒരാൾക്കെങ്ങനെ ക്ഷമയും സമാധാനവുമുണ്ടാകും? അസഹ്യമായ മനോ ദുഃഖംകൊണ്ട് ഉഴലുന്ന തന്റെ മനസ്സിനെക്കുറിച്ച് ആരെങ്കിലും ചിന്തി ക്കുമോ? എല്ലാം ഇട്ടെറിഞ്ഞിട്ട് എവിടേക്കെങ്കിലും ഒളിച്ചോടിയാലോ എന്നോർത്തു. പക്ഷേ, എവിടെ ഒളിക്കാനാണ്? വയസ്സായ അമ്മയ്ക്കും കൊച്ചുമോനും വേറെ ആരാണുള്ളത്?

സന്ധ്യക്ക് വീട്ടിലേക്കു തിരിച്ചുവരാതെ എവിടെയെങ്കിലും അലഞ്ഞു തിരിയാൻ അയാൾ ആശിച്ചു. പണ്ടാണെങ്കിൽ വീട്ടിലെത്താനുള്ള ധൃതി യായിരുന്നു.

വൈകുന്നേരം ആഫീസിൽനിന്നു വരുന്ന നേരത്ത് ഗീത കാത്തുനി ല്ക്കും.

ഒന്നര വർഷത്തിനുശേഷം ആശുപത്രിയിൽനിന്നു മടങ്ങി വന്നപ്പോൾ ഗീതയ്ക്ക് ആ വീട് ശൂന്യവും അപരിചിതവുമായിത്തോന്നി. എല്ലാവരും തന്നിൽനിന്ന് അകന്നുമാറുന്നു. സംശയദൃഷ്ടിയോടെ നോക്കുന്നു. അയലത്തെ പെണ്ണുങ്ങൾ ഒളിഞ്ഞുനോക്കുകയും കുശുകുശുക്കുകയും ചെയ്യുന്നതിന്റെ രഹസ്യമെന്താണ്?

ഒരു വൈകുന്നേരത്തെയും തുടർന്നുള്ള ഒരു രാത്രിയുടെയും ഓർമ്മ.

ജനലിനു പുറത്തു സായാഹനത്തിന്റെ വെയിൽ. നാലുമണിപ്പൂക്കൾക്കു മുകളിൽ മഞ്ഞവെട്ടം. മരച്ചില്ലകൾക്കിടയിലൂടെ അന്തിവെയിൽ.

ഗീത ജനാലയ്ക്കൽനിന്നു. മധുച്ചേട്ടൻ ഇനിയും ഓഫീസ് വിട്ടു വന്നിട്ടില്ല. എന്താണിത്ര വൈകുന്നത്? ഈയിടെ മധുച്ചേട്ടൻ അങ്ങനെയാണ്. "എന്താണ് മധുച്ചേട്ടാ വൈകിയെ" – എന്നു ചോദിച്ചാൽ എന്തോ അപരാധം ചെയ്തതുപോലുള്ള നോട്ടമാണ് മിണ്ടാട്ടമില്ല. ഓഫീസിൽ പണിത്തിരക്കുണ്ടായിരുന്നുവെന്നോ. ഒരു സുഹൃത്തിനെ കാണാൻ പോയി എന്നോ, എന്തെങ്കിലും പറയാമായിരുന്നില്ലേ? ശിക്ഷിക്കുംപോലുള്ള ഈ നോട്ടത്തിനു പകരം ഒരു വാക്ക് എത്ര നല്ലതായിരുന്നു അന്നുപിന്നെ ആകെ ഇടങ്ങേറാണ്. ദീപുമോൻ കരഞ്ഞാൽ എടുക്കില്ല. അവിടെക്കിടന്നു കരയട്ടെ, അസത്ത് എന്നു വിചാരിക്കും. മധുച്ചേട്ടനോടുള്ള ദേഷ്യം ദീപുമോനോട് കാണിക്കും. അവനും വേണ്ടല്ലോ അവന്റെ അമ്മയെ.

ഗേറ്റിൽ കാറിന്റെ ഹോൺ

ഗീത ജനൽക്കമ്പികളിൽ മുഖമമർത്തി ഗേറ്റിലേക്കു നോക്കി. പരമുനായർ ഓടിച്ചെന്നു ഗേറ്റു തുറന്നു. മധു കാറ് തിരിച്ചു മുറ്റത്തിട്ടു. മധു ഇറങ്ങി പുറകിലത്തെ ഡോർ തുറന്നു. ഒരു പെണ്ണ്. ഷാംപുതേച്ച മുടി കാറ്റിൽ ഉലയുന്നു. തിളങ്ങുന്ന കണ്ണുകൾ. ഈ മുഖം എവിടെയോ വച്ചു കണ്ടിട്ടുണ്ട്. എവിടെ വച്ചാണ്? ഗീതയ്ക്കു മറക്കാൻ കഴിയുന്നില്ല.

മധുച്ചേട്ടനും അവളും പോർട്ടിക്കോവിലേക്ക് കയറി. "ഗീതേ" മധു വിളിച്ചു. ഗീത പോർട്ടിക്കോയിലേക്കു നടന്നു. "ഇതാരാണെന്നറിയാമോ?" അവളെ ചൂണ്ടി മധു ചോദിച്ചു. അറിയില്ല. മധുച്ചേട്ടനോടൊപ്പം ഉള്ള പെണ്ണിനെ ഓർക്കുന്നില്ല.

"ഗീത ഇത്ര പെട്ടെന്ന് എന്നെ മറന്നോ?" അവളുടെ കണ്ണുകൾ ഗീതയുടെ നേരെ കൂർത്ത് വരുന്നതുപോലെ തോന്നി.

അവൾ മധുവിന്റെ മുഖത്തുനോക്കി. മധുവിന്റെ കണ്ണുകൾ നിലത്തിഴഞ്ഞു.

അവൾ സെറ്റിയിൽ ഇരുന്നു.

മധു ഗീതയുടെ അടുത്തേക്കു നടന്നുകൊണ്ടു ചോദിച്ചു: "നിനക്കു രജനിയെ ഓർമ്മയില്ലേ?"

മിസ്. രജനി. ഓ ഓർക്കുന്നു. മധുച്ചേട്ടന്റെ സ്റ്റെനോ. ഒരിക്കൽ മധുച്ചേട്ടന്റെ ഒപ്പം ഓഫീസ് റൂമിൽ ഈ മുഖം കണ്ടതോർക്കുന്നു. വെറുതെ ഒരു കൗതുകത്തിനുവേണ്ടി മധുച്ചേട്ടന്റെ ഓഫീസിൽ പെട്ടെന്നു ചെന്നു കയറിയിരുന്നു. കല്യാണം കഴിഞ്ഞിട്ട് ആറുമാസം പോലും ആയിരുന്നില്ല.

ഏറെ കൗതുകവും ഏറെ സ്വാതന്ത്ര്യവും അന്നു തോന്നിപ്പിച്ചിരുന്നു. ആദ്യനോട്ടത്തിൽത്തന്നെ ഞെട്ടിപ്പോയി. മിനുങ്ങുന്ന കാല്പത്തികൾ മേശയ്ക്കടിയിൽ മധുച്ചേട്ടന്റെ ഊരിയിട്ട ഷൂസിനു മുകളിൽ. അവൾ നോട്ട്സ് കുറിക്കുകയായിരുന്നു. മധുച്ചേട്ടൻ പറഞ്ഞുകൊടുക്കുന്നു. മറ്റൊരാളിന്റെ കണ്ണിൽ തികഞ്ഞ ഔപചാരികത്വം ഉണ്ടാക്കുന്ന കാഴ്ചയാണ്. പക്ഷേ, ഒരു ഭാര്യ എന്തു വിചാരിക്കണം.

അന്നുരാത്രി കണ്ട സ്വപ്നം ഓർമ്മയിൽ മറ്റൊരു ഭീതിയുണ്ടാക്കി.

സെറ്റിയിൽ ഇരിക്കുകയായിരുന്ന ഗീത മുമ്പിലേക്ക് കമിഴ്ന്നു വീണു.

"യ്യോ എന്തുപറ്റീ?" മിസ് രജനി എഴുന്നേറ്റ് ഗീതയെ താങ്ങി. അപ്പോഴേക്കും കൈലിമുണ്ടും ഉടുത്തുകൊണ്ട് മധു പുറത്തുവന്നു.

"ഉം?" മധു രജനിയെ നോക്കി. രജനി പറഞ്ഞു: "ഗീത ഇവിടെ ഇരിക്കുകയായിരുന്നു. ഞാൻ ഈ ഫിലിം ഫെയർ ഒന്നു മറിച്ചു നോക്കുകയായിരുന്നു. പെട്ടെന്ന് മുമ്പിലേക്കു വീണു."

മധുവും മിസ് രജനിയും കൂടി ഗീതയെ താങ്ങിയെടുത്തു കട്ടിലിൽ കൊണ്ടു കിടത്തി.

ഗീത കണ്ണടച്ചു കിടന്നു.

മിസ് രജനി അകത്തേക്കുപോയി ഗ്ലാസിൽ വെള്ളവുമായി വന്നു. വെള്ളം മധുവിന്റെ കൈയിൽ കൊടുത്തു.

"ഗീതേ."

വിളി കേട്ടില്ല. എന്തിനു വിളി കേൾക്കണം. ഓർമ്മക്കുറവ് നടിച്ചു കിടന്നു. എപ്പോഴോ ഉറങ്ങി.

അന്നുരാത്രിയിലും അവൾ പൊയ്കരയിലെ മരക്കൂട്ടങ്ങളെ സ്വപ്നം കണ്ടു. ഉണർന്നപ്പോൾ കട്ടിലിൽ മധുവില്ല ജനലിലൂടെ കട്ടിലിന്റെ കോണിൽ വീണു കിടക്കുന്ന നിലാവിന്റെ കൈകൾ.

ചുവരിലെ ക്ലോക്കിൽ ഇരുട്ട്. ഗീത എഴുന്നേറ്റ് ലൈറ്റിട്ടു. മണി പന്ത്രണ്ട് കഴിഞ്ഞിരിക്കുന്നു. എവിടെപ്പോയി മധുച്ചേട്ടൻ?

ഗീത ഉറക്കെ വിളിച്ചു. "പരമുനായരെ?" പരമുനായരുണ്ടോ കേൾക്കുന്നു. പൂണ്ടടക്കം ഉറക്കമാണ്. പരമുനായരെ വിളിച്ചുണർത്തണ്ടന്ന് ഉറച്ചു. ലൈറ്റണച്ചു. മുറി ചാരി ഗീത പോർട്ടിക്കോവിലേക്കു നടന്നു. മധുച്ചേട്ടൻ ഇനിയും വരാത്തതെന്തേ?

കസേര പോർട്ടിക്കോവിന്റെ കോണിൽ അഴിയുടെ നിഴൽവീണ ഇരുട്ടിലേക്ക് മാറ്റിയിട്ടു. കസേരയിലിരുന്നു പുറത്തു സർവ്വചരാചരങ്ങളും ഉറങ്ങുന്നു. അകലെ വളവുതിരിഞ്ഞു വരേണ്ട കാറിന്റെ വെളിച്ചവും നോക്കി ഗീത ഇരുന്നു.

പിന്നീട് എപ്പോഴോ മധുച്ചേട്ടൻ വന്നു. ഗീത അവിടെത്തന്നെ ഇരുന്നു എഴുന്നേറ്റില്ല. ഇരുട്ടിൽ ഇങ്ങനെ ഒരാളുണ്ടെന്നു മധുച്ചേട്ടൻ അറിയാതിരിക്കട്ടെ. എന്നാഗ്രഹിച്ചു. മധു കാറ് ഷെഡ്ഡിൽ കയറ്റിയിട്ടിട്ട് പോർട്ടിക്കോവിലേക്ക് കയറി ലൈറ്റിട്ടു.

"ങേ.."

എന്താണ്? എന്താണൊരു ഞെട്ടൽ മധുച്ചേട്ടന്.

"നീ എന്തിന് പുറത്തിരിക്കുന്നു?"

കുറ്റബോധത്തോടെ മുഖം താണു.

"നല്ല തണുപ്പുണ്ട്. അകത്തുകയറി കിടക്കൂ." മധു അകത്തേക്കു നടന്നുകൊണ്ടു പറഞ്ഞു.

"തണുപ്പോ!" ഗീത അമ്പരന്നു. നോക്കൂ. മധുച്ചേട്ടാ എനിക്ക് ഉഷ്ണ മാണ്. ആരോ എന്റെ മനസ്സു നിറയെ തീ വാരിയിട്ടിരിക്കുന്നു. എനിക്ക് മനസ്സ് വേവുന്നു. എനിക്ക് ഉഷ്ണിക്കുന്നു. എന്റെ മനസ്സും എന്റെ ശരീ രവും പൊള്ളുന്നു. ഞാനാകെ വിയർക്കുന്നു. കണ്ടില്ലേ?

ഗീത ഒന്നും പറഞ്ഞില്ല. ശാന്തയായ ഒരു കുട്ടിയെപ്പോലെ ഭർത്താ വിന്റെ പുറകേ നടന്നു. ഇരുട്ടു മുറിയിലേക്കു പാഞ്ഞുകയറി. ഇരുട്ടിൽ മൗനത്തിന്റെ നിശ്ശബ്ദമായ സംഗീതം പടർന്നു. സ്വന്തം ഹൃദയത്തുടിപ്പിന്റെ താളംപോലും ഗീതയ്ക്ക് കേൾക്കാനായില്ല. എപ്പോഴോ ഉറങ്ങി. എപ്പോഴോ ഉണർന്നു.

ക്രമേണ മധു ഇല്ലാത്ത രാത്രികളുടെ എണ്ണം കൂടി വന്നു.

പോർട്ടിക്കോവിലെ മൂലയിലെ ഇരുട്ടിൽ ചിറകില്ലാത്ത ഒരു പക്ഷി യെപ്പോലെ ഗീത ഇരുന്നു. അഴിയുടെ നിഴലിൽനിന്നും തന്റെ നിഴൽ വേർതിരിച്ചു കാണാനാവുന്നില്ല എന്നോർത്തു ഗീത തേങ്ങി. ഗീത കരഞ്ഞു.

എട്ട്

പഴകി ജീർണ്ണിച്ച് ഇടിഞ്ഞുപൊളിഞ്ഞ് ഇരുട്ടും നിശ്ശബ്ദതയും ഘനീ ഭവിച്ചു കിടക്കുന്ന ഒരു പഴയ കെട്ടിടം പോലെയായിത്തീർന്നു ഗീതയുടെ മനസ്സ്. ഇരുട്ടിൽ വാവലുകൾ പറക്കുന്നു. വാവലുകളുടെ ചിറകടിയൊച്ച കൾ കനത്ത നിശ്ശബ്ദതയ്ക്കു വിടവുകളുണ്ടാക്കുന്നു. ചിലപ്പോൾ ഇരു ട്ടിൽ വാവലുകൾ ഒന്നിച്ചു പറക്കുന്നു. അപ്പോൾ അവയുടെ ചിറകടിയൊ ച്ചകൾ ഒരിരമ്പായിത്തീരുന്നു. ഭീതിയോടെ ഞെട്ടിയുണരുമ്പോൾ ഒന്നു മില്ല. ഇരുട്ടും ഏകാന്തതയും ശൂന്യതയും മാത്രം.

ആശുപത്രിയിൽനിന്നു പോരാൻ നേരത്ത് ഡോക്ടർ പറഞ്ഞു. മനസ്സ് വിഷമിപ്പിക്കരുതെന്ന്. ഒന്നും ഓർത്ത് ദുഃഖിക്കരുതെന്ന്. കഴിഞ്ഞതെല്ലാം മറക്കണമെന്ന്..

പക്ഷേ, കനത്ത ഏകാന്തതയിൽ മനസ്സ് ഇരുണ്ടുമൂടുന്നു.

ഏതോ തകർച്ചയുടെ വക്കത്തു നില്ക്കുന്ന തോന്നലാണ്. അന്തർനേ ത്രങ്ങൾക്കുമുമ്പിൽ എന്തൊക്കെയോ ഇടിഞ്ഞുപൊളിഞ്ഞു വീഴുന്നു. അവിടെ ദുഃഖങ്ങൾ ഒതുക്കി നില്ക്കുന്നു. ദൂരെനിന്നു ചിരിക്കുന്നതാരാണ്? അരണ്ട വെളിച്ചത്തിൽ അത് രജനിയാണെന്ന് തിരിച്ചറിയുന്നു.

ഗീതയുടെ മനസ്സിലേക്ക് രജനിയെക്കുറിച്ചുള്ള ചിന്ത ഇരച്ചുകയറി.

എന്തിനാണിവൾ മധുച്ചേട്ടന്റെ കൂടെ വരുന്നത്? തന്നെക്കാണാനാ ണെന്നും പറഞ്ഞു വരുന്നത് വേറെ എന്തെങ്കിലും ഉദ്ദേശത്തോടെയല്ലെന്ന്

ആരറിഞ്ഞു? മധുച്ചേട്ടന്റെ കാറിൽ അവൾ വന്നിറങ്ങുന്നതുകണ്ടപ്പോൾ തന്റെ മനസ്സിന്റെ അടിത്തട്ടിൽ അടിച്ച ചുഴലിക്കാറ്റ് ഇതുവരെ അടങ്ങിയിട്ടില്ല.

രജനി വരുന്നത് തന്നെ കാണാനല്ല. അതു വെറും നാട്യമാണ്. മധുച്ചേട്ടന്റെ കൂടെ നടക്കാനുള്ള സൂത്രം. അതുവേറെ ആർക്കും മനസ്സിലാവില്ലെന്നാണോ വിചാരം?

ഗീത ഒരു ദിവസം മധുവിനോട് ചോദിച്ചു.

"അവൾ എന്തിനാണ് ഇവിടെ വരുന്നത്?"

"ആര്?"

"രജനി."

"അവൾ നിന്നെ കാണാൻ വന്നതല്ലേ?"

"അല്ല അവൾ വരുന്നതു എന്നെ കാണാനല്ല." "അവൾക്കു വേറെ എന്തെങ്കിലും ഉദ്ദേശം കാണും."

'നീയെന്തിനാണ് മറ്റുള്ളവരെ അവിശ്വസിക്കുന്നത്?"

അവൾ മിണ്ടാതെ മധുവിനെ നോക്കിനിന്നു. ഒന്നും പറയാനില്ലാഞ്ഞിട്ടല്ല. മധുച്ചേട്ടന് ഇഷ്ടായില്ലെങ്കിലോ.

ഇന്നലെ മധുച്ചേട്ടൻ വന്നപ്പോൾ വളരെ വൈകി. കാറിന്റെ ഒച്ചയ്ക്കു കാതോർത്ത് അവൾ കാത്തിരുന്നു. വീട്ടിൽ എല്ലാവരും ഉറങ്ങി. പരമുനായരുടെ കൂർക്കംവലി രാത്രിയുടെ നിശ്ശബ്ദതയിൽ ഒരു പഴയ യന്ത്രത്തിന്റെ ഞരക്കം പോലെ തോന്നിപ്പിച്ചു.

കാറിന്റെ ഒച്ച കേട്ടപ്പോൾ ഗീത എഴുന്നേറ്റു പുറത്തേക്കു ചെന്നു. അപ്പോഴേക്കും മധു ഗേറ്റ് തുറന്ന് വണ്ടി അകത്തേക്കു കയറ്റിക്കഴിഞ്ഞു. അവൾ ഇറങ്ങിച്ചെന്ന് ഗേറ്റടച്ച് കൊളുത്തിട്ടു. മധു കാറിൽ നിന്നിറങ്ങിയപ്പോൾ അവൾ അടുത്തുചെന്നു.

"നീ ഇതുവരെ ഉറങ്ങീല്ലേ?"

"ഇല്ല. മധുച്ചേട്ടൻ വരാൻ കാത്തിരുന്നു."

"എന്തിന്? ഞാൻ ചിലപ്പോൾ വരാൻ വൈകും. എന്നെ കാത്തിരിക്കണ്ടാ."

"ഞാൻ പിന്നെ ആർക്കുവേണ്ടിയാ കാത്തിരിക്കണെ?"

"അതല്ല. നിനക്കു സുഖമല്ലാത്തതല്ലേ?'

"എനിക്കൊരസുഖോമില്ല."

മധു വേഷം മാറി കസേരയിൽ ഇരിക്കാൻ തുടങ്ങിയപ്പോൾ ഗീത അടുത്തുചെന്നു.

"ഉണ്ണാൻ വരൂ."

"വേണ്ടാ. ഞാൻ ഹോട്ടലിൽനിന്ന് ഭക്ഷണം കഴിച്ചു."

പെട്ടെന്ന് അവളുടെ മുഖം മങ്ങി.

മധു ചോദിച്ചു.

"നീ ഊണു കഴിച്ചില്ലേ?"

"ഇല്ല മധുച്ചേട്ടൻ വരട്ടേന്നോർത്തു."

"എന്നാൽ നീ പോയി ഊണു കഴിച്ചോളൂ. എനിക്കു വേണ്ടാ."

അവൾ പോയി എല്ലാം മൂടിവച്ചിട്ട് വേഗം തിരികെ വന്നു.

"ഇത്രവേഗം ഊണു കഴിഞ്ഞോ?"

"എനിക്കു വിശപ്പില്ല."

"ആഫീസിൽവച്ച് രജനിക്കു സുഖമില്ലാണ്ടായി മോഹാലസ്യപ്പെട്ടു വീണു. അവളെ ആശുപത്രിയിലാക്കിയിട്ടിറങ്ങുമ്പോഴേക്കും നേരം വൈകി."

'ഓഹോ. അതാണോ ഇത്ര വൈകിയത്?' അവൾ മനസ്സിലോർത്തു. രജനിയുടെ കാര്യത്തിൽ മധുച്ചേട്ടന് ഇത്ര താല്പര്യമുണ്ടായത് എന്നു മുതലാണ്?

കിടന്ന ഉടൻ മധു ഉറങ്ങി. അവൾ പിന്നെയും എന്തൊക്കെയോ ഓർത്തുകൊണ്ടു കിടന്നു. മുറിക്കുള്ളിൽ കനത്ത ഇരുട്ടിൽ അവൾ ഏകാകിനിയായിത്തീർന്നു. ഇരുട്ടിൽ വാവലുകൾ പറക്കുന്നു. വാവലുകളുടെ ചിറകടിയൊച്ചകൾ കാതിൽ വന്നലയ്ക്കുന്നു. അവൾ സംഭീതയായി. ദൂരെനിന്ന് ആരോ പൊട്ടിച്ചിരിക്കുന്നു. അവൾ കട്ടിലിൽ കമിഴ്ന്നുകിടന്നു.

അവൾ വേദനയോടെ ഓർത്തു.

–എന്റെ സ്വപ്നങ്ങൾ ഓരോന്നോരോന്നായി എന്റെ മുമ്പിൽ കൊഴിഞ്ഞുവീഴുന്നു.

–എനിക്കുള്ളതെല്ലാം നഷ്ടപ്പെടുകയാണ്.

നാല്ക്കവലയിലെ കിഴവനാലിന്റെ ഇലകൾ വേനൽക്കാറ്റിൽ കൊഴിഞ്ഞുവീഴുന്നത് അവൾ കണ്ടിട്ടുണ്ട്. കൊമ്പുകളിൽ വേനൽക്കാറ്റടിക്കുമ്പോൾ ഇലകൾ കൊഴിയുന്നു. അത് അവൾ സ്വപ്നത്തിൽ കണ്ടു. കിഴവനാലിന്റെ കൊമ്പിന്മേൽ വേനൽക്കാറ്റടിക്കുന്നു. കൊമ്പുകൾ ഉലയുന്നു. ഇലകൾ കൊഴിയുന്നു. പൊടുന്നനെ കാറ്റ് കൊടുങ്കാറ്റായിത്തീരുന്നു. ആലിന്റെ സ്ഥാനത്ത് ആലിനുപകരം അവൾ അവളെ കണ്ടു.

കൊടുങ്കാറ്റിനു മദ്ധ്യത്തിൽനിന്ന് അവൾ ആടിയുലഞ്ഞു. കൊടുങ്കാറ്റിൽ ഒരിലപോലെ പറന്നുപോകാതിരിക്കാൻ അവൾ മെത്തമേൽ അള്ളിപ്പിടിച്ചു.

എല്ലാവരും തന്നിൽനിന്ന് അകന്നുപോകുന്നു. മധുച്ചേട്ടൻ, ദീപുമോൻ, മധുച്ചേട്ടന്റെ അമ്മ, പരമുനായര്.. എല്ലാവരും.

പണ്ടൊക്കെ അയൽവീട്ടിലെ ഉഷയ്ക്ക് എന്തിഷ്ടമായിരുന്നു ഗീതയോട്! ഇപ്പോൾ അവളും ഒഴിഞ്ഞുമാറുന്നു. ഇന്നലെ അവൾ മതിൽക്കെട്ടിനപ്പുറത്തുനിന്നു മിഴിയനക്കാതെ നോക്കി. ഉഷേ എന്നു വിളിച്ചുകൊണ്ട് ഗീത അടുത്തുചെന്നപ്പോഴേക്കും അവൾ പോയിക്കഴിഞ്ഞു.

ഒരു സന്ധ്യക്ക് മുറ്റത്തിന്റെ മൂലയിൽനിന്ന റോസാച്ചെടിയിന്മേൽ അവൾ ഒരു പൂവു കണ്ടു. അതു ഉണങ്ങിപ്പോയി എന്നോർത്തിരുന്നതാണ്. ആരോ അതിന്റെ കൊമ്പുകൾ മുറിച്ചുകളഞ്ഞു. ഉണങ്ങിയ മുല്ലപ്പടർപ്പിനപ്പുറത്ത് അതാരും കാണാതെ നിന്നു. അതിന്റെ ഓർമ്മയേ ഇല്ലായിരു

ന്നു. യാദൃച്ഛികമായിട്ടാണ് അതിന്മേൽ വിടർന്നു നില്ക്കുന്ന പൂവ് ഗീത കണ്ടത്. എപ്പോഴാണിതിന്മേൽ പൂവ് വിടർന്നതെന്ന് അവൾ അതിശയിച്ചു അവൾ അടുത്തുചെന്ന് അതിന്റെ സൗരഭ്യം ആസ്വദിച്ചു. അതിന്റെ തുടുത്ത ഇതളുകളിന്മേൽ നോക്കിനിന്നപ്പോൾ അവൾ അരവിന്ദനെ ഓർത്തു..

ഓർമ്മകൾ ഭൂതകാലത്തിലേക്കു പറക്കുന്നു.

കോളേജിൽ പോകുമ്പോൾ ഗീത എന്നും മുടിക്കെട്ടിൽ ഒരു റോസാപ്പൂവ് ചൂടാറുണ്ടായിരുന്നു. കുസൃതിക്കാരായ ആൺകുട്ടികൾ കമന്റടിക്കും.

"പൂത്ത പെണ്ണ്"

ഒരിക്കൽ അഞ്ചാറ് ആൺകുട്ടികൾ ചേർന്നു വാതുകെട്ടി.

പൂവെടുക്കുന്നവന് അഞ്ചുരൂപാ.

അരവിന്ദൻ പറഞ്ഞു:

"ആ പൂവ് ഞാനെടുക്കും."

അരവിന്ദന് അന്നുവരെ ഗീതയോട് യാതൊരു താല്പര്യവും ഉണ്ടായിരുന്നില്ല ഇടയ്ക്കിടയ്ക്കു കാണാറുണ്ട്. അത്രമാത്രം.

പിറ്റേദിവസം അരവിന്ദനും കൂട്ടുകാരും ഗീത വരാൻ കാത്തുനിന്നു. ഗീത മിക്കപ്പോഴും ഒറ്റയ്ക്കാണു വരാറ്. അന്ന് ഭാഗ്യക്കേടിന് അവളുടെ കൂടെ നാലഞ്ചു കൂട്ടുകാരികളുണ്ടായിരുന്നു. അരവിന്ദൻ തന്ത്രപൂർവ്വം പുറകേചെന്ന് ഗീതയുടെ മുടിയിൽ കോർത്തുവെച്ചിരുന്ന പൂവെടുത്തു.

ഗീത വിളറിപ്പോയി.

ഒരു നിമിഷം കൂട്ടുകാരികൾ സ്തബ്ധരായി നിന്നു.

പിന്നിൽ ആൺകുട്ടികളുടെ ഹുറേയ് വിളികേട്ടപ്പോഴാണ് മനസ്സിലായത് കരുതിക്കൂട്ടിച്ചെയ്തതാണെന്ന്.

പെട്ടെന്ന് ഗീതയുടെ മുഖം ചുവന്നു. കണ്ണുകൾ നിറഞ്ഞു. അവൾ നേരെചെന്ന് പ്രിൻസിപ്പാളിനോടു സങ്കടം പറഞ്ഞു. ഒരാഴ്ചത്തേക്ക് അരവിന്ദനെ ക്ലാസിൽ നിന്നു പുറത്താക്കി. ഇനി അങ്ങനെ എന്തെങ്കിലും പരാതി ഉണ്ടായാൽ ഡിസ്മിസ് ചെയ്യും എന്ന താക്കീതോടുകൂടി.

അന്നു വൈകുന്നേരം കോളേജ് വളപ്പിനു പുറത്ത് അരവിന്ദൻ കാത്തുനിന്നു. കൂട്ടുകാരികളുമൊന്നിച്ച് ഗീത വരുന്നതു കണ്ടപ്പോൾ അരവിന്ദൻ അടുത്തേക്കുചെന്നു. അവൾ ലേശം പരിഭ്രമിച്ചു. ഇയാൾ എന്തു ഭാവിച്ചാണ്?

"ഗീതയോടാണ്" അരവിന്ദൻ യാതൊരു കൂസലും കൂടാതെ പറഞ്ഞു. "ഞാൻ നിന്റെ മുടിയിലെ പൂവെടുത്തു. അതു നിനക്കു മാനക്കേടാകുമെന്നോർത്തില്ല. അതുകൊണ്ട് നിന്റെ പരിശുദ്ധിക്ക് കേടുവന്നെങ്കിൽ പേടിക്കണ്ടാ. ഞാൻ നിന്നെ കെട്ടിക്കൊളാം പോരേ?"

എന്തു പറയണമെന്നറിയാതെ അവൾ അന്തിച്ചു നിന്നു.

ഒൻപത്

അതൊരു സ്നേഹബന്ധത്തിന്റെ തുടക്കമായിരുന്നു.

ഈ പൂവു കണ്ടപ്പോൾ അവൾ അതോർത്തു.

അകലെ മരക്കൊമ്പുകൾക്കപ്പുറത്ത് പ്രഭാതത്തിന്റെ തുടുപ്പ്, കാക്ക കരയുന്നതു കേട്ടു. നേരം വെളുക്കുന്നതേ ഉള്ളൂ. അകലേക്കു നോക്കിയാൽ തോന്നും ഇപ്പോഴും നിലാവുണ്ടെന്ന്. ഏകാന്തതപോലെ വിങ്ങിനില്ക്കുന്ന നിശ്ശബ്ദത. നിഗൂഢതയുടെ ആഴം തോന്നിപ്പിക്കുന്ന നിമിഷങ്ങൾ. ഏകാന്തത ഘനീഭവിച്ചതുപോലെയുള്ള നിശ്ശബ്ദതയിൽ ശംഖുവിളി കേൾക്കുന്നുണ്ടോ? ഗീതയ്ക്ക് അങ്ങനെ തോന്നി. അവൾ ശംഖുവിളി കേൾക്കാൻ കാതോർത്തു. ഇല്ല വെറും തോന്നലായിരുന്നു. ശംഖുവിളി കേൾക്കാൻ ഇവിടെ അടുത്തെങ്ങും ക്ഷേത്രമില്ലല്ലോ. അവൾ ജനാലയ്ക്കൽ ചെന്നുനിന്ന് പുറത്തേക്ക് നോക്കി. പുറത്തെ നിഴൽക്കാടുകൾ വിളറുന്നു. സൂര്യൻ മരക്കൊമ്പുകൾക്കപ്പുറത്ത് കുറേക്കൂടി ഉയർന്നുകഴിഞ്ഞു. അവളുടെ ഓർമ്മകൾ പുറകോട്ടു പറന്നു. പണ്ട് പ്രഭാതങ്ങളിൽ ക്ഷേത്രത്തിലെ ശംഖുവിളി കേട്ടാണ് ഉണരാറ്. പുഴക്കരെ കൃഷ്ണന്റെ അമ്പലം വക്കിടിഞ്ഞ അമ്പലക്കുളവും. അമ്പലക്കുളത്തിന്റെ കരയിലെ വൃദ്ധനാലും ഇടിഞ്ഞുപൊളിഞ്ഞ മതിൽക്കെട്ടും അതിനു മദ്ധ്യത്തിലെ പഴയ അമ്പലവും. അമ്പലത്തിനുള്ളിൽ പള്ളിയുറങ്ങുന്ന ഭഗവാനെ ഏഴരവെളുപ്പിനു ശംഖുവിളിച്ച് പള്ളിയുയർത്തുന്ന രാമൻമാരാര്. ക്ഷേത്രത്തിലെ ശംഖുവിളി കേട്ടാണ് ഗ്രാമം ഉണരുന്നത്. കിഴക്ക് മലകൾക്കുപുറകിൽ വർണ്ണവികാരം പോലെ പ്രഭാതത്തിന്റെ തുടുപ്പ്.

പുഴയിൽ കുളിച്ച്. ഭഗവാനെ തൊഴുത്. ശാന്തിക്കാരൻ ഇലച്ചീന്തിൽ ഇട്ടുതരുന്ന ചന്ദനംകൊണ്ടു കുറിവരച്ച് പൂവ് മുടിക്കെട്ടിൽ തിരുകി പാടവരമ്പത്തൂടെ ഇളവെയിലിൽ നടന്നു പോകാറുണ്ടായിരുന്ന പെൺകുട്ടി.

വർഷങ്ങൾക്കുശേഷം നഗരത്തിലെ സ്ത്രീക്ക് അത് വെറും ഒരോർമ്മ.

തോട്ടുവക്കത്തെ കൈതപ്പൂവിന്റെ ചന്തം.

മനയ്ക്കത്താഴത്തെ പാല പൂത്തതിന്റെ സുഗന്ധം.

–എല്ലാം ഓർമ്മകളായിത്തീർന്നിരിക്കുന്നു

അന്നത്തെ പെൺകുട്ടി ഇന്നില്ല.

നിദ്രയിൽ നിന്നുണരുന്ന പ്രകൃതി. മരക്കൊമ്പുകളിൽ ഇളം വെയിലിന്റെ വർണ്ണസങ്കലനം.

അപ്പോഴാണ് മുറ്റത്ത്, മതിൽക്കെട്ടിനോടു ചേർന്നു നില്ക്കുന്ന ചെന്തെങ്ങിന്റെ പൂക്കുല കണ്ടത്. ഇപ്പോൾ ചൊട്ടപൊട്ടി പുറത്തുവന്ന പൂക്കുല. കാച്ചിയെടുത്ത സ്വർണ്ണത്തിന്റെ നിറമാണതിന്. അതിന്റെ ഭംഗി കണ്ടു നില്ക്കുമ്പോൾ മനസ്സിലേക്ക് മറ്റൊരു പൂക്കുല ഉയർന്നുവന്നു.

ഓർമ്മകൾ.

ഓർമ്മയ്ക്കുള്ളിലെ ഓർമ്മകൾ

ചുഴി.

ചുഴിക്കുള്ളിലെ ചുഴി.

ഓർമ്മയുടെ മങ്ങുഴത്തിൽനിന്ന് തെളിഞ്ഞുവന്നത് മന്ത്രവാദി വരച്ച കളത്തിലെ പൂക്കുലയാണ്. വർണ്ണപ്പൊടികൾകൊണ്ട് മന്ത്രവാദി വരച്ച ചതുരക്കളം. ചതുരക്കളത്തിൽ മാന്ത്രികരൂപങ്ങൾ. പ്രതീകങ്ങൾ, വാഴത്തടയിൽ ഒരുക്കിയ അലങ്കാരം. ഓട്ടുകിണ്ണത്തിൽ കുരുതി. കൈത്തിരി, കോൽത്തിരി, പന്തം. പൂജിച്ചു ശുദ്ധം വരുത്തിയ കളത്തിനരികിൽ മന്ത്രവാദി. കങ്കാളരൂപിയായി ധ്യാനിച്ച് ഭദ്രകാളിയെ പ്രത്യക്ഷപ്പെടുത്തി പേരെടുത്ത മന്ത്രവാദി.

വിളക്കുവച്ച് പത്മമിട്ട് ഉപാസനാമൂർത്തിയെ ധ്യാനിച്ചിരുത്തിയശേഷം മന്ത്രവാദി വിളിച്ചുപറഞ്ഞു.

"കൈയും കാലും മുഖവും കഴുകി ദേഹശുദ്ധി വരുത്തിരോഗിയോടു വരാൻ പറ."

ഗീതയെ ആരോ കളത്തിനു മുമ്പിൽ കൊണ്ടിരുത്തി. മന്ത്രവാദി അവളുടെ ദേഹത്ത് ഭസ്മം ജപിച്ചിട്ടു. കുരുതിയിൽ മുക്കി ചുവപ്പിക്കുകയും കരിയിൽ മുക്കി കറുപ്പിക്കുകയും ചെയ്ത ഉണക്കലരിച്ചോറിന്റെ ഉരുളകളിൽ പച്ചത്തിരി കത്തിച്ചുവച്ച് ഗീതയെ ഉഴിഞ്ഞ് ബാധയെ ഒഴിച്ചു. ഒഴിച്ച ബാധയെ കാഞ്ഞിരമുട്ടിയിന്മേൽ ബന്ധിച്ചു. കാഞ്ഞിരമുട്ടിയിൽ ബന്ധിച്ച ബാധയ്ക്കു വേണ്ടി പിന്നെ ഹോമം നടത്തി. ഹോമകുണ്ഡത്തിലെ കെടുന്ന കനലുകളിൽ നോക്കി ക്രൂരും ബീഭത്സവുമായ മുഖഭാവത്തോടെ മന്ത്രവാദി ചോദിച്ചു:

"ഒഴിഞ്ഞോ?"

രാശിചക്രത്തിലെ കവടിനിരത്തി. ഹരിഃശ്രീ ഗണപതായെ നമഃ എന്നു ജപിച്ച്. ഗുരുകാരണവന്മാരെയും കുലദേവതയെയും ധ്യാനിച്ച് ഒരു പിടി കവടി വാരി വച്ച് ഓരോ കുറായി ഭാഗിച്ച് അതിന്റെ ഫലം നോക്കി ജ്യോത്സ്യൻ പറഞ്ഞു:

"ഒഴിഞ്ഞു."

ഹോമകുണ്ഡത്തിലെ കനലുകൾ കെട്ടു. മന്ത്രവാദിയുടെ മുഖത്തെ ക്രൗര്യം അഴിഞ്ഞു. ജ്യോത്സ്യൻ രാശിചക്രം മാച്ചു.

ഓം ഐം ഹ്രിം എന്ന ബീജാക്ഷരങ്ങളെഴുതിയ ചെമ്പുതകിട് പൂജിച്ച് സ്വർണ്ണക്കൂട്ടിലിട്ടടച്ച് അരയിൽ കെട്ടാൻ കറുത്ത ചരടിൽ കോർത്തുകൊടുത്തു മന്ത്രവാദി.

ഇനി ഒന്നും പേടിക്കാനില്ല.

ബാധ ഒഴിഞ്ഞു.

ബാധയുടെ വഴി അടച്ചു.

ഇനി ഈ ലഗ്നത്തെ ഒരു ബാധയും തീണ്ടുകയില്ല.

എല്ലാവരുടെയും വിചാരം ഗീതയ്ക്ക് ഏതോ ബാധ കൂടിയിട്ടുണ്ടെന്നായിരുന്നു. അവളുടെ കുഴഞ്ഞുമറിഞ്ഞ ഹൃദയം അവളല്ലാതെ വേറെ

ആരും കണ്ടില്ല. ശിഥിലമായ തന്റെ മനസ്സിനെക്കുറിച്ച് ആരെയെങ്കിലും പറഞ്ഞു ബോദ്ധ്യപ്പെടുത്താൻ അവൾ അശക്തയുമായിരുന്നു. മനസ്സിൽ അമൂർത്തമായി വളരുന്ന ഭയവിഹ്വലതകൾ ഓരോ നിമിഷവും അവളെ വേട്ടയാടി. ഇടിഞ്ഞുപൊളിഞ്ഞു ഇരുണ്ടു കിടക്കുന്ന അതിപ്രാചീനമായ കോട്ടയ്ക്കുള്ളിലെന്ന പോലെ അവൾ അവളുടെ ഉള്ളിൽ കിടന്ന് ഉഴറി. പക്ഷേ, അത് മറ്റുള്ളവരെങ്ങനെ അറിയും? അവൾക്കുതന്നെ അത് വ്യക്തമായി അറിയാൻ കഴിയുമായിരുന്നില്ല. താളംതെറ്റിയ മനസ്സിന്റെ വേപഥു അവളുടെ ചിന്തകളെ അസംബന്ധങ്ങളാക്കി തീർത്തു. അതറിയാതെയാണ് പ്രശ്നക്കാരി തന്റെ രാശിചക്രത്തിൽ തെളിഞ്ഞ നീചബാധയുടെ ദോഷത്തിന് ഭദ്രകാളിയെ പ്രത്യക്ഷപ്പെടുത്തിയ മന്ത്രവാദിയെ ഒഴിവു കണ്ടത്.

പക്ഷേ, മന്ത്രവാദം കഴിച്ചു ബാധയൊഴിച്ചിട്ടും ഗീതയിൽ യാതൊരു മാറ്റവും കണ്ടില്ല. ഓരോ ദിവസം കഴിയുംതോറും അവളുടെ സ്ഥിതി കൂടുതൽ പരിതാപകരമായിത്തീർന്നു. ബോധാബോധങ്ങൾക്കിടയിൽ അകപ്പെട്ട് അവളുടെ മനസ്സ് പിടഞ്ഞു.

രാത്രിയുടെ നിശ്ശബ്ദതയിൽ ആരുടെയോ കാലൊച്ചകൾ കേൾക്കുന്നു ആരോ കതകിൽ മുട്ടി തന്റെ പേരു വിളിക്കുന്നു. മനസ്സുപോലും അടച്ചു സാക്ഷയിട്ടു നില്ക്കുന്ന തന്റെ മുമ്പിലെ അടഞ്ഞ വാതിലിന്റെ മറവിൽ നിന്ന് അയാൾ ഇറങ്ങിപ്പോകുന്നു. നിമിഷങ്ങൾക്കുശേഷം ഉറഞ്ഞ ജഡമൂകതയിൽ ഒരാളിന്റെ മരണവേദന ഒരാക്രന്ദനമായി കാതിൽ വന്നു പതിക്കുന്നു. പിന്നെ ബോധത്തിന്റെ ജഡമൂകത. അബോധത്തിന്റെ തമോജഡിലത. പ്രപഞ്ചവിശാലതയെ മൂടുന്ന ഒരിരുൾപ്രളയത്തിലെ ചുഴിയിൽപ്പെട്ട് കറങ്ങി ആഴങ്ങളിലേക്കു താണുതാണു പോകുന്ന പ്രതീതി. ബോധത്തിന്റെ തരിയായി ആകെ ശേഷിക്കുന്നത് ആ അയഥാർത്ഥമായ അനുഭൂതിയാണ്. അതുപോലും ചിലപ്പോഴില്ല അബോധാവസ്ഥയിൽ നിന്നു പതുക്കെപ്പതുക്കെ ഇന്ദ്രാനുഭൂതികളിലേക്കു ഉണരുമ്പോഴാണ് താനെവിടെയായിരുന്നു എന്നോർത്ത് അമ്പരക്കുന്നത്.

ഈശ്വരാ എന്താണിത്?

ഇങ്ങനെയൊക്കെ വന്നുഭവിക്കാൻ ആര് എന്തു പാപം ചെയ്തു.?

ചിലപ്പോൾ ദുഃസ്വപ്നം കണ്ടു പേടിച്ച മാതിരി ഞെട്ടുന്നു. അബോധത്തിന്റെ ഭാഷ ആർക്കും മനസ്സിലാവുന്നില്ല.

ഞാനൊരാളെ കൊന്നു. ഞാൻ കാരണം ഒരാൾ ചത്തു. നടുറോഡിൽ ചോര ഒഴുകുന്നു. പാവം. പ്രാണൻ തല്ലി പിടയുന്നു. ആ ചോരയുടെ ചുവപ്പുനിറം പടർന്നു പ്രപഞ്ചം മുഴുവൻ ചുവക്കുന്നു ചുവന്ന ഭൂമി, ചുവന്ന ആകാശം. ചുവന്ന സൂര്യൻ, ചുവന്ന മരങ്ങൾ ചുവന്ന പൂക്കൾ ചുവന്ന വെയിൽ, ചുവന്ന കാറ്റ് നോക്ക്, പ്രപഞ്ചം മുഴുവൻ ചുവപ്പുമയം...

അബോധത്തിന്റെ ഭാഷ ആർക്കും മനസ്സിലാവുന്നില്ല,

പിന്നെ ആരോ പറഞ്ഞു.

"ചോറ്റാനിക്കര കൊണ്ടു ഭജനം ഇരുത്ത്യാ മാറും."

"ഞാ ഇനി അതുംകൂടി പരീക്ഷിച്ചില്യാന്നു വേണ്ട."

"പരീക്ഷിക്കാനൊന്നൂല്ലാ. അച്ചട്ടാണ്. അവിടത്തെ കാര്യം."

"എനിക്കെങ്ങും പോവാണ്ടാ." ഗീത പറഞ്ഞു. "ഞാനെങ്ങട്ടും ഇല്ലാ.

"എന്റെ പൊന്നുമോളേ അങ്ങനെ പറയല്ലേ." മധുവിന്റെ അമ്മ പറഞ്ഞു. "എന്റെ മോള്ടെ രോഗം ഭേദാവണ്ടേ? ചോറ്റാനിക്കര ആറേഴു ദിവസം കുളിച്ചു തൊഴുതാ ഫലംണ്ടാവൂന്നാ എല്ലാരും പറേണെ."

"എനിക്കു ഭ്രാന്താന്നാരാ പറഞ്ഞെ?"

"ആരും പറഞ്ഞില്ല. ഇതെന്തോ ഭാഗ്യദോഷാണ്. വെറൊന്നുമല്ല. ആറേഴുദിവസം കുളിച്ചുതൊഴുതാ അതങ്ങു മാറും."

ആളുകൾ പറയുന്നു ഗീതയ്ക്കു ഭ്രാന്താണെന്ന്. പക്ഷേ, അവൾക്കങ്ങനെ തോന്നിയില്ല. ഇതു ഭ്രാന്തല്ല. മനസ്സിൽ കുരുങ്ങിക്കിടക്കുന്ന ഭയവിഹ്വലതകളുണ്ടാക്കുന്ന വിഭ്രാന്തിയാണ്. വെടിയേറ്റ് നടുറോഡിൽ വീണുപിടയ്ക്കുന്ന ഒരു മനുഷ്യന്റെ ഞരക്കങ്ങളുണ്ടാക്കുന്ന അശാന്തിയാണ്. സ്മൃതിഭ്രംശം കൊണ്ട് മനസ്സ് കുഴഞ്ഞു മറിയുന്നു. ബോധം പേടിച്ചരണ്ട ഒരു പക്ഷിക്കുഞ്ഞായി ഇരുണ്ടുമൂടിയ ആകാശത്തിനു കീഴിൽ പറക്കുന്നു. കൂടെവിടെ? കൂടിരുന്ന മരമെവിടെ? മരം നിന്ന കാടെവിടെ?

കൂടു പൊളിഞ്ഞു. കൂടിരുന്ന മരം ഉണങ്ങി. മരം നിന്ന കാട് കരിഞ്ഞു. ബോധം പേടിച്ചരണ്ട പക്ഷിക്കുഞ്ഞായി ഇരുണ്ടുമൂടിയ ആകാശത്തിനു കീഴിൽ പറക്കുന്നു. പിന്നെയും പിന്നെയും പറക്കുന്നു.

പറഞ്ഞാൽ ആർക്കും മനസ്സിലാവില്ല.

അബോധത്തിന്റെ ഭാഷ ആർക്കും മനസ്സിലാവുന്നില്ല. എന്നിട്ടും വെറുതെ അനുകമ്പ കാണിക്കുന്നു.

–പാവം എന്തു നല്ല പെൺകുട്ടിയായിരുന്നു! അതിന്റെ ഒരു വിധി കണ്ടില്ലേ?

ഒടുക്കം മധുച്ചേട്ടനുംകൂടി നിർബ്ബന്ധിച്ചപ്പോൾ മനസ്സില്ലാമനസ്സോടെ ഗീത സമ്മതിച്ചു., അല്ലെങ്കിൽ മധുച്ചേട്ടന് ഇഷ്ടമായില്ലെങ്കിലോ?

ഒക്കെ തീരുമാനിച്ചുകഴിഞ്ഞപ്പോഴാണ് മറ്റൊരു പ്രശ്നം പൊന്തിവന്നത് അമ്പലത്തിൽ ഗീതയുടെ കൂടെ ആരു നില്ക്കും? മധുവിന് ലീവില്ല. ആറേഴുദിവസം ആരെങ്കിലും കൂടെ നിന്നല്ലേ ഒക്കൂ. ഗീതയുടെ അച്ഛന് കടയിൽനിന്ന് പോരാൻ നിവൃത്തിയില്ല. കച്ചവടം കുഴപ്പത്തിലാകും. ഒടുക്കം ഗീതയുടെ അമ്മവന്നു. പക്ഷേ, പോരല്ലോ. അത്ര അകലെ ഒരാൺതുണയില്ലാതെ ആറേഴുദിവസം എങ്ങനെ കഴിച്ചുകൂട്ടും? സ്വന്തത്തിൽപ്പെട്ട ഒരമ്മാവൻ പറഞ്ഞു. കൂടെവരാമെന്ന്. ഭക്തി കടുകട്ടിയായിട്ടുള്ള ആളാണ്. പതിനെട്ടുകൊല്ലം മല ചവിട്ടി പതിനെട്ടുകൊല്ലം സന്നിധാനത്തിൽ തെങ്ങു നട്ടിട്ടുപോന്ന പെരിയസ്വാമിയാണ്. പുള്ളിക്ക് പരിചയമില്ലാത്ത അമ്പലങ്ങൾ ചുരുങ്ങും. അമ്പലങ്ങളേയും അവിടത്തെ പ്രതിഷ്ഠകളേയുംകുറിച്ചുള്ള ഐതിഹ്യങ്ങളറിയാം ഹരിനാമകീർത്തനം മുഴു

വൻ മനഃപാഠമാണ്. അത് ഈണത്തിൽ ചൊല്ലിവ്യാഖ്യാനിക്കും. ഉത്സവങ്ങളായ ഉത്സവങ്ങൾക്കൊക്കെ പോകും. കാണുന്നവരോടൊക്കെ വേദാന്തം പറയും. അതുകൊണ്ടൊക്കെയായിരിക്കും പുള്ളിക്കു പരമഹംസൻ എന്ന പേരു വീണത്. യഥാർത്ഥ പേരെന്താണെന്ന് മറ്റുള്ളവർ മറന്നു. അമ്മാവനും മറന്നു. പരമഹംസനെന്നു പറഞ്ഞാലേ ഇപ്പോൾ ആളെ അറിയൂ. കുളിച്ച് കുറിയിട്ട് നരച്ച തലയിൽ ചെത്തിപ്പൂവും തുളസിയിലയും ചൂടിവരുന്നതു കണ്ടാൽ ചെറിയൊരു പരമഹംസനാണെന്നു തന്നെ തോന്നും. ഒറ്റ ദോഷമേ ഉള്ളൂ. പറയുന്നതിന്റെ നേർപകുതി ശുദ്ധ പുളുവായിരിക്കും.

ഒരു തിങ്കളാഴ്ച പുറപ്പെട്ടു. എന്നാലല്ലേ ചൊവ്വാഴ്ച നിർമ്മാല്യം തൊഴുത് ഭജനയിരിക്കാൻ കഴിയൂ. മധുവും കൂടെ ചെന്നു. കാര്യങ്ങളൊക്കെ ഒന്നേർപ്പാടാക്കണ്ടേ. അതൊക്കെ എനിക്കു നിശ്ശ്യംണ്ടെന്നു പരമഹംസൻ പറഞ്ഞതാണ്. എങ്കിലും മധുവിന്റെ അമ്മ പറഞ്ഞു. “മോൻ അവരെ അവിടെക്കൊണ്ടാക്കീട്ടു പോരണതാ നല്ലത്.”

ചെന്നയുടനെ ഭജനക്കാർക്കുള്ള സത്രത്തിൽ മുറിയെടുത്തു. പിറ്റേന്ന് ഏഴരവെളുപ്പിനുണർന്ന് കുളിച്ചു ഈറനോടെ മേൽക്കാവിൽ നിർമ്മാല്യം തൊഴുതു.

അഞ്ജനശിലയിൽ തീർത്ത വിഗ്രഹം ഭഗവതി, സ്വർണ്ണമുടി, സ്വർണ്ണംകൊണ്ടുള്ള തോടകൾ, പവൻനിറം വെട്ടിത്തിളങ്ങുന്ന മാലകൾ, ഞൊറിവച്ചുടുത്ത പട്ടുപാവാട, ഒഡ്യാണം, പൂകൊണ്ടുള്ള മാലകൾ വേറെ.

എന്തൊരു ഭംഗി!

പരമഹംസൻ പറഞ്ഞു; “എല്ലാവരും അഴകുള്ള രൂപം കാണുന്നു. പക്ഷേ, രൂപത്തിന്റെ പിന്നിലെ പൊരുളാണ് പൊരുൾ. അതാരെങ്കിലും കാണുന്നുണ്ടോ?”

നിർമ്മാല്യം തൊഴാനുള്ള തിരക്ക്. സർവ്വരും തിക്കിത്തിരക്കുന്നു. നേരെനിന്ന് ദേവിയെ ഒന്ന് കാണാൻ.

ദേവി മഹാമായേ, ത്രിപുരസുന്ദരി.

പുലർച്ചയ്ക്ക് സരസ്വതി. ഉച്ചയ്ക്ക് ഭദ്രകാളി. സന്ധ്യക്ക് ദുർഗ്ഗ.

ആയിരം സ്വരങ്ങൾ ആയിരം മനസ്സുകൾ അടിപണിയുന്നു

അമ്മേ! മഹാമായേ!

പരമഹംസൻ പറഞ്ഞു:

“ഇവിടെവച്ച് അകത്തെ കടുംകെട്ടുകൾ അഴിയും.”

“പരശുരാമൻ പ്രതിഷ്ഠിച്ച നൂറ്റെട്ടുഭദ്രകാളി പ്രതിഷ്ഠകളിലൊന്നാണെന്നാ ഐതിഹ്യം. ഒരുകാലത്ത് ഇവിടം കാടുപിടിച്ചുകിടന്നു. പുല്ലരിയാൻ വന്ന പുലക്കള്ളി അരിവാള് തേച്ചപ്പോ കല്ലിന്മേൽ ചോര.”

പരമഹംസൻ കഥപറയാൻ തുടങ്ങിയപ്പോൾ മധു വേറെന്തോ ശ്രദ്ധിച്ചു. ഈ പഴങ്കഥ എത്രയോ ക്ഷേത്രങ്ങളുടെ ഐതിഹ്യങ്ങളിൽ കുരുങ്ങിക്കിടക്കുന്നു!

നിർമ്മാല്യം തൊഴുതിറങ്ങിയപ്പോൾ മധു ഗീതയോടു പറഞ്ഞു: “ഞാൻ ഏഴുദിവസം കഴിഞ്ഞു വരാം. ഒന്നും പേടിക്കണ്ടാ.”

കണ്ണിൽ വെള്ളം നിറച്ചുകൊണ്ട് അവൾ മിണ്ടാതെ നിന്നു,

ഉച്ചപൂജ കഴിഞ്ഞു.

മേൽക്കാവിന്റെ പിന്നിൽ ശാസ്താവിന്റെ നടയ്ക്കൽ താളം തെറ്റിയ മനസ്സുകൾ തുള്ളാൻ തുടങ്ങുന്നു. ക്ഷേത്രത്തിലെ വാദ്യമേളങ്ങൾക്കൊപ്പം താളത്തിൽ മുടിയഴിച്ചിട്ടു തുള്ളുന്ന അബോധങ്ങൾ. ഉറഞ്ഞുതുള്ളി, കുരുതിതർപ്പിക്കുന്നേടത്ത് രൗദ്രം കൈക്കൊണ്ടിളകിയാടി ഒരുലയം കൊള്ളുന്നു. ചിലർ മോഹാലസ്യപ്പെട്ടു വീഴുന്നു. ചിലർ അലറിവിളിക്കുന്നു. ചിലർ പാലയിന്മേൽ തലയിട്ടടിച്ച് ബോധം കെട്ട് അശാന്തിയിൽനിന്നു മുക്തി നേടുന്നു.

ഓട്ടുരുളികളിലെ കുരുതി കണ്ടപ്പോൾ ഗീതയുടെ മനസ്സ് ഇളകിമറിഞ്ഞു. കുരുതിയുടെ ചുവപ്പ്. ചോരയുടെ ചുവപ്പ് ഓട്ടുരുളിയിലെ കുരുതിയിൽ ഒരു ചുഴിയുണ്ടാകുന്നു. എല്ലാം പെട്ടെന്ന് ചുവപ്പുനിറമായിത്തീരുന്നു. ചുവന്ന അമ്പലച്ചുമരുകൾ ചുവന്ന മനുഷ്യർ ചുവന്ന പാലമരം.

ബോധത്തിന്റെ ഇഴകൾ അഴിയുന്നു.

ദേവീ മഹാമായേ.

കീഴ്ക്കാവിൽ തൊഴുത്, കാണിക്കയിട്ടു, കുരുതികഴിച്ചു മേൽക്കാവിലേക്കുള്ള പടിക്കെട്ടുകൾ കേറി.

ഏഴുദിവസത്തെ ഭജന

അമ്മേ മഹാമായേ

അമ്മേ വരദായിനീ...

അമ്മേ ജഗദംബികേ..

ഏഴുദിവസത്തെ ഭജന കഴിഞ്ഞു വന്നിട്ടും ഗീതയിൽ യാതൊരു മാറ്റവും കണ്ടില്ല.

പരമഹംസൻ പറഞ്ഞു.

"ധൃതിവയ്ക്കണ്ടാ. അകത്ത് ഭഗവതി വിളക്കുവച്ചിട്ടുണ്ട്. തെളിഞ്ഞു കത്താൻ കുറേ സമയമെടുക്കും. അതുവരെയുള്ളൂ ഈ ഇരുട്ട്."

ഈ തെങ്ങിൻപൂക്കുല ആ ഓർമ്മകളെ മുഴുവൻ ഉണർത്തി?

മരക്കൊമ്പുകളിൽ ഇളവെയിൽ സ്വർണ്ണനിറത്തിൽ മിനുങ്ങുന്നു. തിളങ്ങുന്നു.

പത്ത്

ഓർമ്മകളിൽ ഭൂതകാലത്തിന്റെ നിഴൽ വീണുകിടക്കുന്നു. നിഴലുകൾ കൂടിപ്പിണഞ്ഞ് ഒരു കാടായിത്തീരുന്നു. ആ നിഴൽക്കാട്ടിൽ ദിക്കുതിരിയാതെ ഉഴലുന്ന ഒരു ഏകാകിനിയായി അവൾ സങ്കടപ്പെട്ടു. ഈ നിഴൽക്കാട്ടിൽനിന്ന് എന്നെങ്കിലും പുറത്തു കടക്കാനൊക്കുമോ?

മന്ത്രവാദം കഴിച്ചു. ചോറ്റാനിക്കരെ ഭജനയിരുന്നു. അമ്പലങ്ങളിൽ വഴിപാടുകൾ നേർന്നു. എല്ലാം വെറുതെ ഗീതയ്ക്കൊരു മാറ്റവുമുണ്ടായില്ല. ഓരോ ദിവസം കഴിയും തോറും അവളുടെ സ്ഥിതി ദയനീയമായിത്തീർന്നു. അപ്പോഴാണ് ആരോ പറഞ്ഞത്. ഇങ്ങനെ വച്ചുകൊണ്ടിരു

ന്നാൽ പോരാ. ആശുപത്രിയിലാക്കണം. ഇല്ലെങ്കിൽ ആ പെണ്ണിന്റെ കാര്യം കഷ്ടമാകും.

എന്തു ചെയ്യണമെന്നറിയാതെ ധർമ്മസങ്കടത്തിൽ അകപ്പെട്ടു. മധുവിന്റെ മനസ്സും തകർന്നുകഴിഞ്ഞിരുന്നു. ഇങ്ങനെയൊക്കെ വന്നുഭവിക്കുമെന്ന് ആരോർത്തു!

ഒടുക്കം മനസ്സില്ലാമനസ്സോടെയാണ് ഗീതയെ ആശുപത്രിയിലാക്കിയത്. വിശദമായ പരിശോധനയ്ക്കുശേഷം ഡോക്ടർ പറഞ്ഞു: "പേടിക്കണ്ടാ, മാനസികമായ ഒരു വിഭ്രാന്തി, അത്രേയുള്ളു, സാരമില്ല."

ആറേഴുമാസത്തെ ചികിത്സയ്ക്കുശേഷം ആശുപത്രിയിൽനിന്നു പോരുമ്പോൾ ഡോക്ടർ പറഞ്ഞു. "ഇനി ഒന്നും പേടിക്കാനില്ല."

പക്ഷേ, താൻ ഇപ്പോഴും ഏതോ നിഴൽക്കാട്ടിൽ കുരുങ്ങിക്കിടക്കുകയാണെന്നാണ് ഗീതയുടെ തോന്നൽ. എത്ര ആശിച്ചിട്ടും ആ നിഴൽക്കാട്ടിൽനിന്നു പുറത്തുകടക്കാൻ കഴിയുന്നില്ല.

രാത്രി.

നെടുനാൾ തടവിൽക്കിടന്ന വികാരങ്ങൾ ചന്ദ്രോദയത്തിലെ കടൽത്തിരകളായിത്തീരുന്നു. പുറത്ത് നിലാവ്, മരക്കൊമ്പുകൾക്കപ്പുറത്ത് പൂർണ്ണചന്ദ്രൻ. തുറന്നുകിടന്ന ജനലഴികൾക്കിടയിലൂടെ നിലാവ്. അകത്തേക്ക് കടന്നുവരുന്നു. അവൾ കിടക്കയിൽ എഴുന്നേറ്റിരുന്നു. അലച്ചുവരുന്ന കാറ്റിൽ രാത്രിയിൽ വിടരുന്ന പൂക്കളുടെ ഗന്ധം. ഈ നഗരത്തിൽ എവിടെയാണ് രാത്രിയിൽ വിടരുന്ന പൂക്കളുള്ളത്? തീക്ഷ്ണമായ സുഗന്ധം വഹിക്കുന്ന രാത്രിപ്പൂക്കൾ വിടരുന്നത് തന്റെ ഉള്ളിൽത്തന്നെയല്ലേ?

അപ്പുറത്ത് ചുമരോടു ചേർത്തിട്ട കട്ടിലിൽ മധുച്ചേട്ടൻ കിടന്നുറങ്ങുന്നു. ഉറങ്ങിയോ? അതോ വെറുതെ ഉറക്കം നടിച്ചുകിടക്കുകയാണോ? അവൾ പതുക്കെ എഴുന്നേറ്റു. ഒച്ചയുണ്ടാക്കാതെ ഓരോ ചുവടും പതുക്കെ വച്ചു. രണ്ടുകട്ടിലുകൾക്കിടയിലെ ദൂരം എന്തു ദൂരം! ഉൾക്കടൽ വേർതിരിക്കുന്ന ഭൂഖണ്ഡങ്ങൾ. അവൾ മധുവിന്റെ കട്ടിലിൽ ചെന്നിരുന്നു. അനങ്ങാതെ. ഒച്ചയുണ്ടാക്കാതെ തൊടാതെ. നിലാവിന്റെ വെളിച്ചത്തിൽ അവൾ മധുവിന്റെ മുഖത്തേക്കു ഇമയനക്കാതെ നോക്കിയിരുന്നു. ചന്ദ്രോദയത്തിലെ കടലായി അവളുടെ ഹൃദയം ഇളകിമറിഞ്ഞു. കുനിഞ്ഞ് മധുവിനെ ചുംബിക്കാൻ അവൾ കൊതിച്ചു. മധുച്ചേട്ടൻ ഉണർന്നാലോ? മധുച്ചേട്ടൻ അരിശപ്പെട്ടാലോ! അനിയന്ത്രിതമായ ഒരാവേശത്താൽ അവളുടെ മുഖം കുനിഞ്ഞു.

നനഞ്ഞ ചുണ്ടുകളുടെ സ്പർശനം മധുവിനെ ഉണർത്തി.

"ഗീതേ!"

പെട്ടെന്ന് അവളുടെ മുഖം വിളറി. കണ്ണുകൾ ഇമ വെട്ടാതെ നിന്നു.

"എന്താ ഗീതേ?"

എന്തു പറയണമെന്നറിയാതെ അവൾ പകച്ചു. ഹൃദയത്തിൽ ഒരു കടൽ ഇരമ്പുന്നു. തിളയ്ക്കുന്നു. തിരമാലകൾ ഉയർന്നു പൊട്ടിച്ചിതറുന്നു

കടൽത്തിരകളിൽ വീഴുന്ന നിലാവുപോലെ ഒരു വികാരം അവളുടെ ഹൃദയത്തിൽ പടർന്നു. അതിന്റെ ലഹരിയിൽ അവൾ അവളെ മറന്നു. അവൾ മധുവിന്റെ മാറിലേക്ക് വീണു. മധുവിനെ കെട്ടിപ്പുണർന്നു. വികാരാവേശംകൊണ്ട് അവൾ കിതച്ചു. ഭ്രാന്തമായ ആവേശത്തോടെ മധുവിനെ തുരുതുരെ ചുംബിച്ചു. ചങ്ങലപ്പൊട്ടിച്ച കൊടുങ്കാറ്റിനെപ്പോലെയായിരുന്നു അവൾ ആ നിമിഷങ്ങൾ അല്ലെങ്കിൽ അണ കവിഞ്ഞൊഴുകുന്ന ഒരു നദി, തൃഷ്ണയെന്നു പേരുള്ള ഒരു നദി.

"ഗീതേ എന്താ ഇത്?"

മധു അവളെ പിടിച്ചു മാറ്റാൻ നോക്കി.

തടയുന്ന കൈകൾ അവൾ തട്ടിമാറ്റി. അനിയന്ത്രിതമായ വികാരത്തള്ളിച്ചയോടെ അവൾ മധുവിനെ തന്റെ കൈകൾക്കുള്ളിൽ വരിഞ്ഞു മുറുക്കി.

"ഇതെന്താ ഗീതേ." മധു അവളെ ബലമായി പിടിച്ചുമാറ്റി.

"ഞാൻ മടുത്തു." അവൾ വികാരാർദ്രയായി പറഞ്ഞു. "എത്രനാൾ ഞാനെന്റെ മനസ്സിനെ അടക്കും?"

'നീ ഇങ്ങനെ അവിവേകം കാണിക്കരുത്."

"ഇതവിവേകമാണോ?"

"പിന്നെ?"

"ഞാനൊരു മൺപ്രതിമയല്ല. സ്ത്രീയാണ്. മധുച്ചേട്ടൻ എന്നിൽനിന്നകലാൻ എനിക്കെന്താ വല്ല പകർച്ച രോഗവുമുണ്ടോ?"

"അതല്ല ഗീതേ."

"പിന്നെ?"

"നമ്മൾ അകന്നുജീവിക്കുന്നതാണ് നല്ലത്."

"മധുച്ചേട്ടാ!"

"ഇനി നമുക്കു കുട്ടികളുണ്ടാവാൻ പാടില്ല."

അവൾ ഞെട്ടിപ്പോയി.

അവളുടെ വിടർന്ന കണ്ണുകളിൽ അന്തരാത്മാവിലെ ഞെട്ടലിന്റെ അവ്യക്തമായ മുദ്ര പതിഞ്ഞു കിടന്നു.

ഒരു മഴക്കാലസന്ധ്യപോലെ അവളുടെ മനസ്സ് ഇരുണ്ടുമൂടി.

ഞൊടിയിടകൊണ്ട് അവളുടെ വികാരം സ്തംഭിച്ചു. അവളുടെ ഞരമ്പുകളുടെ മുറുക്കം നഷ്ടപ്പെട്ടു. അവളുടെ കണ്ണുകൾ നനഞ്ഞു.

"അതിനു നീയെന്തിനാണ് സങ്കടപ്പെടുന്നത്?" മധു അവളുടെ ചുമലിൽ കൈവച്ച് അവളെ സാന്ത്വനിപ്പിച്ചു. "നീ ചിന്തിച്ചുനോക്കൂ. ഇനി ഒരു കുട്ടിയുണ്ടായാൽ നിന്റെ രോഗം ആ കുട്ടിക്കും പകരും. അങ്ങനെ ഒരു ദുരന്തം കൂടി നാം ഉണ്ടാക്കിവയ്ക്കണോ?'

"നേരാണോ? അമ്മയുടെ രോഗം കുട്ടിക്കു പകരുമോ?" അവളുടെ മനസ്സിൽ ആ ചോദ്യങ്ങൾ ശരമുനകളാഴ്ത്തി. "ഇതാരു പറഞ്ഞു?"

അവളുടെ കവിളിലൂടെ കണ്ണുനീർ ഒഴുകി.

"കരയാതെ" മധു ആ കണ്ണുനീർ തുത്തുകളഞ്ഞു. "സങ്കടപ്പെടാതെ."

വാക്കുകൾ പൊള്ളയായ ശബ്ദങ്ങളായി അവളുടെ കാതിൽ വന്നു വീണു.

അവൾ ഒരു നിഴൽപ്രതിമയായി അവിടെ ഇരുന്നു.

ഒരു പെൺകുട്ടി അവളുടെ ആശയായിരുന്നു

ഓർമ്മകൾ...

ഭൂതകാലത്തിന്റെ ഓർമ്മകൾ.

മനയ്ക്കത്താഴത്തെ സർപ്പക്കാവിൽവച്ച് ഒരിക്കൽ അരവിന്ദൻ പറഞ്ഞു. ആദ്യത്തേത് പെൺകുട്ടി. പേരുപോലും ഞാൻ കണ്ടുവച്ചിട്ടുണ്ട്. സ്മിത. സ്മിതമോൾ.

അവൾ തർക്കിച്ചു. ആദ്യത്തേത് ആൺകുട്ടി. ഞാനാഗ്രഹിക്കുന്നതേ നടക്കൂ. ഞാനവന് ഇപ്പഴേ പേരിട്ടു. ദീപു. ദീപുമോൻ.

ഓർമ്മകളുടെ അലകൾ പൊട്ടിച്ചിതറുന്നു

ഓർമ്മകളുടെ നനവിൽ, അതിന്റെ സങ്കടത്തിൽ ഒളിച്ചുവച്ച സ്മിത മോൾ എന്ന സ്വപ്നം.

അവളുടെ അന്തരംഗത്തിൽ ഒരു വെറും തൊട്ടിൽ കിടന്നാടുന്നു.

അവളുടെ കണ്ണുകൾ നിറഞ്ഞൊഴുകി.

"ഞാൻ പറഞ്ഞില്ലേ; കരയാതെ." മധു അവളെ ആശ്വസിപ്പിച്ചു. "സങ്കടപ്പെടാതെ പോയിക്കിടന്നുറങ്ങ്."

അവൾ എഴുന്നേറ്റ് അവളുടെ കട്ടിലിൽ പോയി വീണു. കമിഴ്ന്നുകിടന്ന് അവൾ ഏങ്ങിയേങ്ങി കരഞ്ഞു.

ഇരുണ്ട ഒരു ഭൂഖണ്ഡത്തിൽ താൻ ഏകാകിയായിത്തീർന്നതുപോലെ അവൾക്കു തോന്നി. എല്ലാവരും തന്നിൽ നിന്നകന്നുപോയി. ഹൃദയത്തിൽ സൂക്ഷിച്ച ഒരു സ്വപ്നം തകർന്നു.

അന്തരംഗത്തിൽ ഒരു വെറുംതൊട്ടിൽ കിടന്നാടുന്നു. അകലെ ഇരുട്ടിൽനിന്ന് ഒരു ഇള്ളക്കുട്ടിയുടെ കരച്ചിൽ കേൾക്കുന്നു.

പുറത്ത് കനത്ത ഇരുട്ടാണ്. അവൾ എഴുന്നേറ്റ് ഒച്ചയുണ്ടാക്കാതെ വാതിൽ തുറന്നു. ആരും അറിയരുത്. കരുതലോടെ ഓരോ ചുവടും മുമ്പോട്ടുവച്ചു. നടക്കല്ലുകളിൽ കാൽപ്പാദങ്ങൾ നിരങ്ങി. ഓരോ പടി ഇറങ്ങുമ്പോഴും ധൃതികൂടുന്നു. അകലെ ഇരുട്ടിൽ ഒരിള്ളക്കുട്ടിയുടെ കരച്ചിൽ കേൾക്കുന്നു. ഗ്രിൽഗേറ്റു കടന്ന് ഇടവഴിയിറങ്ങി. ഇരുട്ടിൽ വഴിയും മരങ്ങളും കെട്ടിടങ്ങളും ഒക്കെ മുങ്ങിക്കിടക്കുന്നു. അവൾ ധൃതിയിൽ നടന്നു. നടന്നുനടന്ന് നഗരാതിർത്തിയിലെത്തി. നഗരാതിർത്തിയിലെ പഴയ റെയിൽവേ സ്റ്റേഷൻ ഇരുട്ടിൽ മുങ്ങിപ്പോയി. അതിനപ്പുറത്ത് ചതുപ്പുനിലത്തിന്റെ കരയിലുള്ള ചെറിയ അമ്പലവും അമ്പലത്തിന്റെ മുമ്പിലെ കിഴവനാലും ഒക്കെ ഇരുട്ടിലാണ്. ചതുപ്പുനിലത്തിനപ്പുറത്ത് പുഞ്ചപ്പാടമാണ്. പുഞ്ചയുടെ കരയിലൂടെ നടന്നു. മാക്രികളും മണ്ണട്ടകളും കരയുന്നതിന്റെ ഒച്ച അവൾ കേട്ടില്ല. അകലെ ഇരുട്ടിൽ കരയുന്ന ഇള്ളക്കുട്ടിയുടെ കരച്ചിൽമാത്രം അവൾ കേട്ടു. അടുത്തടുത്തുചെല്ലുംതോറും ആ കരച്ചിൽ അകന്നകന്നു പോകുന്നു. തന്റെ കൈയിൽ ഒരു കരിന്തിരിയുടെ

വെട്ടംപോലും ഇല്ലല്ലോ എന്ന് അവൾ സങ്കടപ്പെട്ടു. അവൾ ആകാശത്തിന്റെ നേർക്ക് മുഖമുയർത്തി. ആകാശവും ഭൂമിയും ഒന്നും വേർതിരിച്ചറിയാൻ കഴിയുന്നില്ല. ഇരുട്ടാണ് പ്രപഞ്ചം മുഴുവൻ ഇരുട്ടിൽ മുങ്ങിക്കിടക്കുന്നു. ദൂരെ ഇരുട്ടിൽ ഒരിള്ളക്കുട്ടിയുടെ കരച്ചിൽ അവൾക്കു വഴിതെളിക്കുന്നു. അവൾ വേഗം നടന്നു. വേഗം വേഗം നടന്നു. അകലെ ഇള്ളക്കുട്ടിയുടെ കരച്ചിൽ കേൾക്കാതെയായോ? അവൾ കാതോർത്തു നിന്നു. ഇല്ല. കേൾക്കുന്നില്ല. അതിന്റെ ഒച്ച അടച്ചുകാണും. അതുകരഞ്ഞു മയങ്ങിക്കാണും. എവിടെയാണ് കേട്ടത്? അവൾ ഇരുട്ടിൽ പിന്നെയും നടന്നു. നടന്നു ചെന്നെത്തിയത് ഒരു മലയുടെ അടിവാരത്തിലാണ്. അവൾ മലകയറാൻ തുടങ്ങി. ഉയരങ്ങളിലേക്ക് ഒരു യക്ഷിയെപ്പോലെ ആകർഷിച്ചുകൊണ്ടുപോകുന്ന കൊടുമുടി. ആകാശത്തിന്റെ അടിയിൽ വിളറിയ പ്രകാശം പരക്കുന്നുണ്ടായിരുന്നു. വിളറിയ പ്രകാശത്തിൽ അവൾ കണ്ടു. കൊടുമുടി ആകാശംമുട്ടിയാണു നില്ക്കുന്നത്. എത്രകയറിച്ചെന്നിട്ടും ഉയരം പിന്നെയും ബാക്കി. വളഞ്ഞുപുളഞ്ഞ വഴി. അവൾ കിതച്ചു. ഉയരങ്ങളിലേക്ക് അള്ളിപ്പിടിച്ചു കയറി. ഒടുക്കം അവൾ കൊടുമുടിയുടെ അഗ്രത്തിലെത്തി. എന്തുയരം! കൈയുയർത്തിയാൽ ആകാശം തൊടാം. ആകാശത്തിനു കീഴിൽ പരന്ന വിളറിയ പ്രകാശത്തിൽ കൊടുമുടിയുടെ മുനയിൽനിന്നു താഴേക്കു നോക്കിയപ്പോൾ അവൾ ഞെട്ടിപ്പോയി. ഈശ്വരാ, എന്തു താഴ്ച! ഇനി ഈ കൊടുമുടിയിൽനിന്നിറങ്ങാൻ അസാദ്ധ്യമാണ്. തിരിച്ചുപോവാൻ ആവില്ല. ഭയംകൊണ്ട് അവൾ വിറങ്ങലിച്ചു. ഈ കൊടുമുടിയുടെ മുന ജീവിതത്തിന്റെ മുനമ്പാണ്. ഇനി മുമ്പോട്ട് വഴിയില്ല. ഇനി യാത്ര തുടരാനാവില്ല. ഭയം കൊണ്ട് അവൾ വിറച്ചു. ഭയംകൊണ്ട് അവളുടെ കാലുകൾ വഴുതി കൊടുമുടിയുടെ ഉയരങ്ങളിൽനിന്ന് അവൾ ഇരുട്ടിലേക്കു വീണു.

"അമ്മേ..."

അവളുടെ നിലവിളി പതറിപ്പോയി. ഇരുട്ടിന്റെ അനന്തതയിൽ അവളുടെ നിലവിളി നഷ്ടപ്പെട്ടു.

"ഗീതേ."

ഞെട്ടി കണ്ണുതുറന്നപ്പോൾ അരികിൽ നില്ക്കുന്ന മധുവിനെയാണു കണ്ടത്.

"ഗീതേ നീയെന്തിനാണ് നിലവിളിച്ചത്? സ്വപ്നം കണ്ടോ?"

"സ്വപ്നമോ?"

"ഏതാണ് സ്വപ്നം?"

പേടിച്ചരണ്ട മട്ടിൽ അവൾ മധുവിനെ മിഴിച്ചുനോക്കി.

പതിനൊന്ന്

പുറത്തു മഴ പെയ്യുന്നു. ആകാശം ഇരുണ്ടുമൂടി ഒരു ചാവുകടൽ പോലെ കിടക്കുന്നു. ഇടയ്ക്കിടയ്ക്ക് അകലെനിന്ന് ഇടിമുഴക്കങ്ങൾ

കേൾക്കുന്നു. കൊള്ളിയാൻ മിന്നലുകൾ പൊൻനിറമുള്ള വാളുകൾ വലിച്ചെറിയുന്നു. ഇറയിൽ നിന്ന് വീഴുന്ന മഴവെള്ളം മുറ്റത്ത് കുമിളകളുണ്ടാക്കുന്നു. മഴവെള്ളത്തിൽ ഒഴുകിപ്പോകുന്ന കുമിളകൾ അധികദൂരം പോകുന്നതിനുമുമ്പ് പൊട്ടുന്നു. മഴ അധികനേരം നീണ്ടുനിന്നില്ല. പെട്ടെന്നു തോർന്നു. എന്നിട്ടും ആകാശം തെളിഞ്ഞില്ല. ഇരുണ്ടുതന്നെ കിടക്കുന്നു. വന്യമൃഗങ്ങൾ മുരളുന്നതുപോലെയാണ് ഇടിമുഴക്കങ്ങൾ കേൾക്കുന്നത്. മുറ്റത്ത് മഴവെള്ളം കെട്ടിക്കിടന്നു. മണ്ണിന്റെ നിറംകലർന്ന മഴവെള്ളത്തിൽ മരക്കൊമ്പുകളുടെയും ഇരുണ്ട ആകാശത്തിന്റെയും മങ്ങിയ പ്രതിബിംബങ്ങൾ തെളിഞ്ഞുവന്നു. ഇടയ്ക്ക് മരക്കൊമ്പുകളിൽനിന്ന് വീഴുന്ന തുള്ളികൾ മഴവെള്ളത്തിലെ പ്രതിബിംബങ്ങൾ ഛിന്നഭിന്നമാകുന്നു. അലകളിൽ പ്രതിബിംബങ്ങൾ നുറുങ്ങി വികലമായിത്തീരുന്നു. അങ്ങനെയാണ് ഓർമ്മകളും. ഓർമ്മകൾക്കുമീതെ ഓർമ്മകൾ വന്നുവീണ് ഓർമ്മകൾ ഛിന്നഭിന്നമാകുന്നു. കൂടിക്കുഴയുന്നു.

ഇതുപോലെ ഒരു മഴദിവസം.

ഓർക്കാപ്പുറത്താണ് മഴ പെയ്തത്. ഗീത ഒറ്റയ്ക്കായിരുന്നു. കോളേജിൽനിന്ന് വരുന്നവഴി പുഴയ്ക്കക്കരെ വണ്ടിയിറങ്ങി പുഴക്കടവിൽ വള്ളം വരാൻ കാത്തുനിന്നു. പുഴക്കരയിലെ ഇരുണ്ട മരത്തിനു ചുവട്ടിൽ വേറെയും ആൾക്കാർ കാത്തുനില്പുണ്ടായിരുന്നു. ചന്തയ്ക്കുപോയി മടങ്ങുന്നവർ. ആശുപത്രിയിൽ മരുന്നിനുപോയ ഒരു വൃദ്ധ, കുരങ്ങിനെയും കൊണ്ട് വീടുകൾ കേറിയിറങ്ങാറുള്ള കുറവൻ. പലതരം ശീലകൾ ചേർത്തു തുന്നിയ ഉടുപ്പിട്ട കുരങ്ങ്. കുരങ്ങിന്റെ മുഖഭാവങ്ങൾ ശ്രദ്ധിച്ചുകൊണ്ട് അവൾ നിന്നു,. പുഴയിൽ നല്ല ഒഴുക്കുണ്ട്. നിറഞ്ഞൊഴുകുകയാണ് പുഴ. പുഴവക്കത്തെ കാടുകൾ ഒഴുക്കിലേക്കു ചാഞ്ഞുകിടക്കുന്നു. ഒഴുക്കുമുറിച്ച് തോണിവന്നു. വഴുക്കാതെ കരുതലോടെ ഓരോ ചുവടും വച്ച് ഗീത തോണിയിൽ കയറി. തോണിയിൽ അധികം ആൾക്കാരില്ല. തോണി ഒഴുക്കിനെ മുറിച്ച് അക്കരയ്ക്കു നീങ്ങി. കഴുക്കോലൂന്നുന്ന തോണിക്കാരന്റെ ദേഹത്ത് വിയർപ്പിന്റെ ചാലുകൾ ഒഴുകുന്നു. തോണിയിലിരുന്ന ആരോ പറഞ്ഞു.

"മഴ പെയ്യും."

കിഴക്ക് മാനം ഇരുണ്ടുകഴിഞ്ഞിരുന്നു. കണ്ടാൽ തോന്നും സന്ധ്യയാകാൻ പോവുകയാണെന്ന്.

കടത്തുകടന്ന്, ഇടവഴി കേറി അപ്പുറത്തെ വഴിയിലെത്തിയപ്പോൾ മഴ ചാറാൻ തുടങ്ങി. വഴിവക്കിലെ പീടികത്തിണ്ണയിൽ കേറിനിന്നാലോ എന്നോർത്തതാണ്. അതിന്റെ മുമ്പിൽ ഒരു കാളവണ്ടിക്കാരൻ വണ്ടി അഴിച്ചുവച്ച് കാളകളെ മാറ്റിക്കെട്ടി വൈക്കോൽ ഇട്ടുകൊടുക്കുന്നു. വേറെയും രണ്ടുമൂന്നുപേർ പീടികത്തിണ്ണയിൽ നില്പുണ്ട്. അവൾ ധൃതിയിൽ നടന്നു. മഴ ഉറച്ചു പെയ്തില്ലെങ്കിൽ ഈ ചാറ്റൽമഴ സാരമില്ല. വേഗം നടന്നു. മരക്കൊമ്പുകളിൽ കാറ്റലയ്ക്കാൻ തുടങ്ങി. മഴയ്ക്കു ശക്തി കൂടുകയാണ്. നനയും. സാരിയുടെ തുമ്പെടുത്ത് തലവഴിയിട്ടു മൂടി ധൃതി

യിൽ നടന്നു. അപ്പോഴാണ് പുറകിൽനിന്നു ആരോ വിളിച്ചത്. തിരിഞ്ഞു നോക്കി. അരവിന്ദൻ, ഓർക്കാപ്പുറത്ത് അവളുടെ ഉള്ളൊന്നു പിടഞ്ഞു. പ്രത്യക്ഷപ്പെടാൻ കണ്ടനേരം. എവിടെയായിരുന്നു ഇത്ര നാൾ? ഒന്നൊന്നര മാസമായി ആളെ കാണാനേ ഇല്ല.

അടുത്തുവന്നപ്പോൾ അവൾക്കു ചിരി വന്നു. എന്തൊരു കോലം. മുടിയും താടിയും നീണ്ട് പ്രച്ഛന്നവേഷത്തിൽ. ഈ മുഷിഞ്ഞ ഉടുപ്പും മുണ്ടും മാറ്റി കാവിയുടുത്താൽ സന്ന്യാസിയാണെന്നേ തോന്നൂ.

"കൊള്ളാം. നല്ല വേഷം."

"ഗീതയ്ക്കിഷ്ടപ്പെട്ടോ?"

"പിന്നെ! ഇപ്പോൾ യേശുവിന്റെ മുഖച്ഛായയുണ്ട്."

"നന്നായി ഞാൻ എന്റെ കാൽവരിയിലേക്കുള്ള യാത്ര ആരംഭിച്ചു.'

മഴ ഉറയ്ക്കാൻ തുടങ്ങി. അവർ മഴയിൽ നനഞ്ഞു. മഴ വിജനമാക്കിയ വഴി. കുറച്ചകലെ ഒരു വളവിലെത്തിയപ്പോൾ വഴിയരികിലുള്ള ക്ഷേത്രം ചൂണ്ടിക്കാട്ടി അരവിന്ദൻ പറഞ്ഞു:

"നമുക്കവിടെ കേറിനില്ക്കാം. മഴ തോരുന്നതു വരെ."

"നേരം വൈകും."

"പിന്നെ ഈ മഴ നനഞ്ഞു പോകാനോ?'

"നനഞ്ഞില്ലേ?"

അരവിന്ദൻ വഴിയരികിൽ നിന്നു. ആഞ്ഞു വീശുന്ന കാറ്റത്ത് മരങ്ങൾ ഉലഞ്ഞു. മരക്കൊമ്പുകളിൽ കാറ്റ് ചിന്നം വിളിച്ചു. അവരുടെ മേൽ മഴത്തുള്ളികൾ കുത്തനെ പതിച്ചു. മഴ ഉറയ്ക്കുകയായിരുന്നു.

മുഖഭാവം കൊണ്ട് അരവിന്ദൻ വിളിച്ചു. അവൾ കൂടെച്ചെന്നു. പഴകി ജീർണ്ണിച്ച അമ്പലത്തിന്റെ തിണ്ണയിൽ കേറിനിന്ന് മുഖത്തെ നനവ് വടിച്ചുകളഞ്ഞു. ആരെങ്കിലും കണ്ടാലോ എന്ന പേടിയായിരുന്നു അവൾക്ക് അവൾ വെറുതെ മഴ പെയ്യുന്നതു നോക്കിനിന്നു. മഴയുടെ രൗദ്രം കണ്ടു നിന്നു

"ഗീതയെന്താ മിണ്ടാത്തെ?"

അവൾ മുഖമുയർത്തി നോക്കി.

'എന്തു മിണ്ടാനാ?" എന്നു അവളുടെ മൗനം ചോദിച്ചു.

"എനിക്ക് ഒത്തിരി പറയാനുണ്ട്."

കേട്ടപ്പോൾ അവൾ വല്ലാതെ പേടിച്ചു. അരവിന്ദൻ ഏതോ വിപ്ലവപ്പാർട്ടിയിൽ ചേർന്നിരിക്കുന്നു. ഉള്ളവരും ഇല്ലാത്തവരും തമ്മിലുള്ള അന്തരത്തെക്കുറിച്ചും നീതി നിഷേധിക്കപ്പെട്ടവരുടെ ദുഃഖങ്ങളെക്കുറിച്ചും അരവിന്ദൻ ആവേശത്തോടെ പറഞ്ഞു. ഈ അന്തരം എങ്ങനെ വന്നു? ഈ ഉയർച്ചതാഴ്ചകൾ ആരുണ്ടാക്കി? സമ്പത്തും അധികാരവും കൈയടക്കി വച്ചവർ അതിനു കണക്കു പറയേണ്ട കാലം വന്നിരിക്കുന്നു. ഞങ്ങൾ ഭൂമിയെ പുതുക്കിപ്പണിയും. മനുഷ്യനിൽനിന്നു മനുഷ്യനിലേക്കുള്ള ദൂരം ഇല്ലായ്മചെയ്യും. വിയർപ്പും കണ്ണീരും ചോരയുംകൊണ്ട് ഭൂമിയെ പച്ച പിടിപ്പിച്ചവരുടെയാണ് ഈഭൂമി.

അരവിന്ദൻ വീണ്ടും ചോദിച്ചു.

"ഗീതയെന്താ മിണ്ടാത്തെ?'

അവൾ മൗനത്തിന്റെ കുമിളയ്ക്കുള്ളിൽ ഒതുങ്ങിനിന്നു.

ഈ മഴ ആ മഴക്കാലസന്ധ്യയെ ഓർമ്മിപ്പിച്ചു.

മഴ തോർന്നു. ആകാശത്തിന്റെ അടിതെളിഞ്ഞു. ഗീത ഓർമ്മകളിൽ നിന്നുണർന്നു നോക്കിയപ്പോൾ ദൂരെ ഒരു മരക്കൊമ്പിലിരുന്ന് കഴുത്തിൽ ചാരനിറമുള്ള ഒരു കാക്ക ചിറകുണക്കുന്നു.

ഏതോ വിജനദ്വീപിൽ അകപ്പെട്ട ഏകാകിനിയെപ്പോലെയായിരുന്നു അവൾ. എല്ലാവരും അവളിൽനിന്നു അകന്നുപോകുന്നു.

വീട്ടിനുള്ളിലെ ഇരുളിലും ഏകാന്തതയിലും അവൾ വീർപ്പുമുട്ടി. താൻ തനിച്ചല്ലെന്ന് വിശ്വസിക്കാൻ വേണ്ടി അവൾ എപ്പോഴും എന്തെങ്കിലുമൊക്കെ ഓർത്തു. മന്ത്രങ്ങൾ ഉരുവിടുന്നതുപോലെ വിചാരങ്ങളുടെ ഇഴകൾ പിരിച്ചെടുത്തു. ചിലപ്പോൾ തോന്നും കരയണമെന്ന്. അപ്പോഴൊക്കെ കരയാതെ ജനൽക്കമ്പികളിൽ മുറുകെ പിടിച്ചുനിന്ന് മനസ്സിന്റെ പിരിമുറുക്കം അഴിച്ചെടുക്കും. കരയാനും കഴിയുന്നില്ല. ദുഃഖങ്ങളും തടവിൽ കിടക്കുന്നു. പുറത്തേക്കൊഴുകാതെ തടയപ്പെട്ടിരിക്കുന്നു. ചിലപ്പോൾ മഴക്കാറുപോലെ ഇരുൾ മനസ്സിനകത്തേക്കു കടന്നുവരുന്നു. പെട്ടെന്നത് മനസ്സുമുഴുവൻ മൂടും. അപ്പോൾ കടലിന്റെ ഇരമ്പം പോലെ ഒരു സ്വരം കാതിൽ മുഴങ്ങുന്നു. അവിരാമമായി കേൾക്കാമത്. എന്താണത്? അതിന്റെ താളത്തിൽ ചുമരുകളും ജനൽക്കമ്പികളും മുറ്റത്തെ മരങ്ങളും ആകാശവും ലയിക്കുന്നു.

ആശുപത്രിയിൽനിന്നു മടങ്ങിവന്നിട്ട് ഒന്നൊന്നര ആഴ്ച കഴിഞ്ഞു. ഇതിനേക്കാൾ ഭേദം ആശുപത്രി തന്നെയായിരുന്നു എന്ന് ഗീതയ്ക്കു തോന്നി. അവിടെ ഡോക്ടർമാരും നഴ്സുമാരും ആശുപത്രി ജോലിക്കാരും മറ്റു രോഗികളുടെ ശുശ്രൂഷയ്ക്കു വന്നുനില്ക്കുന്നവരെല്ലാം അവളോട് സ്നേഹം കാണിച്ചിരുന്നു. ആരും അകന്നുമാറിയിരുന്നില്ല. വീട്ടിൽ നേരെ മറിച്ചാണ്. ആരും അടുത്തുവരുന്നില്ല. സ്വന്തം മകൻ പോലും.

ദീപുമോന് അവന്റെ അമ്മൂമ്മയെ മതി. എപ്പോൾ നോക്കിയാലും അമ്മൂമ്മയുടെ കൂടെയാണ് അവൻ. ഗീത വിളിച്ചാൽ അവൻ ഓടിക്കളയും.

വല്ലപ്പോഴും ഒന്നടുത്തു ചെന്നാൽ മധുച്ചേട്ടൻ പറയും. ശല്യപ്പെടുത്തരുതെന്ന് അതു കേൾക്കുമ്പോൾ അവളുടെ മനസ്സു നോവും.

–ഞാനൊരു ശല്യമായിത്തീർന്നോ മധുച്ചേട്ടന്? ഓർത്തുനോക്കുമ്പോൾ മധുച്ചേട്ടൻ തന്റെ സാമീപ്യം ഒഴിവാക്കാൻ മനഃപൂർവ്വം ശ്രമിക്കുന്നുണ്ടെന്ന് അവൾക്കു തോന്നി. അതുകൊണ്ടല്ലേ പറയുന്നത്. ശല്യപ്പെടുത്തരുതെന്ന്?

'ഇപ്പോഴാണോ ഞാൻ ശല്യമായത്.' – എന്നു ചോദിക്കാൻ അവൾ പലപ്പോഴും ഓർത്തു.

ഒരു ദിവസം അവൾ ചോദിച്ചു.

"എന്നു മുതലാണ് ഞാൻ ശല്യമായിത്തീർന്നത്?"

മധു മുഖമുയർത്തി അവളെ നോക്കി. പിന്നെ തണുപ്പൻമട്ടിൽ പറഞ്ഞു.

"ഞാനങ്ങനെയൊന്നും ഓർത്തല്ല. നിനക്കിപ്പോൾ ആവശ്യം വിശ്രമമാണ്. മനസ്സിനും ശരീരത്തിനും"

"വിശ്രമം! ഞാനെന്താ ഏതുനേരോം പുതച്ചുമൂടി കിടക്കണോ? ഞാനടുത്തുവരുന്നത് ഇഷ്ടമല്ലെങ്കിൽ അതു പറ."

"നീയെന്തിനാ വേണ്ടാത്തതൊക്കെ ചിന്തിക്കുന്നെ?"

"ഞാനത്ര മണ്ടിയല്ല. എനിക്കും മനസ്സിലാകും ചിലതൊക്കെ. ഞാനിപ്പോൾ മധുച്ചേട്ടന് ശല്യമായി. സ്നേഹമില്ലെങ്കി അങ്ങനെയൊക്കെ തോന്നും."

അവളുടെ തൊണ്ട ഇടറി.

"ഞാൻ പിന്നെ സ്നേഹത്തിന് എവിടെപ്പോകും?"

"ആരു പറഞ്ഞു എനിക്ക് നിന്നോട് സ്നേഹമില്ലെന്ന്?' മധുവിന്റെ സ്വരത്തിൽ ശാസനയുടെ പാരുഷ്യം കലർന്നിരുന്നു – "അതൊക്കെ നിന്റെ തോന്നലാ."

'ഞാൻ രോഗിയായിരുന്നു. ശരിയാ പക്ഷേ, അതു തീർന്നില്ലേ?" അവൾ സങ്കടത്തോടെ മധുവിനെ നോക്കി. "എന്നിട്ടും എന്നോടീ അകല്ച്ച കാണിക്കുന്നതാ എനിക്കു മനസ്സിലാകാത്തെ. രോഗിയായിരുന്നു എന്നോർത്ത് ഇനി ആഗ്രഹങ്ങൾ പാടില്ലെന്നുണ്ടോ? വാസനകൾ പാടില്ലെന്നുണ്ടോ? മണ്ണുകൊണ്ടുണ്ടാക്കിയ പ്രതിമയൊന്നുമല്ല ഞാൻ."

അത്രയും പറയണമെന്ന് അവൾ വിചാരിച്ചതല്ല. പെട്ടെന്ന് മനസ്സ് ഇളകിമറിഞ്ഞു. ഒടുക്കം അവൾ സങ്കടംകൊണ്ടു വിങ്ങിപ്പൊട്ടി. കണ്ണുകൾ നിറഞ്ഞൊഴുകി.

"മണ്ടീ കരയാതെ." മധു അവളുടെ ചുമലിൽ കൈവച്ചു: "നിന്നെയല്ലാതെ ഞാൻ പിന്നെ ആരെ സ്നേഹിക്കും?"

അയാളുടെ വാക്കുകളിൽ വികാരം ചത്തുകിടന്നു.

സങ്കടപ്പെടുന്ന കുട്ടിയെ സമാധാനിപ്പിക്കാൻ വേണ്ടി പറയുന്നതിലധികം യാതൊന്നും അയാളുടെ വാക്കുകളിൽ ഉണ്ടായിരുന്നില്ല. മുമ്പാണെങ്കിൽ അവളുടെ ഒരു നോട്ടം മതിയായിരുന്നു അയാൾ വികാരം കൊള്ളാൻ. ഭൂമിയിലുള്ള ഒരു പൂവിനും അവളുടെ ശരീരത്തിന്റെയത്ര സുഗന്ധമില്ലെന്ന് അയാൾ പറയാറുണ്ടായിരുന്നു. അവളുടെ ശരീരത്തിന്റെ ഭംഗിയും സുഗന്ധവും അയാളെ ഉന്മത്തനാക്കിത്തീർക്കുമായിരുന്നു. ഇപ്പോൾ അയാളുടെ മനസ്സിൽ വികാരത്തിന്റെ ചെറിയ ഒരനക്കംപോലും ഉണ്ടാക്കാൻ അവൾക്കു കഴിയുന്നില്ല. ഒരു ഉണക്കമരത്തിന്റെ ജഡത അയാളിൽ ഉറഞ്ഞു. കരിയിലകൾപോലെ അയാളുടെ വാക്കുകൾ കൊഴിഞ്ഞു.

ഒരൊഴിവുദിവസം രാജു വന്നു കാറിന്റെ ഒച്ചകേട്ട് ഗീത ജനാലയ്ക്കൽ ചെന്നുനോക്കിയപ്പോൾ രാജുവിന്റെ കാറ് അകത്തേക്കു കടന്നു

വരുന്നു. അവൾ യാതൊരു ഭാവഭേദവും കൂടാതെ ജനാലയ്ക്കൽതന്നെ നിന്നു. രാജു കാറിൽ നിന്നിറങ്ങി. പടിക്കെട്ടുകൾ കേറി വരാന്തയിലേക്ക് വന്നു ജനാലയ്ക്കൽ നില്ക്കുന്ന ഗീതയോട് ഒരു ചെറിയ ചിരിയോടെ രാജു ചോദിച്ചു.

"എവിടെ ആര്യപുത്രൻ?"

"കുളിക്കുന്നു."

'ഈ നട്ടുച്ചയ്ക്കോ? അമ്മയെവിടെ?"

അപ്പോഴേക്കും മധുവിന്റെ അമ്മ മുൻവശത്തേക്കു വന്നു. ഓർക്കാപ്പുറത്ത് രാജുവിനെ കണ്ട് അമ്മ അത്ഭുതപ്പെട്ടു.

"ആരാ ഇത്? ഇങ്ങനെ ഒരാളുണ്ടോ?"

"പിന്നെ അമ്മ എന്താ വിചാരിച്ചെ?"

"എത്ര നാളായി കണ്ടിട്ട്? എവിടെയായിരുന്നു?"

"വെറുതെ ലോകം മുഴുവൻ ചുറ്റിക്കറങ്ങി."

"രാജു എന്ന് വന്നു?"

"ഒന്നൊന്നര ആഴ്ച കഴിഞ്ഞു. പെങ്ങളുടെ അടുത്തേക്കുപോകുന്നവഴി ഞാനിവരെ കണ്ടു. പറഞ്ഞില്ലേ?"

"ഇല്ലാ."

"അത്രയ്ക്കേ ഉള്ളു. ഇവരുടെ സ്നേഹം."

അപ്പോഴേക്കും മധു കുളികഴിഞ്ഞെത്തി. ടൗവ്വലിന്റെ തുമ്പുചുരുട്ടി ചെവിയിൽ തിരുകിക്കൊണ്ട് മധു മുൻവശത്തേക്കു വന്നപ്പോൾ കണ്ടത് അമ്മയോടു വർത്തമാനം പറഞ്ഞു കൊണ്ടുനില്ക്കുന്ന രാജുവിനെയാണ്.

"ങാ, നീ വന്നോ?"

"ഉം, നീയോർത്ത് ഞാൻ വരില്ലെന്നാണോ? കേട്ടോ അമ്മേ, ഇവൻ പെണ്ണുകെട്ടിയപ്പോഴേക്കും സ്നേഹിതനെ മറന്നു."

രാജു ഓർത്തത് പണ്ടത്തെപ്പോലെ എന്തെങ്കിലും രസം പറഞ്ഞു മധു തിരിച്ചടിക്കുമെന്നാണ്. ങ്ഹും അവന് യാതൊരു ഭാവഭേദവുമില്ല. രാജു മുഖംതിരിച്ച് ഗീതയെ നോക്കി. അവളുടെ വിളറിയ വികാരശൂന്യമായ മുഖഭാവവും അയാൾ ശ്രദ്ധിച്ചു. എന്നിട്ടും അതൊന്നും ഗൗനിക്കാത്ത മട്ടിൽ മധുവിന്റെ ചുമലിൽത്തട്ടി രാജു ചോദിച്ചു.

"എന്താടാ ഇത്ര ഗൗരവം? ഒരു പെണ്ണിനെ കിട്ടിയെന്നോർത്ത് വല്യ ആളാകണോ? എടാ, എനിക്കും കിട്ടും എവിടെന്നെങ്കിലും ഒരെണ്ണത്തിനെ."

"രാജു അകത്തുവന്നിരി." അമ്മ വിളിച്ചു; "ഞാൻ ചായയുണ്ടാക്കിത്തരാം."

"ചായയൊന്നും പോരമ്മേ." രാജു പറഞ്ഞു. "എനിക്കിന്ന് ഒരു ഗംഭീരൻ ഊണു വേണം."

"ഊണുതരാതെ ഞാൻ വിടില്ലല്ലോ." അമ്മ പറഞ്ഞു. "എന്റെ സാമ്പാറും അവിയലും ഉപ്പിലിട്ടതുമൊക്കെ ഇപ്പം ഇഷ്ടാവ്വോ എന്തോ?"

"ഇഷ്ടാവ്വോന്നോ?" രാജു അമ്മയുടെ നേരെ നോക്കി: "കൊള്ളാം

ഇവിടത്തെ സാമ്പാറിന്റേം അവീലിന്റേം തീയലിന്റേം സ്വാദ് ഇപ്പോഴും എന്റെ നാവിലുണ്ട്."

മിണ്ടാതെ വെറുതെ നോക്കിനില്ക്കുന്ന ഗീതയുടെ നേരെതിരിഞ്ഞ് രാജു പറഞ്ഞു. "കേട്ടോ പെങ്ങളേ, തെറ്റിദ്ധരിക്കണ്ടോ. ഞാനൊരു വല്യ കൊതിയനാണ്."

"നീ വാ." മധു രാജുവിനെ വിളിച്ചു: "അകത്തിരിക്കാം."

മധുവിന്റെ പിന്നാലെ രാജു അകത്തേക്കു നടന്നപ്പോൾ അമ്മ ഉറക്കെ ചോദിച്ചു:

"രാജൂന് പോകാൻ ധൃതിയില്ലല്ലോ?"

"ഇല്ലമ്മേ." രാജു വാതില്ക്കൽ തിരിഞ്ഞുനിന്നു. "എനിക്കു യാതൊരു ധൃതിയുമില്ല. ഞാൻ വേണേൽ ഇന്നു പോണില്ലെന്നുവയ്ക്കാം."

"ആരു പറഞ്ഞു പോണംന്ന്?"

"അതല്ലമ്മേ ഇവനും ഇവന്റെ ഭാര്യക്കും തോന്നുണ്ണുണ്ടാവും ഞാൻ വന്നത് ഉപദ്രവമായെന്ന്. സാരമില്ല ഞാൻ സഹിച്ചു."

"നീയിനി എന്നു മടങ്ങിപ്പോകും?" മധു ചോദിച്ചു.

"നിനക്കെന്നെ പറഞ്ഞുവിടാൻ ധൃറുതിയായോ?" രാജു ചോദിച്ചു.

"അതല്ല."

"പിന്നെ?"

"ചുമ്മാ ചോദിച്ചതാ."

"എന്നാൽ നീയിനി കാര്യമായിട്ടെന്തെങ്കിലും ചോദിക്ക്."

"എന്തു ചോദിക്കാനാ?"

"ഒന്നും ചോദിക്കാനില്ലേ നിനക്ക്?"

"നീ പറഞ്ഞാൽ മതി."

"ആരോ പറഞ്ഞു: ചെറുപ്പക്കാർ പെണ്ണുകെട്ടുന്നതോടുകുടി അവരുടെ സകലമഹത്തരവും തീരുന്നു എന്ന്. നിന്നെക്കണ്ടിട്ട് എനിക്കും തോന്നുന്നു അതു നേരാണെന്ന്."

"പെണ്ണിന്റെ കാര്യമല്ലാതെ നിനക്കു വേറെ ഒന്നും പറയാനില്ലേ?"

"ഒരു പെണ്ണില്ലാത്ത ഞാൻ വേറെ എന്തു പറയാനാ? പണമില്ലാത്തവർ എപ്പോഴും പണത്തെക്കുറിച്ചു ചിന്തിക്കുന്നു. ആരോഗ്യമില്ലാത്തവർ എപ്പോഴും ആരോഗ്യത്തെക്കുറിച്ച് ചിന്തിക്കും. പെണ്ണില്ലാത്തവർ..."

ജനാലയ്ക്കൽ ഒരനക്കം രാജു മുഖം തിരിച്ചു നോക്കിയപ്പോൾ ജനലഴികൾക്കപ്പുറത്ത് ഗീത നില്ക്കുന്നു.

"ക്ഷമിക്കണം." രാജു ഗീതയോടു പറഞ്ഞു. ഞാനൊരു ബോറനായിപ്പോയി. എന്തു ചെയ്യാനാ? അല്പസമയം സഹിച്ചേ ഒക്കൂ."

അമ്മ ചായയും പലഹാരവും കൊണ്ടുവന്ന് അവരുടെ മുമ്പിൽ വച്ചു. അമ്മ പലഹാരത്തട്ടം താഴെവച്ചു നിവരുന്നതിനു മുമ്പേ രാജു അതിൽനിന്ന് ഒരു കൈ വാഴയ്ക്കാ ഉപ്പേരിയെടുത്ത് വായിലിട്ടു.

മധു കളിയാക്കി.

"നിന്റെ ആർത്തി!"

"പിന്നെ നിന്നെപ്പോലെയാണോ ഞാൻ?" രാജു വാഴയ്ക്കാ ഉപ്പേരി കറുമുറും ചവയ്ക്കുന്നതിനിടയിൽ ഗീത കേൾക്കാൻ ഉറക്കെ പറഞ്ഞു. "കേട്ടോ ഇവനും ആർത്തി ഒട്ടും കുറവില്ല. അവൻ ഒളിച്ചേ തിന്നൂ. കോളേജ് ഹോസ്റ്റലിൽ താമസിക്കുന്ന കാലത്തെ കഥ അറിയാമോ? ഹോസ്റ്റലിലെ പന്ന ശാപ്പാട് കഴിച്ചു മടുക്കുമ്പോൾ ഞങ്ങൾ പുറത്തു പോകും. വായ്ക്കു രുചിയായിട്ടെന്തെങ്കിലും ഭക്ഷിക്കാൻ. ഇവനെ വിളിച്ചാൽ ങുഹും. ഇവൻ വരില്ല. ഇവനെന്നും വയറ്റിൽ സുഖമില്ല. സൂത്രമെന്താണെന്നറിയാമോ? സ്വന്തം കൈയീന്നു കാശ് മുടക്കേണ്ടിവന്നാലോന്നുള്ള പേടി. എന്നിട്ട് ആരുമറിയാതെ ഒറ്റയ്ക്കുപോയി തിന്നും പിശുക്കൻ! ഒരിക്കൽ ഞങ്ങൾ കണ്ടുപിടിച്ചു റഹ്മാന്റെ കടയിലിരുന്ന് കോഴിയിറച്ചീം പത്തിരീം വെട്ടിവിഴുങ്ങുന്നു. ദുഷ്ടൻ."

രാജുവിനോടൊപ്പം മധുവും അമ്മയും ചിരിച്ചു. രാജു നോക്കുമ്പോൾ ഗീതയ്ക്കു മാത്രം യാതൊരു ഭാവവ്യത്യാസവുമില്ല. നർമ്മബോധമില്ലാത്ത ആളാണോ മധുവിന്റെ ഭാര്യ

രാജു സ്വരം താഴ്ത്തി പറഞ്ഞു.

"ഞാൻ വന്നത് നിന്റെ ധർമ്മപത്നിക്കിഷ്ടപ്പെട്ടില്ലെന്നു തോന്നുന്നു യാതൊരു മുഖപ്രസാദവുമില്ലാതെ."

"ഇഷ്ടക്കുറവുണ്ടായിട്ടല്ല." മധു പറഞ്ഞു. "അവൾ അങ്ങനെയാണ്."

'മധു ഓർത്തു. ഗീതയെ സംബന്ധിച്ച രഹസ്യം തുറന്നു പറഞ്ഞാലോ? എന്തിനൊളിക്കുന്നു?'

"നീ വിചാരിക്കുംപോലെയല്ല രാജു. അവൾ ചിത്തഭ്രമം പിടിപെട്ട് മെന്റൽ ഹോസ്പിറ്റലിലായിരുന്നു. അവിടന്നു പോരുന്ന വഴിക്കാണ് നിന്നെ കണ്ടത്. ഇപ്പോഴും നോർമ്മലായിട്ടില്ലെന്നു തോന്നുന്നു. എന്റെ ഭാഗ്യദോഷം."

രാജു മുഖമുയർത്തി ജനാൽക്കലേക്കു നോക്കി. ഗീത അവിടെ ഇല്ല.

പന്ത്രണ്ട്

രാജുവും അകല്ച്ച കാണിക്കുമെന്നാണ് ഗീത ഓർത്തത്. എല്ലാം പറഞ്ഞുകൊടുത്തില്ലേ മധുച്ചേട്ടൻ? അവൾ മെന്റൽ ഹോസ്പിറ്റലിലായിരുന്നു. ഇപ്പോഴും നോർമ്മലായിട്ടില്ല. എന്റെ ഭാഗ്യദോഷം. അതൊക്കെ കേൾക്കുമ്പോൾ അന്യ ഒരാൾക്കെന്തു തോന്നും? ഇതൊക്കെ എന്തിന് അന്യ ഒരാളോടു പറയുന്നു? സ്നേഹിതനാണെങ്കിൽപ്പോലും. സ്വന്തം ഭാര്യ ഭ്രാന്തിയാണെന്ന് സ്നേഹിതനോടു പറഞ്ഞിട്ടെന്താണ് വിശേഷം? അങ്ങനെ പറയാൻ താനിപ്പോൾ എന്തു ഭ്രാന്തു കാണിച്ചു? ഒന്നും മിണ്ടാതെ ഒതുങ്ങിമാറി ഒരിടത്തു നിന്നതല്ലേ ഉള്ളൂ? ഇനി രാജുവും നേരെ നോക്കുകയില്ല. അയാൾ മടങ്ങിപ്പോകാൻ ധൃതി കൂട്ടിയേക്കും.

ഗീത ഒഴിഞ്ഞുമാറി അങ്ങേമുറിയിൽ ചെന്നിരുന്നു. രാജു പോയിട്ടേ ഇനി പുറത്തിറങ്ങൂ.

തന്റെ മനസ്സിനകത്ത് അടച്ചുപൂട്ടേണ്ട നിഗൂഢദുഃഖങ്ങളുടെ ഇല ച്ചക്രം അവളെ കശക്കി.

ഇരുൾപോലെ തന്നെ പൊതിയുന്ന ഏകാന്തതയിൽ അവൾ വിലയം കൊണ്ടു. മറ്റേതോ ലോകത്തെന്നപോലെ അവൾ ആ നിമിഷങ്ങളിൽ ഒറ്റപ്പെട്ടു. അകലെ ഏതോ പാതിരാപ്പക്ഷിയുടെ ഏകാന്തശബ്ദംപോലെ ഒരു ശബ്ദത്തിന് അവൾ വെറുതെ കാതോർത്തു. യാതൊന്നും കേൾക്കാ നില്ലാത്ത ജഡമൂകത. ശാന്തഗംഭീരമായ ഒരു രാത്രിപോലെ കാലം അവൾക്കു ചുറ്റും ഇരുണ്ടുമൂടി നിന്നു. അനക്കമറ്റു കിടന്നു.

"ഇതാണോ നിങ്ങളുടെ മര്യാദ?"

ചോദ്യം കേട്ട് ഗീത മുഖമുയർത്തിനോക്കി. വാതില്ക്കൽ നില്ക്കുന്നു രാജു. വളരെ ഗൗരവത്തിൽ

"ഇഷ്ടായാലും ഇല്ലെങ്കിലും ഞാൻ നിങ്ങളുടെ വീട്ടിൽ ഒരതിഥി യായി വന്നതല്ലേ? ഒന്നു ഗൗനിച്ചെന്നോർത്ത് വല്ല നഷ്ടമുണ്ടോ? ഞാൻ വന്നത് ഗീതക്കിഷ്ടപ്പെട്ടില്ലെങ്കിൽ പറയൂ.- ഈ നിമിഷം ഞാൻ ഇറങ്ങി യേക്കാം."

എന്തുപറയണമെന്നറിയാതെ ഗീത അന്തിച്ചു. ഓർമ്മകളിൽനിന്നും വിഹ്വലചിന്തകളിൽനിന്നും ഉണർന്ന അവരുടെ ശൂന്യമായദൃഷ്ടി തരിശാ യിത്തീർന്ന ഹൃദയം പ്രതിഫലിപ്പിച്ചു.

രാജു വീണ്ടും ചോദിച്ചു.

"എന്താ വേണ്ടത് - ഞാൻ പോണോ ഉടനെതന്നെ?"

അവൾ അറിയാതെ ചോദിച്ചു.

"എന്നാരെങ്കിലും പറഞ്ഞോ?"

"പറയണംന്നൊന്നുമില്ല. ഇഷ്ടമില്ലായ്ക കണ്ടാൽ എനിക്കു മനസ്സി ലാകും. ഞാൻ അത്ര വലിയ ബുദ്ധിമാനല്ലെങ്കിലും തീരെ മണ്ടനല്ല."

"ആരാ ഇവിടെ ഇഷ്ടംല്ലായ കാണിച്ചെ?"

"ഗീത."

"ഞാനോ?"

"പിന്നല്ലാതെ!" പിന്നിൽ നില്ക്കുന്ന മധുവിന്റെ നേരെ തിരിഞ്ഞു നോക്കി. രാജു പറഞ്ഞു. "ഇവൻ പണ്ടേ മഹാബോറനാണ്. സ്നേഹമോ താല്പര്യമോ ഒന്നും കാണിച്ചുള്ള ശീലം ഇവനില്ല. അത് മറ്റാരേക്കാളും എനിക്കറിയാം. പിന്നെയുള്ളത് അമ്മയാണ്. എനിക്കമ്മയില്ലാത്തതിന്റെ കുറവ് തീർക്കാനാണ് ഞാൻ വല്ലപ്പോഴും ഇവിടെ വരാറുള്ളത്. അത് അമ്മയ്ക്കും ഇവനും അറിയാം. ഇവിടെ എന്നെ പരിചയമില്ലാത്ത ഒരാളേ ഉള്ളു. - ഗീത"

ഗീതയുടെ മുഖം വിളറി.

"ഞാനെന്തെങ്കിലും ഇഷ്ടംല്ലായ കാണിച്ചോ?"

"നല്ല ചോദ്യം!" രാജു ചിരിച്ചു. "ഞാൻ വന്നിട്ടെത്ര നേരമായി? ഇതു വരെ എന്നോടൊരു വാക്കുമിണ്ട്യോ?"

"അതാണോ?"

"കുറഞ്ഞ പക്ഷം അതുപോലും ഉണ്ടായില്ല. എനിക്കൊരു കുഴപ്പ മുണ്ട്. അന്യനാണെന്ന് തോന്നുന്നേടത്ത് നില്ക്കാൻ പറ്റില്ല."

"ഇവിടെ അന്യനാണെന്നു തോന്നുന്നുണ്ടോ?"

"ഇപ്പോൾ ഈ വീട്ടിലെ നായിക ഗീതയാണ്. ഒരതിഥി വീട്ടിൽ കേറി വരുമ്പോൾ ഗൃഹനായിക മുഖം കറുപ്പിച്ചാൽ ബുദ്ധിമുട്ടാണ്. വിശേഷിച്ചും അതു മനസ്സിലാകുന്ന ഒരാൾക്ക്."

ഗീതയ്ക്കു പിന്നെയും വാക്കുകൾ മുട്ടി. എന്താണു പറയേണ്ടത്? അത്രയധികം സ്വാതന്ത്ര്യത്തോടുകൂടിയാണ് രാജു ഇടപെടുന്നത്. യാതൊരു ഒളിവും മറവുമില്ല. ഗീതയാണെങ്കിൽ ഇതിനുമുൻപ് ഇങ്ങനെ ഒരാളോട് ഇടപെട്ടിട്ടുമില്ല.

ഭാഗ്യത്തിന് അപ്പോഴേക്കും അമ്മ അങ്ങോട്ടു വന്നു.

"രാജു വിശക്കണില്ലേ?"

"വിശക്കണില്ലേന്നോ?" രാജു അമ്മയുടെ നേരേ തിരിഞ്ഞു. "ഒരു ചക്രവർത്തിയുടെ വിശപ്പുണ്ടെനിക്ക്. എപ്പഴാ വിളിക്കണേന്ന് ചെവി യോർത്തിരിക്കുകയായിരുന്നു."

"എന്നാൽ ഉണ്ണാൻ വരൂ."

''അതല്ലമ്മേ വിഷമം. ഞാനീവീട്ടിൽ ഒരന്യനായി തീർന്നിരിക്കുന്നു."

"രാജുവോ?"

'വേറെ ആരുടെയെങ്കിലും കാര്യത്തിന് ഞാൻ സങ്കടപ്പെടുമോ? അമ്മ യ്ക്കെന്നെ അറിഞ്ഞുകൂടേ?"

"എന്തുപറ്റീ?"

"ഇവന്റെ ഭാര്യ കെട്ടിലമ്മ ചമഞ്ഞ് അകത്തിരിക്കുന്നു. കണ്ട ഭാവം പോലും കാണിക്കുന്നില്ല. ഞാനിപ്പോൾ ഈ വീട്ടിൽ ഒരതിഥിയല്ലേ? ഇതാണോ ഇവര് അതിഥിയോടും കാണിക്കുന്ന മര്യാദ?"

"ഗീതയ്ക്കു പരിചയമില്ലാഞ്ഞിട്ടല്ലേ?"

"അങ്ങനെ ഒരപരിചിതത്വം എനിക്കു തോന്നണില്ലല്ലോ."

"നിന്നെപ്പോലെയാണോ എല്ലാവരും?" മധു ചോദിച്ചു: "കാപ്പിരിക ളുടെ ഇടയിൽചെന്നാൽ അവിടെയും നീ ശോഭിക്കും."

"കേട്ടോ ഗീതേ" രാജു വളരെ ഉത്സാഹത്തോടെ ഗീതയുടെ നേരെ നോക്കി. "ഇവനിൽനിന്ന് ഇങ്ങനെ ഒരു കോംപ്ലിമെന്റ് ഞാൻ ഒട്ടും പ്രതീ ക്ഷിച്ചിരുന്നില്ല. ആരെക്കുറിച്ചും പുകഴ്ത്തിപ്പറയാത്ത ഒരുത്തനാണിവൻ."

അവർ ഉണ്ണാനിരുന്നു. ഗീതയും അടുത്തു ചെന്നിരുന്നു. "നോക്കി നില്ക്കാതെ അതൊക്കെ ഒന്നങ്ങു വിളമ്പിക്കൊടുക്കാൻ മേലേ" - എന്ന് അമ്മ ചോദിച്ചപ്പോൾ ഗീതയ്ക്ക് ഒഴിഞ്ഞുമാറാനുള്ള വഴിമുട്ടി.

ഗീത കറികൾ വിളമ്പി.

"അത്ഭുതം!" രാജു പറഞ്ഞു. "ഇവനുചേർന്ന പെണ്ണുതന്നെ. മറ്റു ള്ളോർക്ക് എന്തെങ്കിലും കൊടുക്കുന്നത് പ്രാണസങ്കടാണ്. വിളമ്പുന്നത് കണ്ടാലറിയാം. പേരിനുമാത്രം കേട്ടോ പെങ്ങളേ ഞാൻ ഭംഗിയായി കഴി ക്കുന്ന ഒരു ജന്തുവാണ്."

ഗീതയ്ക്കു ചിരിവന്നു. അവർ ഹൃദയത്തിലൊതുക്കിയ സന്തോഷത്തോടെ ഓർത്തു. താൻ കുറേക്കാലം മെന്റൽ ഹോസ്പിറ്റലിലാണെന്ന് അറിഞ്ഞിട്ടും ഈ മനുഷ്യന് യാതൊരു ഭാവവ്യത്യാസവുമില്ലല്ലോ. മറ്റുള്ളവരൊക്കെ തന്നിൽ നിന്ന് അകന്നുമാറുകയാണു ചെയ്തത്. ഈ ആൾ നേരെ മറിച്ചാണ്. ഇപ്പോഴും നോർമ്മലായിട്ടില്ലെന്നല്ലേ മധുച്ചേട്ടൻ പറഞ്ഞത്! എന്തിനിങ്ങനെ പറഞ്ഞു? ഞാൻ എന്തു ചെയ്തു? അന്യ ഒരാളോട് സ്വന്തം ഭാര്യക്കു ഭ്രാന്താണെന്നു പറയുന്നതിൽ ഒരു മാനക്കേടും കണ്ടില്ലേ മധുച്ചേട്ടൻ? ഗീത ഓർത്തത് അയാൾ ആ നിമിഷം തന്നെ എന്തെങ്കിലും കാരണം പറഞ്ഞ് ഇറങ്ങിപ്പോകുമെന്നാണ്.

"ഏയ് ശ്രീമതി" രാജു വിളിച്ചു. ആ അവിയല് അല്പം കൂടി ഇങ്ങോട്ടെടുക്ക്. അതസ്സലായിരിക്കുന്നു."

അപ്പോൾ അമ്മ ചോദിച്ചു.

"വേറൊന്നും രാജുവിനിഷ്ടപ്പെട്ടില്ലേ?"

"അതല്ലമ്മേ" രാജു അവിയലെടുത്തു നാക്കിൽ വച്ച് അതിന്റെ സ്വാദ് രുചിച്ചു. "എന്തെങ്കിലും കൂടുതൽ ചോദിക്കുമ്പോ അതിനൊരു ന്യായം കൂടി പറയണ്ടേ? അല്ലെങ്കിൽ ഗീത ഓർക്കും ഇയാൾ ഒരു കൊതിയനാണെന്ന്?"

"ഞാനങ്ങനെയൊന്നും വിചാരിക്കില്ല." ഗീത പറഞ്ഞു. "ഇഷ്ടോള്ളതെന്താണെന്നു വച്ചാ പറഞ്ഞോ."

"അതു ശരി." രാജു പെട്ടെന്ന് ഗൗരവം കലർന്ന ഒരു ഭാവത്തോടെ പറഞ്ഞു. "എന്നാൽ ആ തീയൽ അല്പം വിളമ്പിക്കേ. നോക്കട്ടെ. എങ്ങനെയിരിക്കുന്നെന്ന്."

തീയൽ വിളമ്പുന്നതിനിടയിൽ ഗീത പറഞ്ഞു. "തീയൽ നോക്കാനെന്തിരിക്കുന്നു? തീയൽ പോലിരിക്കും."

"ഓ അങ്ങനെ നേരെ വാ." രാജു പറഞ്ഞു. "എനിക്കിങ്ങനെ മുഖത്തുനോക്കി വർത്തമാനം പറയുന്നോരെയാണിഷ്ടം. മിണ്ടാതിരുന്നാൽ എനിക്കു വീർപ്പുമുട്ടും. വേറെ ആരേലും കിട്ടീല്ലെങ്കിൽ ഞാനെന്നോടു തന്നെ എന്തെങ്കിലുമൊക്കെ പറയും."

രാജു ഊണുകഴിഞ്ഞ് കൈ കഴുകി ഏമ്പക്കം വിട്ട് പിന്നാമ്പുറത്തു നില്ക്കുമ്പോഴാണ് പരമുനായരങ്ങോട്ടു ചെന്നത്.

രാജു അതിശയത്തോടെ ചോദിച്ചു.

"അയ്യോ ഇതാരാ? പരമുനായരോ? താനിതുവരെ ചത്തില്ലേ?"

പരമുനായര് മുഖം നിറയെ വിടർന്ന ഒരിളിഭ്യച്ചിരിയോടെ പറഞ്ഞു.

"സാറിപ്പോ ഈ പാവത്തിനെ കണ്ടാലറിയ്യോ."

"എങ്ങനെ അറിയാനാ? സത്യം പരമുനായരേ പരമുനായരെ കണ്ടിട്ട് ഞാനറിഞ്ഞില്ല. ഒരു ഹിപ്പൊപ്പൊട്ടാമസ് കേറി വരവാണെന്നല്ലേ ഞാനോർത്തെ."

"സാറിനു തമാശ്."

"പരമു നായർക്ക് സുഖാണോന്നൊന്നും ചോദിക്കണ്ടാ. കണ്ടാലറിയാം."

ഊണുകഴിഞ്ഞ് രാജുവും മധുവുംകൂടി വീണ്ടും മധുവിന്റെ മുറിയിൽ ചെന്നിരുന്നു. ഗീത അമ്മയുടെ ഒപ്പം അടുക്കളയിലിരുന്ന് ഊണു കഴിച്ചു.

"എന്തു സ്നേഹോള്ള ആളാണെന്നോ!" അമ്മ രാജുവിനെക്കുറിച്ച് ഗീതയോട് പറഞ്ഞു: "ഇവിടെ വന്നാൽ സ്വന്തം വീട്ടിലെപ്പോലെയാ. പണ്ടൊക്കെയാണെങ്കിൽ അടുക്കളപ്പണിക്കുവരെ കൂടും. കറിക്കരിയാനും തേങ്ങ ചിരവാനും ഒക്കെ. ഇപ്പോ വല്യ ആളായിപ്പോയി."

എങ്കിലും അന്നത്തെ ആ സ്വഭാവത്തിന് യാതൊരു മാറ്റവും വന്നിട്ടില്ലെന്ന് ഗീതയ്ക്ക് തോന്നി. മറ്റുള്ളവരോടടുക്കാൻ ഒരു വാസന പ്രത്യേകം.

ഊണുകഴിഞ്ഞ് അവൾ വീണ്ടും ജനാലയ്ക്കൽ ചെന്നു നിന്നു. അകത്ത് മധുവും രാജുവും പറയുന്നതെന്താണെന്ന് കാതോർത്തു.

"ഞാൻ പോയ ദിക്കിലെങ്ങും നിന്നെപ്പോലെ ഒരുത്തനെ ഞാൻ കണ്ടിട്ടില്ല." രാജുവിന്റെ സ്വരത്തിന് സ്നേഹത്തിന്റെയും വിമർശനത്തിന്റെയും ആഴമുണ്ടായിരുന്നു. "എന്തെങ്കിലും ഒരു ചെറിയ കാരണമുണ്ടെങ്കിൽ അതുമതി നിനക്ക് വേവലാതിക്ക്. പിന്നെ അതുതന്നെ വിചാരം. ജീവിതം ആകെ തുലഞ്ഞെന്നു ഭാവിക്കും. പണ്ടും ഇതാണ് നിന്റെ സ്വഭാവം."

"ഇതങ്ങനെയല്ല രാജു."

"എന്നാരു പറഞ്ഞു? എന്റെ നോട്ടത്തിൽ നിന്റെ പെണ്ണിനിപ്പോൾ യാതൊരു കുഴപ്പവുമില്ല. ഒരു കാര്യം നിനക്കറിയാമോ? ഒരാൾക്ക് ഭ്രാന്തുണ്ടാക്കുന്നത് മറ്റുള്ളവരാണ്."

"നിനക്കങ്ങനെയൊക്കെ തത്ത്വം പറയാം." മധു ഒരാത്മദുഃഖം ഒതുക്കുംപോലെ പറഞ്ഞു. "അനുഭവിക്കുന്നതു ഞാനല്ലേ! എന്റെ ജീവിതം തകർന്നു. ഞാനിങ്ങനെ ഒരു മനുഷ്യനായി നടക്കുന്നെന്നേയുള്ളൂ."

"മരുന്നും മന്ത്രവുമില്ലാത്തത് നിന്റെ ഈ ആശങ്കയ്ക്കാണ്. മനുഷ്യനായാൽ ഏതു പ്രതിസന്ധിയേയും നേരിടാനുള്ള ധീരത വേണം. അല്ലാതെ വെറുതെ ഇങ്ങനെ സങ്കടപ്പെട്ടിട്ടെന്താ ഫലം?"

"ഞാൻ പിന്നെ എന്തു ചെയ്യും? അഴിക്കാൻ മേലാത്ത ഒരു കുരുക്കിലല്ലേ ഞാൻ അകപ്പെട്ടത്? എന്റെ ധർമ്മസങ്കടം ആർക്കും മനസ്സിലാവില്ല."

"നിന്നോടെന്തു പറയണമെന്ന് എനിക്കറിയില്ല." രാജു പറഞ്ഞു. "അത്രയൊന്നും നിരാശപ്പെടാനില്ല. ആ പെണ്ണിന്റെ മനസ്സിനെ അലട്ടാതിരുന്നാൽ ഒരു കുഴപ്പവും വരില്ലെന്നാണ് എന്റെ വിശ്വാസം."

"എനിക്കൊന്നുമറിയില്ല."

"നന്നാകുന്നതിനേക്കാളേറെ. ചീത്തയാക്കുന്നതിൽ മിടുക്കരാണ് മിക്കവരും. നീ അങ്ങനെയാകാതിരുന്നാൽ മതി. ആ പെണ്ണിന്റെ മനസ്സിന് സമാധാനം കൊടുക്കണം."

"സമാധാനത്തിന്റെ കുറവുകൊണ്ടാണോ?"

“എന്താ കാരണമെന്ന് എനിക്കറിയില്ല. എന്തെങ്കിലും കാണും. നീ എന്തെങ്കിലും സ്നേഹക്കുറവു കാണിച്ചിട്ടുണ്ടോ?”

“നീയെന്തു ഭ്രാന്താണീ പറയുന്നത്?” മധുവിന്റെ സ്വരം കടുത്തു. “ഞാനെന്തു സ്നേഹക്കുറവു കാണിക്കാൻ.”

ഗീത ഒരു ഞെട്ടലോടെ ഓർത്തു.

–കാരണമെന്താണെന്ന്?

പെട്ടെന്ന് തന്റെ ചെവിക്കുള്ളിൽ എന്തോ ചൂളം വിളിക്കുന്നതുപോലെ ഗീതയ്ക്കു തോന്നി. കണ്ണുകളിൽ ഇരുൾ മൂടുന്നു. സ്ഥലകാലങ്ങൾ മാറിപ്പോകുന്നു. അവളുടെ ഉള്ളിൽക്കിടന്ന് ഒരു ചുഴി കറങ്ങുന്നു. ആ ചുഴിക്കുള്ളിൽക്കിടന്ന് അവൾ കറങ്ങുന്നു. ഏതോ അഗാധതയിലേക്കു വീണു പോവുകയാണ്. ആഴങ്ങളിലേക്ക് ഇരുട്ടിലേക്ക്.

ജനൽക്കമ്പികളിൽ ഇറുകെ പിടിച്ചിരുന്ന അവളുടെ കൈകൾ അഴിഞ്ഞു. ജനൽക്കമ്പികളിൽ അവളുടെ കൈകൾ ഊർന്നു.

ഇരുട്ടിലേക്ക്. ആഴങ്ങളിലേക്ക്.

പതിമൂന്ന്

കുറേ നേരത്തേക്ക് ഒന്നും ഓർമ്മയുണ്ടായില്ല. വിസ്മൃതിയുടെ കയങ്ങളിൽ ഇരുട്ടിന്റെ ആഴങ്ങളിൽ ഒരു പക്ഷിത്തൂവൽ പോലെ പാറിനടന്നു.

എന്താണ് കാരണമെന്ന്?

അകലെ ഇരുട്ടിൽനിന്ന് വെടിയേറ്റു പിടയുന്ന ഒരു മനുഷ്യാത്മാവിന്റെ രോദനം കാതുകളിൽ വന്നലയ്ക്കുന്നു. അതു പ്രപഞ്ചം മുഴുവൻ മാറ്റൊലിക്കൊള്ളുന്നു.

തനിക്കു മാത്രമേ അതു കേൾക്കാവൂ.

അവളുടെ ഹൃദയത്തിൽ ഒരു വാൾത്തല പുളഞ്ഞു.

ഞാനൊരാളെ കൊന്നു. മരണത്തിന്റെ മുമ്പിലേക്ക് വലിച്ചെറിഞ്ഞു. ഞാൻ സ്നേഹിച്ച ഒരാളെ. എന്നെ സ്നേഹിച്ച ഒരാളെ.

ആ ഓർമ്മ അവളെ നിരന്തരം വേട്ടയാടി. അതവൾക്കു മാത്രമേ അറിയാവൂ.

വിസ്മൃതിയുടെ ഇരുണ്ട കയങ്ങളിൽനിന്നു പൊങ്ങിവന്നപ്പോൾ കേട്ടത് രാജുവിന്റെ ശബ്ദമാണ്.

“മനസ്സിന്റെ ഭീതിയോ ഏകാന്തതയോ ഏതെങ്കിലുമായിരിക്കും കാരണം. മരുന്നും മന്ത്രവുമല്ല. സ്നേഹവും വാത്സല്യവുമാണതിന് നല്ല ചികിത്സ. എനിക്കങ്ങനെയാണു തോന്നുന്നത്.”

ധൃതിയുണ്ടെന്നു പറഞ്ഞ് രാജു പോകാൻ ഒരുങ്ങി.

“അതുകൊള്ളാം വന്നപ്പോൾ പറഞ്ഞത് ധൃതിയില്ലെന്നല്ലേ?” അമ്മ ചോദിച്ചു. “എത്രനാൾ കൂടിയാ ഒന്നു കാണുന്നെ! എന്നിട്ട് വന്ന ഉടനെ തന്നെ ഒരു പോക്ക് എങ്കിപ്പിന്നെന്തിനാ വന്നെ? വന്നൂന്നു പേരു കേൾപ്പിക്കാൻ. അല്ലേ?”

"അങ്ങനെയല്ലമ്മേ." രാജു ഇണങ്ങിക്കൂടി – "ഞാൻ ഇനീം വരാം."

"എന്ന്?"

"ഒരാഴ്ചയ്ക്കകം."

"എന്നാ മടങ്ങിപ്പോകുന്നെ?"

"അതൊന്നും തീരുമാനിച്ചിട്ടില്ല. വേറെ ചില ഉദ്ദേശങ്ങളുണ്ട്.

"എന്താപോലും?"

"ഒത്താൽ ഒരു പെണ്ണുകെട്ടണം."

"എന്റീശ്വരാ! ഇപ്പഴെങ്കിലും തോന്നീല്ലോ."

"പെങ്ങൾ വളരെ നിർബ്ബന്ധിക്കുന്നു. അവളുടെ വിചാരം ഞാൻ നേരെ ആകണമെങ്കീ ഇനി ആ ഒരൊറ്റ വഴിയേ ഉള്ളെന്നാ. ഒടുക്കം ഞാനങ്ങ് സമ്മതിച്ചു. അവള്ടെ ഒരാശയല്ലേ!"

"എവിടെയാ പെണ്ണ്?"

"അതെനിക്കറീല്ല. എവിടെയെങ്കിലും ഒരു പെണ്ണിനെ കണ്ടുപിടിക്കാൻ ഞാൻ പറഞ്ഞു. അവൾക്കിഷ്ടപ്പെട്ട ഒരു പെണ്ണ്. കെട്ടുന്ന കാര്യം ഞാനേറ്റു."

"നന്നായി."

"പക്ഷേ, അത്ര എളുപ്പം നടക്കുന്ന ലക്ഷണമില്ല."

"അതെന്താ?"

"എന്റെ കൂടെ ഏതു പെണ്ണു വരാനാ? എന്റെ പെങ്ങൾപോലും പറയുന്നു ഞാനൊരു ബോറനാണെന്ന്."

"അതീ കുളത്തിൽ മുങ്ങിയാൽ കിണറ്റിൽ പൊങ്ങുന്ന സ്വഭാവം കൊണ്ടാ."

"ഒരു പെണ്ണിനുവേണ്ടി എനിക്കെന്റെ സ്വഭാവം മാറ്റാനൊക്കോ?"

"എത്രനാളിങ്ങനെ കഴിയുന്നോർക്കണ്ടേ?" ഒരമ്മയ്ക്കു ചേർന്ന സ്നേഹത്തോടും വാത്സല്യത്തോടുംകൂടി മധുവിന്റെ അമ്മ ചോദിച്ചു:– "ഹോട്ടൽമുറികളിൽ എന്നും കഴിക്കാനൊക്കോ? രണ്ടീസം വയ്യാണ്ടു കിടന്നാൽ ആരാ നോക്കാൻ?"

"ഇതുവരെ അങ്ങനെയൊന്നും ആലോചിച്ചില്ല." സ്വരത്തിൽ ഹൃദയത്തിലെ അമൂർത്തമായ അഭിലാഷങ്ങളുടെ മൗനങ്ങൾ അവ്യക്തമായ മുഴക്കമുണ്ടാക്കി. "ഇപ്പോൾ എനിക്കും തോന്നുന്നുണ്ട് അധികനാൾ ഇങ്ങനെ പോകാൻ പറ്റില്ലെന്ന്."

ഇറങ്ങാൻ നേരത്ത് രാജു യാത്ര പറയാൻ ഗീതയുടെ അടുത്തുവന്നു.

"ഞാൻ പോട്ടെ."

അവൾ തലയനക്കി.

"ശല്യമൊഴിഞ്ഞൂന്നോർക്കണ്ടാ." രാജു പറഞ്ഞു. "ഞാൻ ഇനീം വരും."

പൊട്ടിവന്ന ചിരി അവൾ കടിച്ചൊതുക്കി.

രാജു എല്ലാവരോടും യാത്ര പറഞ്ഞിറങ്ങി. മുറ്റത്തു കിടന്ന കാറ്

തുറന്ന് അകത്തുകയറി ഡോർ വലിച്ചടച്ചു. മധു ഇറങ്ങി കാറിന്റെ അടുത്തുചെന്നു. കാർ സ്റ്റാർട്ടുചെയ്യുന്നതിനിടയിൽ മുഖം മുഴുവൻ നിറഞ്ഞ ഒരു ചിരിയോടെ രാജു തിരിഞ്ഞുനോക്കി. ഗേറ്റ് കടന്ന് കാറ് വഴിയിലിറങ്ങി. അവർ നോക്കി നില്ക്കെ രാജുവിന്റെ കാർ അവരുടെ ദൃഷ്ടിയിൽനിന്ന് മിന്നൽവേഗത്തിൽ അകന്നകന്നു പോയി. നിമിഷങ്ങൾക്കുള്ളിൽ അത് അപ്രത്യക്ഷമായി അതിന്റെ ശബ്ദം അകലങ്ങളിൽ നഷ്ടപ്പെട്ടു. ഗീതയുടെ മനസ്സിൽ ഒരാന്തലുണ്ടായി. ഓ, എന്തു സ്പീഡ്! രാജുവിന്റെ കാറിനുള്ളത് ടയറുകളോ ചിറകുകളോ!

രാജു പോയിക്കഴിഞ്ഞപ്പോൾ വീട്ടിൽ പിന്നെ ഒച്ചയും അനക്കവും ഇല്ലാതെയായി. കുറേ നേരത്തേക്ക് വീടു നിറയെ ആൾക്കാരുള്ളതുപോലെ തോന്നിപ്പിച്ചു. രാജുവിന്റെ ഒച്ചയും ചിരിയും കൊണ്ട് വീട് മുഴങ്ങി രാജു പോയി. വീട് പിന്നെയും മൗനത്തിൽ മുങ്ങി.

ഗീത വേറെ ഒന്നും ചെയ്യാനില്ലാത്തതുകൊണ്ട് തെക്കേ മുറിയിൽ ചെന്ന് കിടന്ന് മച്ചിൽ വാൽ ചുഴറ്റിയിരിക്കുന്ന പല്ലിയെ ശ്രദ്ധിച്ചു. പല്ലി ഏതോ പ്രാണിയെ ഉന്നംവെച്ചാണ് പാത്തുനില്ക്കുന്നത്. മനസ്സിലെ ആലോചനകൾ എങ്ങനെ പ്രവർത്തിക്കുന്നു എന്ന് വാൽ ചുഴറ്റുന്നതു കണ്ടാലറിയാം. ഏതാനും നിമിഷത്തേക്ക് പല്ലിയുടെ വാൽ നിശ്ചലം. പിന്നെ ഒറ്റച്ചാട്ടം. ഏതോ പ്രാണിയുടെ ജന്മം പല്ലിയുടെ വായിൽ ഒടുങ്ങി.

എന്തോ ഓർത്ത് അവൾ എഴുന്നേറ്റ് അങ്ങേ മുറിയിലേക്കു ചെന്നു. മധു എങ്ങോ പോകാൻ അണിഞ്ഞൊരുങ്ങുന്നതു കണ്ടപ്പോൾ അവൾ അടുത്തേക്കു ചെന്നു.

“എങ്ങോട്ടാ?”

“ങേ?”

“എങ്ങോട്ടാണെന്ന്”

മധു ഷർട്ടിന്റെ കുടുക്കുകൾ ഇടുന്നതിനിടയിൽ പറഞ്ഞു.

“ആഫീസിലേക്ക്.”

“ഇന്ന് ഒഴിവുദിവസമല്ലേ?”

“അത്യാവശ്യം കുറെ ജോലിയുണ്ട്.”

ഇനിയും എന്തു ചോദിക്കണമെന്നറിയാതെ അവൾ ഒരു നിമിഷം പരുങ്ങിനിന്നു.

“എപ്പഴാ വരുന്നെ?”

“എന്താ?”

“സന്ധ്യക്കു മുമ്പേ വരുവോ?”

“ഉം.”

ഷർട്ടിന്റെ കൈ അലസമായി മടക്കിവെച്ച് കൈ വെള്ളയിൽ പൗഡർ കുടഞ്ഞിട്ട് അതിൽനിന്ന് വിരൽത്തുമ്പുകൊണ്ട് തൊട്ട് മുഖത്തു പൂശുന്നതിനിടയിൽ മധു തിരിഞ്ഞുനോക്കി.

ശൂന്യമായ ദൃഷ്ടിയോടെ ഗീത പിന്നിലുണ്ട്.

ബാക്കിവന്ന പൗഡർ തട്ടിക്കളഞ്ഞു കണ്ണാടിയിൽ ഒന്നുകൂടി നോക്കി

യശേഷം മധു പുറത്തേക്കിറങ്ങി. അവൾ പിന്നാലെ നിഴൽപോലെ ചെന്നു. അമ്മ അടുക്കളയിലെന്തോ എടുക്കുകയാണ്. മധു കാറിനടുത്തേക്കു നടന്നപ്പോൾ ഗീത ചെന്നു ഗ്രിൽഗേറ്റു തുറന്നു. സൺഷെയ്ഡിൽ കിടന്ന കാറിറക്കി ഒന്നും മിണ്ടാതെ മധു ഓടിച്ചുപോയി. ഗ്രില്ലിന്മേൽ പിടിച്ചു കൊണ്ട് അവൾ നോക്കിനിന്നു. കാറ് അകന്നകന്നു പോകുന്നു. നിമിഷങ്ങൾക്കുള്ളിൽ കാറ് അകലെ വളവിലപ്രത്യക്ഷമായി. എന്നിട്ടും അകലെ ശൂന്യതയിലേക്കു നോക്കി അവൾ കുറേനേരം നിന്നു. ശൂന്യത അവളുടെ കണ്ണുകളെ മൂടി. പുറത്തെ കാഴ്ചകൾ അവളുടെ കണ്ണിൽ നിഴൽകൊണ്ടുള്ള മറകൾ മാത്രമായിത്തീർന്നു.

"ഗീതേ" എന്ന വിളികേട്ട് അവൾ ഞെട്ടി. ഇറയത്ത് അമ്മ കാത്തു നില്ക്കുന്നു. അവൾ ഗ്രിൽഗേറ്റു ചാരി തിരിഞ്ഞുനടന്നു. വീട്ടിലേക്ക്. മുറ്റത്ത് അവളുടെ നിഴൽ കാല്ക്കീഴിൽക്കിടന്നു നിശ്ശബ്ദമായി കരഞ്ഞു.

"അവനെവിടെ പോയതാ?"

"എനിക്കറീല്ല."

"നിന്നോടു പറഞ്ഞില്ലേ?"

അവൾ മിണ്ടാതെ പടിക്കെട്ടുകൾ കേറി അകത്തേക്കു പോയി. പുറകിൽ അമ്മയുടെ ദുഃഖം പൊട്ടുന്ന ഒച്ച കേട്ടു. അവൾ അത് കേട്ടതായി ഭാവിച്ചില്ല. അവൾ അകത്തു ചെന്ന് കട്ടിലിൽ കമിഴ്ന്നു കിടന്നു. അവളുടെ മനസ്സ് ഇളകിമറിഞ്ഞു. ഇന്നൊഴിവു ദിവസമാണ്. ഒഴിവുദിവസം ആഫീസിൽ എന്തു ജോലിയാണ്? വെറുതെ എന്തെങ്കിലും കാരണം പറഞ്ഞ് ഇറങ്ങിപ്പോയതല്ലേ? എന്നുമുതലാണ് മധുച്ചേട്ടന് ആഫീസിലെ ജോലിയോട് ഇത്ര താല്പര്യമുണ്ടായത്? പണ്ടാണെങ്കിൽ ആഫീസിലെ ജോലിയെന്നുവച്ചാൽ എന്തു മടുപ്പായിരുന്നു മധുച്ചേട്ടന്! നാശം, മടുത്തു, ഇതൊക്കെ ഇട്ടെറിഞ്ഞിട്ട് വല്ല വഴിക്കും പോകാൻ തോന്നും. നൂറുകൂട്ടം നൂലാമാലകൾ. യന്ത്രത്തെപ്പോലെ പണിയെടുത്ത് ഞാനും ഒരു യന്ത്രമായിപ്പോകുമോന്നാണ് എന്റെ പേടി. അങ്ങനെയൊക്കെ സ്വയം ശപിക്കാറുണ്ടായിരുന്ന ആളാണ് ഇപ്പോൾ ആഫീസിലെ ജോലിയൊന്നും പറഞ്ഞ് ഒഴിവുദിവസവും ഇറങ്ങിപ്പോകുന്നത്. ആഫീസിൽനിന്ന് വരാൻ വൈകുന്നു.

അവ്യക്തമായ വിഷാദംകൊണ്ട് അവളുടെ മനസ്സ് മൂടി. വെയിൽ മങ്ങുന്നതുപോലെയായിരുന്നു അവൾ അത് തിരിച്ചറിഞ്ഞത്. പിന്നെ അത് ഇരുൾപോലെ കനത്തു. ഏതോ നിഴൽക്കാട്ടിൽ അകപ്പെട്ടതുപോലെ അവൾക്കു തോന്നി. നിഴൽക്കാട്ടിൽ ദിക്കറിയാതെ അവൾ ഉഴറി. എങ്ങനെ പുറത്തു കടക്കും? അനന്തമായ നിഴൽക്കാട്ടിൽ അവൾ ഏകാകിനിയായിരുന്നു. ആ ബോധം അവളെ വിഹ്വലയാക്കിത്തീർത്തു. എന്തെങ്കിലും ഒരൊച്ചയ്ക്കുവേണ്ടി അവൾ കാതോർത്തു. ഒരു പക്ഷിയുടെ ചിറകടിയൊച്ച. അല്ലെങ്കിൽ ഒരു ചീവിടു കരയുന്നത്. അല്ലെങ്കിൽ മരക്കൊമ്പിന്മേൽ ഉടക്കി കാറ്റ് കീറിപ്പോകുന്നതിന്റെ. അല്ലെങ്കിൽ നിശ്ശബ്ദതയുടെ മുഴക്കം. ഒന്നുമില്ല. ഇരുണ്ട ശബ്ദശൂന്യമായ, അനന്തമായ നിഴൽക്കാട്.

കാടുനീന്തി ഇരുട്ടുവകഞ്ഞ് കുന്നിറങ്ങി വഴിയിലെത്തി. വഴിയിലും ഇരുട്ടായിരുന്നു. ആകാശത്തിനുകീഴിൽ പാറിക്കിടന്ന വിളറിയ വെളിച്ചത്തിൽ അവൾ മുമ്പോട്ടു നടന്നു. തലയ്ക്കുമുകളിൽ ആകാശം അനക്കമറ്റ ഒരു കടലായി കിടന്നു. വളവുകൾ പിന്നിട്ട്, ദൂരങ്ങൾ പിന്നിട്ട് അവൾ മധു ജോലി ചെയ്യുന്ന ആഫീസിന്റെ പഴയ ഗേറ്റ് ഒച്ചയുണ്ടാക്കാതെ തള്ളിത്തുറന്ന് അകത്തു കടന്നു. മങ്ങിയ വെളിച്ചത്തിൽ ആഫീസ് കെട്ടിടം ഒരു നിഴൽ മാളിക പോലെയാണ്. ഒച്ചയും അനക്കവുമില്ല. മുകളിൽ എവിടെയോ ഒരു മുറിയിൽ വെളിച്ചമുണ്ട്. ജനലിന്റെ ആകൃതിയിൽ വെളിച്ചം ഇരുട്ടിലേക്കു വീഴുന്നു അവൾ ലിഫ്റ്റിനരികിൽചെന്ന് ബട്ടൻ അമർത്തി കാത്തുനിന്നു. ലിഫ്റ്റ് പ്രവർത്തിക്കുന്നതിന്റെ അടയാളമോ സൂചനയോ ഇല്ല. മുകളിൽ എവിടെയോ തങ്ങി നില്ക്കുകയാണ്. ലിഫ്റ്റിന്റെ ഇരുമ്പുചരടുകൾ അഴികൾക്കകത്ത് തൂങ്ങിക്കിടക്കുന്നു.

അവൾ കോണിപ്പടികൾ കേറി. മൊസേക്കിട്ട കോണിപ്പടികളിൽ കാലൊച്ച കേൾപ്പിക്കാതെയാണ് അവൾ ഓരോ ചുവടും വച്ചത്. ഒരേ വലിപ്പത്തിലുള്ള പടികൾ ചുറ്റു കോണിയായി വളഞ്ഞുപുളഞ്ഞ് മുകളിലേക്ക് ഉയർന്നുയർന്നുപോകുന്നു. എത്ര നിലയുണ്ടീ കെട്ടിടത്തിന്? എത്ര കേറിയിട്ടും കോണിപ്പടികൾ തീരുന്നില്ല. കോണിപ്പടി പിന്നെയും വളഞ്ഞുപുളഞ്ഞ് മുകളിലേക്ക് നീണ്ടുപോകുന്നു. റെയിലിങ്ങിൽ കൈയോടിച്ച് അവൾ ഓരോ പടിയും കേറി. അവൾ കിതയ്ക്കാൻ തുടങ്ങി. ഒരിടത്തുനിന്നു ചെവിയോർത്തു. എന്തെങ്കിലും ശബ്ദം കേൾക്കുന്നുണ്ടോ? ആരുമില്ല എല്ലാ വാതിലുകളും അടഞ്ഞുകിടക്കുന്നു. വെളിച്ചം കണ്ട ആ ജനാല എവിടെയാണ്? അവൾ വീണ്ടും പടിക്കെട്ടുകൾ കേറി. നിഗൂഢമായ ഒരാവേശം അവളെ ബാധിച്ചുകഴിഞ്ഞിരുന്നു. അതെന്താണെന്ന് അവൾ ചിന്തിച്ചില്ല. തിരിച്ചറിഞ്ഞില്ല. ഊഹാതീതമായ ഒരു രഹസ്യം എവിടെയോ ഒളിഞ്ഞിരിക്കുന്നു. അതു കണ്ടുപിടിക്കണം. അതിനുവേണ്ടിയാണ് ഈ യാത്ര. നിന്നപടിയിൽനിന്നു അവൾ താഴേക്കു നോക്കി. പിരിച്ചിട്ട ഒരു നൂലേണിപോലെ തോന്നിപ്പിച്ചു. താഴ്ചയിൽ ചുറ്റിവളഞ്ഞുകിടക്കുന്ന കോണിപ്പടികൾ. എന്റീശ്വരാ ഇത്രയും താഴെനിന്നാണോ ഞാൻ കയറി വന്നത് ഇവിടം വരെ!

അവൾ വീണ്ടും മുകളിലേക്കു കയറി. യഥാർത്ഥത്തിൽ മുകളിലേക്കു കയറുകയാണോ താഴേക്കിറങ്ങുകയാണോ? സംശയിക്കാൻ കാരണമുണ്ട്. എവിടെയും ചെന്നെത്തുന്നില്ല. കുറെ അധികം നേരമായി ഈ കോണിപ്പടികൾ കയറുകയോ ഇറങ്ങുകയോ ആണ്. വശങ്ങളിലേക്കു നീണ്ടുകിടക്കുന്ന ഇടനാഴികൾ പോലും വ്യത്യാസം കാണിക്കുന്നില്ല. അവൾ വീണ്ടും കോണിപ്പടികൾ കയറി. ഇടയ്ക്ക് തളർന്നുനിന്നപ്പോൾ എന്തോ കിലുങ്ങുന്നതു കേട്ട് അവൾ കാതുകൾ കൂർപ്പിച്ചു. കുപ്പിവളകളുടെ കിലുക്കം. ഇക്കിളിയുടെ സീല്ക്കാരം. വികാരമൂർച്ഛയുടെ പിരിമുറുക്കം. കത്തിപ്പടരുന്ന വികാരജ്വാലകളുടെ നേർത്തസ്വനങ്ങൾ. അവൾ ഒച്ചയുണ്ടാക്കാതെ ഓരോ ചുവടും വച്ചു. അടഞ്ഞുകിടന്ന വാതിലിന്റെ

ഇടയിലൂടെ വാൾ പോലെ വെളിച്ചം പുറത്തേക്കു വീണുകിടക്കുന്നു. അവൾ പതുക്കെ വാതിലിനടുത്തുചെന്ന് താക്കോൽപഴുതിലൂടെ അകത്തേക്കു നോക്കി. അവൾ ഞെട്ടിപ്പോയി. അകത്ത് മധുച്ചേട്ടനും രജനിയും അവർ കെട്ടിപ്പുണരുന്നു. ചുറ്റിപ്പിണയുന്നു. രണ്ടു തലയുള്ള ഒരു സർപ്പമായിനിന്ന് ആടുന്നു. ഒരാൾ മറ്റൊരാളിൽ ഉരുകിച്ചേരുകയാണ്. ലയിക്കുകയാണ്. രജനിയുടെ മുടിക്കെട്ടഴിഞ്ഞു ചിതറിക്കിടക്കുന്നു. അവളുടെ മുടിക്കെട്ടിലെ പൂമാല പൊട്ടിച്ചിതറി നിലത്ത് അവരുടെ കാല്ച്ചുവട്ടിൽക്കിടന്നരയുന്നു. അവൾ ഒരു ജ്വാലപോലെയാണ് മധുച്ചേട്ടനിൽ പടർന്നു കയറുന്നത്. മധുച്ചേട്ടന്റെ കൈകൾ അവളെ വരിഞ്ഞു മുറുക്കുന്നു. രജനിയുടെ കഴുത്തിലും കവിൾത്തടത്തിലും കണ്ണിലും മുടിയിലും മധുച്ചേട്ടന്റെ ചുണ്ടുകൾ ദാഹാർത്തമായി ഇഴയുന്നു.

തീ പിടിക്കുന്ന നിമിഷങ്ങൾ.

കണ്ണിൽ ഇരുട്ടുകയറും പോലെ അവൾക്കു തോന്നി. ഹൃദയത്തിന്റെ വിങ്ങൽ കടിച്ചമർത്തിക്കൊണ്ട് അവൾ പിന്തിരിഞ്ഞോടി. അവളുടെ അന്തഃകരണം കരഞ്ഞു: ആ കാഴ്ച കാണാനാണോ താൻ ഇത്രദൂരം വന്നത്? ഈ എണ്ണമറ്റ കോണിപ്പടികൾ കയറിയത്? ഈശ്വരാ എന്റെ കണ്ണുകൾ പൊട്ടിപ്പോകട്ടെ.

അശരണമായ ഒരാത്മാവായി അവൾ ഇരുട്ടുനിറഞ്ഞ കോണിപ്പടികൾ ഓടിയിറങ്ങി താഴെയെത്തി പാതി അടഞ്ഞുകിടന്ന പഴയ ഗേറ്റ് തുറന്ന് ഇരുട്ടിലേക്കിറങ്ങി. ഇരുട്ടിൽനിന്ന് ഇരുട്ടിലേക്ക്...

വിവശയായി, സംഭീതയായി അവൾ ഓടിയെത്തിയത് അകത്തേക്കു കടന്നുവരുന്ന അമ്മയുടെ മുമ്പിലാണ്. അവളുടെ വിഹ്വലമായ മുഖം കണ്ട് അമ്മ പകച്ചു.

"ഗീതേ.."

ഒരു ഞെട്ടലോടെ നിന്ന് അവൾ അമ്മയെ മിഴിച്ചു നോക്കി. അവളുടെ കണ്ണുകൾ ഇമവെട്ടാതെ നിന്നു.

"നിനക്കെന്തുപറ്റി മോളേ?"

അമ്മ അടുത്തുചെന്ന് അവളെ തൊട്ടു.

"എന്റെ അമ്മേ!"

പൊട്ടിക്കരഞ്ഞുകൊണ്ട് അവൾ അമ്മയുടെ നേരെ കൈകൾ വിടർത്തി.

പതിന്നാല്

മധുവിന്റെ മനസ്സ് ആകെ കുഴഞ്ഞു മറിഞ്ഞു. എന്തെല്ലാം സ്വപ്നങ്ങളുണ്ടായിരുന്നു. ജീവിതത്തെ സംബന്ധിച്ച്! എല്ലാം ഒറ്റയടിക്കു തകർന്നു. ഗീതയുടെ നേരേ നോക്കാൻപോലും ഇപ്പോൾ മനസ്സുവരുന്നില്ല. കഴിയുന്നത്ര അവളിൽനിന്ന് അകന്നുനില്ക്കാൻ അയാൾ ആഗ്രഹിച്ചു. അവധി ദിവസങ്ങളിൽപ്പോലും ആഫീസിൽചെന്നിരിക്കും. അല്ലെങ്കിൽ വെറുതെ കാറിൽ എങ്ങോട്ടെങ്കിലും പോകും. വീട്ടിലേക്കുവരുമ്പോൾ

അവൻ ആകെ തകർന്നവനാണ്. ഗീത ഇനി എന്നെങ്കിലും പണ്ടത്തെ ഗീതയായിത്തീരുമോ? അവൾ ഇപ്പോഴും ചിത്തഭ്രമത്തിന്റെ വിഭ്രാന്തിയിൽ തന്നെയാണെന്ന് അയാൾ വിചാരിച്ചു. അവളുടെ ഭാവങ്ങളും പെരുമാറ്റങ്ങളും കാണുമ്പോൾ മറിച്ചു ചിന്തിക്കാൻ കഴിയുന്നില്ല. അമ്മ എപ്പോഴും സങ്കടത്തിലാണ്. ആരു ചെയ്ത പാപത്തിന്റെ ഫലം എന്നാണ് അമ്മ ആലോചിക്കുന്നത്. മറ്റുള്ളവർ അനുകമ്പ കാണിക്കുന്നു. ആഫീസിലുള്ളവർതന്നെ കാണുമ്പോൾ ഒഴിഞ്ഞു മാറുന്നു. അല്ലെങ്കിൽ സഹതാപം കാണിക്കുന്നു. അതാണ് തീരെ സഹിക്കാൻ മേലാത്തത്. അയാൾ എല്ലാവരിൽനിന്നും അകന്നുമാറി. ഒഴിഞ്ഞുമാറി. എത്രനാൾ ഇങ്ങനെ ജീവിക്കും? ജീവിതകാലം മുഴുവൻ ഇങ്ങനെ കഴിച്ചുകൂട്ടാനാണോ തന്റെ വിധി?

പരമഹംസൻ പറഞ്ഞു:- "ചോറ്റാനിക്കരെ ഭജനമിരുന്നിട്ടും മാറാത്ത സുഖക്കേടല്ലേ? ഇനി അതിനു മരുന്നില്ല. ചോറ്റാനിക്കര അമ്മയെക്കാൾ വലിയ വൈദ്യനോ മന്ത്രവാദിയോ എവിടെ ഇരിക്കുന്നു?"

പരമഹംസൻ ഇടയ്ക്കിടെ വരും. വന്നാൽ രണ്ടുദിവസം വീട്ടിൽ തങ്ങും. ഇതിനിടയ്ക്ക് ഓർമ്മയിലുള്ള പഴം പുരാണങ്ങൾ മുഴുവൻ പറയും. കേൾക്കാതിരിക്കാനൊക്കുമോ? ബന്ധത്തിൽപ്പെട്ട ഒരമ്മാവനാണ്. ആപത്തുകാലത്തു ഞാനല്ലേ ഉപകാരപ്പെട്ടുള്ളു എന്നു ഭാവമാണ് മൂപ്പിലിന്. ഇറങ്ങിപ്പോകാൻ പറയാനൊക്കുമോ? ചിലപ്പോൾ പഴംപുരാണങ്ങൾകെട്ടു സഹികെടും. അരിശം കടിച്ചുചവയ്ക്കും. അതല്ലേ നിവൃത്തിയുള്ളൂ.

അന്ന് രാത്രിയിൽ മധു വീട്ടിൽ മടങ്ങിയെത്തുമ്പോൾ പരമഹംസൻ വീട്ടിലുണ്ട്. മൂളിപ്പാട്ടു കേട്ടപ്പഴേ മനസ്സിലായി. കുശാലായി. ഇന്നു രാത്രി ഉറക്കുകയില്ല.

കാറിൽനിന്നിറങ്ങി വരാന്തയിലേക്കു കേറിച്ചെന്നപ്പോൾ പഴയ ചാരുകസേരയിൽ കീർത്തനം മൂളിക്കൊണ്ടു കിടന്നിരുന്ന പരമഹംസൻ നിവർന്നിരുന്നു. നരച്ച താടി തടവിക്കൊണ്ട് മിഴിച്ചുനോക്കി.

"മധുസൂദനൻ ഇത്രനേരം എവിടെയായിരുന്നു?"

ഇല്ലാത്ത ഭവ്യതയും സ്നേഹവും കാണിക്കേണ്ടി വരുന്നു. പ്രായത്തിനെയെങ്കിലും മാനിക്കണ്ടേ?

"ആഫീസിൽ കുറെ ജോലിയുണ്ടായിരുന്നു."

"ഓഹോ! നിനക്ക് ഒഴിവുദിവസംപോലും ഒഴിവില്ല. അല്ലേ?"

ആ ചോദ്യം കേട്ടില്ലെന്നു നടിച്ചു.

"അമ്മാവൻ എപ്പോ വന്നു?"

"ഞാൻ സന്ധ്യക്കു മുമ്പേ എത്തി."

അപ്പോഴേക്കും അമ്മ വാതില്ക്കൽ വന്നു.

"നീയെന്താ ഇത്ര താമസിച്ചത്?"

അത് അമ്മ എന്നും ചോദിക്കാറുള്ളതാണ്. മറുപടി ഒന്നും പ്രതീക്ഷിച്ചല്ല.

അകത്തേക്കു കടന്നുചെന്നപ്പോൾ വാതില്ക്കൽ ഗീത നില്പുണ്ടായിരുന്നു. പേടിച്ചരണ്ട മട്ടിലാണ് അവളുടെ നില. കണ്ണുകളിൽ പകച്ച നോട്ടം. മുഖംതിരിച്ച് നേരേ മുറിക്കകത്തേക്ക് നടന്നു. ഷർട്ടും പാന്റും അഴിച്ച് കൈലിയെടുത്തുടുത്തു. ഇനി എന്താ ചെയ്യേണ്ടത്? വീട്ടിൽ വന്നു കയറുമ്പോൾ എന്തുചെയ്യണം എന്നറിഞ്ഞുകൂടാ. കസേരയിൽ മലർന്നു കിടന്നു. നെടുവീർപ്പിട്ടു. വാച്ചിൽ നോക്കി. മണി പത്തര.

അമ്മ വന്നു വിളിച്ചു:

"ഉണ്ണാൻ വരൂ."

വിശപ്പും ദാഹവും ഇല്ല. അതു പറഞ്ഞാൽ അമ്മയ്ക്കു സങ്കടമാകും. കൈകഴുകി ചോറിനുമുമ്പിൽ ചെന്നിരുന്നു.

"ഇന്നവൾ വല്ലാതെ ഒന്നു പേടിച്ചു."

താഴ്ന്ന സ്വരത്തിൽ അമ്മ പറഞ്ഞു:-

"എന്റീശ്വരാ! ഞാനും പേടിച്ചുപോയി."

എന്തു സംഭവിച്ചു? എന്ന അർത്ഥത്തിൽ മധു അമ്മയുടെ നേരെ നോക്കി.

"എന്തോ കണ്ടു പേടിച്ചമാതിരി അവൾ അകത്തുന്നു ഒറ്റ ഓട്ടം പുറത്തേക്ക്. വന്നുപെട്ടത് എന്റെ മുമ്പില്. കണ്ണു രണ്ടും അങ്ങനെ പന്തംപോലെ. എന്തുചെയ്യേണ്ടൂന്നോർത്തുപോയി. ആരാ ഉള്ളത് ഒരു സഹായത്തിന്? പരമുനായരെ നോക്കീട്ട് കാണാനില്ല. ദൈവാധീനംകൊണ്ട് ആ പ്രകൃതം പെട്ടെന്നങ്ങുമാറി. എന്റെ അമ്മേന്നും വിളിച്ച് കരഞ്ഞോണ്ട് എന്നെ കെട്ടിയങ്ങു പിടിച്ചു."

അത്രയും പറയുന്നതിനിടയ്ക്ക് അമ്മയുടെ തൊണ്ട ഇടറി.

"എന്റെ ഈശ്വരാ. എനിക്കിതൊക്കെ കാണാനും അനുഭവിക്കാനും സംഗതിയായല്ലോ."

കറിയൊഴിച്ചു കുഴച്ച ചോറ് പാത്രത്തിൽതന്നെ ഇട്ട് കൈകുടഞ്ഞ് മധു എണീറ്റു.

"നീ ഊണു മതിയാക്ക്യോ?"

"മതിയമ്മേ എനിക്കു വിശപ്പില്ല."

കൈകഴുകി തിരിച്ചുവന്ന് മേശപ്പുറത്തിരുന്ന ജീരകവെള്ളമെടുത്തു കുടിച്ച് ഇറയത്തേക്കു ചെന്നപ്പോൾ പരമഹംസൻ ചോദിച്ചു.

"ഇത്ര പെട്ടെന്നുണ്ണു കഴിഞ്ഞോ?"

മധു മിണ്ടിയില്ല. മൗനം കൊണ്ടു പറഞ്ഞു:

"ഉം."

മധു അകന്നുമാറി ഒരു കസേരയിൽ ഇരുന്നു. പരമഹംസൻ ഏതെങ്കിലും പഴംപുരാണം തുടങ്ങുമോ എന്ന പേടിയുണ്ടായിരുന്നു. ഗൗനിച്ചില്ലെന്നു തോന്നിപ്പിക്കരുതല്ലോ. കാര്യമൊക്കെ ശരി. പഴംപുരാണത്തിന്റെ കെട്ടഴിക്കാനാണ് ഭാവമെങ്കിൽ ഉറക്കം വരുന്നു എന്ന് പറഞ്ഞ് എഴുന്നേറ്റു പോകണമെന്ന് മനസ്സിൽ കരുതി.

അപ്പോൾ പരമഹംസൻ ചോദിച്ചു:

"ഉറക്കം വരുന്നുണ്ടോ?"

മധു എങ്ങും തൊടാതെ പറഞ്ഞു:

"ങ്ഠാ, മണി പതിനൊന്നാകാൻ പോകുന്നു. അമ്മാവന് ഉറങ്ങണ്ടേ?"

പരമഹംസൻ കസേരയിൽ നിവർന്നിരുന്നു.

"എനിക്കു രാത്രീല് ഒറക്കമില്ല. എപ്പോഴെങ്കിലും ഒന്നു മയങ്ങും അത്ര തന്നെ."

"ഓഹോ!"

"എന്നോർത്തു കുഴപ്പൊന്നുല്ലാ. ആ ഒരു മയക്കം മതി എനിക്ക്."

"എനിക്കത് പോരാ." എന്നുപറയാനോർത്തതായിരുന്നു. നിഷേധം എന്നു തോന്നിയാലോ കിഴവന്. പരമഹംസന് നാരദനെന്ന പേരും ചേരും. ലോകം മുഴുവൻ ചുറ്റിനടന്ന് നുണയും പരദൂഷണവും പറയും.

കുറേനേരത്തെ മൗനത്തിനുശേഷം പരമഹംസൻ ചോദിച്ചു:

"അപ്പോൾ മധുസൂദനൻ ഇനി എന്താ ആലോചിക്കുന്നെ?"

മധുവിനു ചോദ്യം മനസ്സിലായില്ല.

"എത്രനാൾ ഇങ്ങനെ ജീവിക്കുമെന്നാ ഞാൻ ചോദിച്ചേന്റെ പൊരുള്." കിഴവൻ പറഞ്ഞു: "ആറേഴു മാസമായില്ലേ ഭാര്യക്ക് ഈ അസുഖം തൊടങ്ങീട്ട്? ചോറ്റാനിക്കര ഭജനയിരുന്നു. ഭ്രാന്താശുപത്രീല് ചികിത്സിച്ചു. എന്നിട്ടും വിശേഷോന്നുല്ലല്ലോ. നിന്റെ അമ്മേം പരമുനായരും എല്ലാം പറഞ്ഞു. ചോറ്റാനിക്കര ഭജനയിരുന്നിട്ടു തീരാത്തത് പിന്നെ എവിടെ തീരാനാ?"

കേടുപിടിച്ച ഒരു യന്ത്രം തിരിയുന്നതുപോലെയാണ് കിഴവന്റെ ഒച്ച. ശകലംകൂടി പതുക്കെ പറഞ്ഞുകൂടെ കിഴവന്! ഗീത ഇതെങ്ങാൻ കേട്ടാലോ? മധു അരിശം അടക്കി.

"ജീവിതകാലം മുഴുവൻ ഇങ്ങനെ കഴിയാനാണോ?" കിഴവൻ വീണ്ടും തുടങ്ങി: "അങ്ങനെ ചിന്തിക്കണത് ബുദ്ധിമോശാ. നിനക്കാണെങ്കീ ചെറുപ്പം വേറെ ഒരു സംബന്ധം.."

മധുവിന്റെ ക്ഷമകെട്ടു. അരിശം ക്ലേശിച്ചൊതുക്കി. "പതുക്കെ പറയൂ." എന്ന് ആംഗ്യം കാണിച്ചു. അപ്പോഴാണ് കിഴവനു ബോധം വീണത്. ഒച്ച പെട്ടെന്നു താണു."

"അല്ല ഞാൻ പറഞ്ഞെന്നേ ഉള്ളൂ. ആരെങ്കിലും വേണ്ടേ ഈ വക കാര്യങ്ങൾ ഉപദേശിക്കാൻ? ഇനി ഞാൻ പറഞ്ഞല്ലോന്നോർത്തു നീ കുണ്ഠിതപ്പെടണ്ടാ. നിന്റെ ഇഷ്ടം പോലെ ചെയ്താൽ മതി."

കിഴവന്റെ വിചാരം ഇതെല്ലാം താൻ പറഞ്ഞാലേ മറ്റുള്ളവർ ഓർക്കുകയുള്ളൂ. എന്നാണ്. ഇത് ഇതിലും എത്രയോ മുമ്പേ മധു ചിന്തിച്ചതാണ്. എത്രകാലം ഇങ്ങനെ ജീവിക്കും?

"ധൃതിവയ്ക്കണ്ടാ." പരമഹംസൻ വീണ്ടും താടി ഉഴിയാൻ തുടങ്ങി. "ആലോചിക്കൂ."

കണ്ണിമയ്ക്കാതെ താടിയുഴിഞ്ഞുകൊണ്ട് പരമഹംസൻ കുറേനേരം അങ്ങനെ ഇരുന്നു. കണ്ടാലറിയാം എന്തോ ചിന്തയിലായിരുന്നു

പിന്നെ കിഴവൻ ചോദിച്ചു.

"അവളുടെ വീട്ടീന്നാരും വരാറില്ലേ?"

"ഇല്ല."

"അവരും മടുത്തുകാണും."

മധു മിണ്ടിയില്ല.

പരമഹംസൻ താടിയുടെ അറ്റം പിരിക്കാൻ തുടങ്ങി ആലോചന തുടങ്ങി എന്ന് അർത്ഥം.

ഊഹം തെറ്റിയില്ല.

കിഴവൻ ചോദിച്ചു.

"നീയെന്താ മിണ്ടാത്തെ?"

മധു ശൂന്യമായ ദൃഷ്ടികൊണ്ട് കിഴവനെ നോക്കി. കിഴവനു കാര്യം പിടികിട്ടി. ചോദ്യം മനസ്സിലായിട്ടില്ല.

"നീയെന്തു തീരുമാനിച്ചൂന്നാ എന്റെ ചോദ്യത്തിന്റെ പൊരുള്."

"ഒന്നും തീരുമാനിച്ചില്ല."

"വേണെങ്കീ, അറ്റകൈ ഒന്നു പരീക്ഷിച്ചുകളയാം." കിഴവന്റെ കൃഷ്ണമണികൾ മധുവിന്റെ നേരെ തിരിഞ്ഞു: "എന്താ?"

"എന്തു പരീക്ഷിക്കാനാ?"

"അല്ല. നിന്റെ സങ്കടം കണ്ടിട്ടു പറഞ്ഞതാ." കിഴവൻ കസേരയിൽ മുന്നോട്ടു തള്ളിയിരുന്നു. "ഇതിനൊക്കെ പറ്റിയത് മാന്ത്രികം തന്നെയാ. കെഴക്കൊരു മന്ത്രവാദിയൊണ്ട്. പറഞ്ഞാൽ നിങ്ങളാരും വിശ്വസിക്കില്ല. പക്ഷേ, എനിക്കു നേരിട്ടറിയാവുന്നതാ. ഒരു പെണ്ണിന് ഇതുപോലെ. ഒരെളക്കം. ഇതുപോലെന്നു പറഞ്ഞാലും പോരാ. കണ്ണീകണ്ടതൊക്കെ നശിപ്പിക്കും. എറങ്ങി ഓടും. തുണി പറിച്ചെറിയും. സർവ്വത്ര ബഹളം. ഈ ലഗ്നത്തെ ആ മന്ത്രവാദിയുടെ അടുക്കൽ കൊണ്ടുചെന്നു. കണ്ടപ്പോഴേ അദ്ദേഹം പറഞ്ഞു. ഇതുതന്നെയാണെന്ന്. പുള്ളി ഒരു ചാർത്തുകൊടുത്തു. അതനുസരിച്ചുള്ള അനതാരികളൊക്കെ ഒരുക്കി ഒരു ദിവസം പുള്ളി അങ്ങുചെന്നു. കളമെഴുതി ക്രിയ അങ്ങു തുടങ്ങി. ഒരു ഒരല് വലിച്ചിട്ട് ഉലക്കയുമായി പുള്ളീടെ ശിഷ്യൻ നില്പായി. പുള്ളി മന്ത്രം ജപിച്ച് ഒരേ സാധനം ഒരലിൽ ഇടും. ആശാൻ കൈയെടുക്കും മുമ്പേ ശിഷ്യൻ ഇടിച്ചോളണം. പുള്ളി അങ്ങനെ ജപിച്ചിടാൻ തുടങ്ങി. ശിഷ്യൻ ഇടിക്കാനും തുടങ്ങി. ഒരലിൽ ഒലക്ക വീഴുമ്പോ എന്തോ ഞെരിയണപോലെ കേൾക്കും. ഏഴാമത്തെ കൈ ജപിച്ചിട്ടതും ഒറ്റ ഇടി. ഈ പിണിയള് ഒലർച്ച. എല്ലാരും കിടുങ്ങിപ്പോയി ആശാൻ ശിഷ്യനോട് ആംഗ്യം കാട്ടി ഒലക്ക പൊക്കരുതെന്ന്. ശിഷ്യനതറിയാം. എങ്കിലും ആശാൻ പറേണം. ശിഷ്യൻ സർവ്വശക്തിയുമെടുത്ത് ഒലക്ക ഊന്നി അങ്ങനെ നിന്നു. ആശാൻ ഒരു മന്ത്രം അങ്ങോട്ടു ജപിച്ച് ഒരുകൈ ഭസ്മമെറിഞ്ഞു. പിണിയാള് ദേ കിടക്ക്ണു താഴെ! മൂന്നര നാഴിക കഴിഞ്ഞാ ബോധം വീണത്. ആ വിനാഴിക മുതലീവിനാഴികവരെ ആ പെണ്ണിന് യാതൊരുപദ്രവോം ഇല്ല. അങ്ങനെ ചില ക്രിയകളുണ്ട്."

"ഇനി ആ മന്ത്രവാദിയെ ഒന്നു കാണാം." – എന്നു കിഴവൻ പറയുന്നതിനു മുമ്പേ മധു എണീറ്റു.

"എനിക്കുറക്കം വരുന്നു."

അകത്തു ഗീത കാത്തുനില്പുണ്ടായിരുന്നു. അവളുടെ ഇമവെട്ടാത്ത കണ്ണുകളിൽ വിഹ്വലതകളുടെ കയങ്ങൾ. മധു അടുത്തേക്കു ചെന്നു. അവളുടെ കണ്ണുകൾ നിറഞ്ഞു നില്ക്കുന്നു. അവളെ സാന്ത്വനിപ്പിക്കാൻ വേണ്ടി അയാൾ ചിരിച്ചു. ഒരു നിമിഷം ഒരു നിമിഷാർത്ഥം അവളുടെ കണ്ണുകൾ നിറഞ്ഞൊഴുകി. അടുത്തുചെന്ന് അവളുടെ ചുമലിൽ കൈവച്ച് അയാൾ പതിഞ്ഞ സ്വരത്തിൽ ചോദിച്ചു:

"എന്തിനാ കരയണെ?"

പൊടുന്നനെ അവൾ പൊട്ടിക്കരഞ്ഞു.

"അരുത്. സങ്കടപ്പെടാതെ." അയാൾ അവളെ അടുപ്പിച്ചു പിടിച്ചു. "കരയാതെ."

കരച്ചിലടക്കാൻ അവൾ പാടുപെട്ടു.

ഈ സങ്കടത്തിനു മുമ്പിൽ മധുവിന് മനസ്സ് ഇടറിപ്പോകുന്നു.

എന്തുപറഞ്ഞ് അവളെ സമാധാനിപ്പിക്കണം എന്നറിയാതെ അയാൾ വിഷമിച്ചു. ഒടുക്കം അവളെ കട്ടിലിൽ കൊണ്ടിരുത്തി. എടീ മണ്ടീ, എന്തിനാണ് നീ ഇങ്ങനെ സങ്കടപ്പെടുന്നത്? നിനക്കു ഞാനില്ലേ?– എന്നൊക്കെ ചോദിക്കാനോർത്തതാണ്. വാക്കുകൾ മൗനത്തിന്റെ തടവിൽക്കിടന്നു പിടച്ചു.

അന്നുരാത്രി മധു ഉറങ്ങിയില്ല. വെറുതെ ഇരുട്ടിൽ കിടന്ന് സ്വന്തം നിർഭാഗ്യത്തെക്കുറിച്ചോർത്ത് ഉരുകി. വെളുപ്പാൻകാലത്ത് എപ്പോഴോ ഒന്നു മയങ്ങി. പരമഹംസനമ്മാവന്റെ കീർത്തനം കേട്ട് ഉണരുകയും ചെയ്തു.

ധൃതിയിൽ കുളിച്ചൊരുങ്ങി. അപ്പോഴേക്കും ഗീത വന്നു വിളിച്ചു.

"കാപ്പി കുടിക്കാൻ വരൂ."

പരമഹംസനാമ്മാവന്റെ മുമ്പിൽ ചെന്നുപെടാതെ കഴിക്കണമെന്നേ ഉണ്ടായിരുന്നുള്ളൂ. കിഴക്കുള്ള മന്ത്രവാദിയുടെ അടുത്തു പോകണമെന്ന് വീണ്ടും ഉപദേശിച്ചാലോ?

നാലഞ്ചു ദിവസത്തിനുശേഷം ഗീത വരാന്തയിൽ നില്ക്കുകയായിരുന്നു. പെട്ടെന്ന് അപരിചിതനായ ഒരാൾ മോട്ടോർസൈക്കിളിൽ വീടിനു മുമ്പിൽ വന്നുനിന്നു. ആരാണെന്നറിയില്ല. ഇതിനു മുൻപ് കണ്ടിട്ടില്ല. കണ്ട ഓർമ്മയില്ല. ഓർമ്മയില്ലാത്തതാണോ? ഗ്രിൽഗേറ്റ് അടഞ്ഞു കിടക്കുകയാണ്. മോട്ടോർ സൈക്കിളിൽ ഇരുന്നുകൊണ്ട് അയാൾ ചുറ്റും നോക്കി. ഗീത ഓർത്തു. വീടേതാണെന്നറിയാത്ത ആരെങ്കിലുമായിരിക്കും. ഗീത നോക്കിനില്ക്കെ അയാൾ മോട്ടോർ സൈക്കിളിൽ നിന്നിറങ്ങി തലയിൽ കെട്ടിവച്ചിരുന്ന നിറമുള്ള ഹെൽമെറ്റെടുത്ത് കൈയിൽ തൂക്കി ഗ്രിൽഗേറ്റ് തള്ളിത്തുറന്ന് അകത്തേക്കുവന്നു. മുറ്റത്തിന്റെ മദ്ധ്യത്തിലോളം വന്ന് അയാൾ ചോദിച്ചു.

"ഇതല്ലേ മിസ്റ്റർ മധുവിന്റെ വീട്?"

ഗീത പറഞ്ഞു

"അതെ, എന്താ?"

"മധു ഇവിടെ ഇല്ലേ?"

"ഇല്ല."

"ഞാനൊരു സംഗതി പറയാൻ വന്നതാണ്. മധുവിന്റെ സ്നേഹിതൻ രാജുവിന് ഒരപകടം പറ്റി. എവിടെയോ പോയിട്ടു വരുന്ന വഴിക്ക് കാറിടിച്ചു. ഡിസ്ട്രിക്ട് ഹോസ്പിറ്റലിലാണ് പേവാർഡിൽ ഇരുപത്തിയേഴാം നമ്പർ റൂമിൽ."

ഗീത ഞെട്ടിപ്പോയി. ഹൃദയത്തിൽ ഒരാന്തൽ. അപ്പോഴേക്കും അമ്മ അങ്ങോട്ടു വന്നു മുറ്റത്തുനില്ക്കുന്ന അപരിചിതനോട് അമ്മ ചോദിച്ചു:

"ആരാ?"

അയാൾ ഒന്നുരണ്ട് ചുവട് മുന്നോട്ടു നീങ്ങിച്ചെന്നു

"രാജു ഒരു മോട്ടോർ ആക്സിഡന്റിൽപെട്ട് ഹോസ്പിറ്റലിലാണ്. ഇവിടെ ഒന്നറിയിക്കണമെന്ന് എന്നോട് പറഞ്ഞു."

അമ്മയും ഞെട്ടിപ്പോയി.

"ഈശ്വരാ!"

"പേടിക്കാനൊന്നുല്ല." അയാൾ പറഞ്ഞു. "ഒന്നു രണ്ടു ചെറിയ മുറിവുകളുണ്ട്. സാരമില്ല."

യാത്രപറഞ്ഞ് അയാൾ പോയി. മോട്ടോർ സൈക്കിളിന്റെ ഒച്ച കേൾക്കാതാകുന്നതുവരെ ഗീത ആ നില്പു നിന്നു

അമ്മ വേഗം മധുവിനെ ഫോണിൽ വിളിച്ചുപറഞ്ഞു. "രാജു കാറിടിച്ച് ആശുപത്രിയിലാണെന്ന്. ഇപ്പോൾ ഒരാൾ വന്നുപറഞ്ഞു. മോനൊന്നു വേഗം വരു. നമുക്കവിടംവരെ ഒന്നു പോണം."

അരമണിക്കൂറിനുള്ളിൽ മധു വീട്ടിലെത്തി.

"ആരാണമ്മേ പറഞ്ഞത്?"

"ഒരാൾ ഇവിടെ വന്നു. ഞാനറീല്ല."

അമ്മ വേഗം ഉടുത്തൊരുങ്ങി. പരമുനായരെ വിളിച്ച് എല്ലാം പറഞ്ഞേല്പിച്ചു. അവരിറങ്ങാൻ നേരത്ത് ഗീത ചോദിച്ചു.

"ഞാനും വരട്ടെ?"

മധു എന്തിനെന്നു ചോദിക്കുന്നതിനു മുമ്പേ അമ്മ പറഞ്ഞു. "മോളും പോര്."

ദീപുമോൻ പരമുനായരുടെ കൂടെ നിന്നു

യാത്രയ്ക്കിടയിൽ ആരും ഒന്നും മിണ്ടിയില്ല. രാജുവിനെന്തുപറ്റിയെന്നുള്ള വേവലാതിയായിരുന്നു അവർക്ക്. നഗരവീഥിയിൽ മധുവിന്റെ കാറ് അതിവേഗം പാഞ്ഞു. പേവാർഡിന്റെ മുറ്റത്തു കാർ നിർത്തി ഇറങ്ങി. ഇരുപത്തിയേഴാം നമ്പർ റൂം അടഞ്ഞുകിടന്നു. അകത്ത് ഒച്ചയനക്കമില്ല. മധു വാതിൽ തള്ളിത്തുറന്നു.

അകത്ത് പൊക്കംകൂടിയ കട്ടിലിൽ വച്ചുകെട്ടിയ മുറിവുകളോടെ

രാജു മയങ്ങിക്കിടക്കുന്നു. തൊട്ടടുത്ത് ഒരു സ്ത്രീ ഇരിപ്പുണ്ട്. രാജുവിന്റെ പെങ്ങൾ. മുഷിഞ്ഞ വേഷവും പാറിപ്പറക്കുന്ന മുടിയും ക്ഷീണിച്ച മുഖവും കണ്ടാലറിയാം. രാജുവിന്റെ പെങ്ങൾ ഇന്നലെ രാത്രി ഉറങ്ങിയിട്ടില്ല.

പതിനഞ്ച്

രാജുവിന്റെ കിടക്കയ്ക്കരികിൽ കാത്തുനിന്നു. ആറേഴു നിമിഷം കഴിഞ്ഞപ്പോൾ രാജു കണ്ണുതുറന്നു. വേദനയ്ക്കിടയിലും രാജു ചിരിച്ചു. മധു കട്ടിലിൽ രാജുവിന്റെ അരികിൽ ഇരുന്നു. തളർന്ന സ്വരത്തിൽ രാജു പറഞ്ഞു. "പെണ്ണു കാണാൻ പോയതാണ്. ഒടുക്കം ഇവിടെയെത്തി." രാജു ഒറ്റയ്ക്കാണു പോയത്. കൂടെപ്പോരാൻ അളിയന് ഒഴിവുണ്ടായില്ല. വഴിയൊക്കെ പറഞ്ഞുതന്നു. കണ്ടുപിടിക്കാൻ വിഷമമുണ്ടായില്ല. നേരേ അങ്ങു ചെന്നു. ഞാനാണ് രാജു എന്നു പറഞ്ഞപ്പോഴേ അവർക്ക് ആളെ മനസ്സിലായി. പെണ്ണിനെ കണ്ടു. ഇഷ്ടപ്പെട്ടു. തിരിച്ചുപോരുന്നവഴിക്കാണ് അപകടം പിണഞ്ഞത്. ഒരു വളവുതിരിയുന്നതിനിടയിൽ കാർ എതിരേ വന്ന ലോറിയുമായി കൂട്ടിയിടിച്ചു. തല എവിടെയോ ഇടിച്ചു. ഇടത്തെ കൈ ഒടിഞ്ഞു. പ്ലാസ്റ്ററിട്ടിരിക്കുകയാണ്. നെറ്റിയിലെ മുറിവ് അത്ര സാരമില്ല. പതുക്കെ എഴുന്നേറ്റ് ചുമരിന്മേൽ ചാരിയിരുന്ന് രാജു പറഞ്ഞു.

"ഞാൻ വേറെന്തോ ചിന്തിക്കുകയായിരുന്നു വളവു തിരിയുന്നതും എതിരേ ലോറി വരുന്നതും ഒന്നും ഞാൻ അറിഞ്ഞില്ല. കാറും ലോറിയും കൂട്ടിയിടിച്ചതിന്റെ ഒച്ച ഒരു പൊട്ടിത്തെറിപോലെ കേട്ടു. പിന്നെ ഒന്നും ഓർമ്മയില്ല. അർദ്ധരാത്രിയിൽ കണ്ണുതുറക്കുമ്പോൾ ആശുപത്രിയിലാണ്."

എന്തു പറയണമെന്നറിയാതെ മധുവും അമ്മയും വിങ്ങുന്ന ഹൃദയത്തോടെ നോക്കിനിന്നു. ഗീതയുടെ മനസ്സ് രാജുവിന്റെ വർണ്ണനകളിൽ നിന്ന് അപകടത്തിന്റെ ചിത്രം കാണുകയായിരുന്നു. അസ്ത്രത്തിന്റെ വേഗത്തിൽ പായുന്ന രാജുവിന്റെ കാറ്. എതിരെ അതിവേഗം പാഞ്ഞുവരുന്ന ലോറി. കൊടുംവളവ്. കൊടുംവളവിൽ കരയുന്ന വണ്ടിച്ചക്രങ്ങൾ. കാറും ലോറിയും കൂട്ടിമുട്ടുന്നതിന്റെ ഒച്ച. മുൻവശം തകർന്ന കാറിൽ മുറിവുകളിൽനിന്ന് ചോരയൊലിപ്പിച്ചുകൊണ്ട് ബോധംകെട്ടു കിടക്കുന്ന രാജു.

"ആയുസ്സ് ബാക്കിയുണ്ടെന്നു തോന്നുന്നു" രാജു പറഞ്ഞു. "അല്ലെങ്കിൽ എന്റെ കഥ ആ നിമിഷം തീർന്നേനെ."

"ഞാനെപ്പോഴും പറയാറുള്ളതാ ഇത്ര സ്പീഡിൽ കാറോടിക്കരുതെന്ന്." രാജുവിന്റെ പെങ്ങൾ പറഞ്ഞു. "ആരു കേൾക്കാൻ? ഭാഗ്യംകൊണ്ടിത്രേ സംഭവിച്ചുള്ളൂ."

"എത്ര സ്പീഡുണ്ടോ, അത്രയും; അതാണ് എനിക്കിഷ്ടം" – രാജു പറഞ്ഞു – "കന്നിനെ പൂട്ടുന്നതുപോലെ കാറോടിക്കാൻ എനിക്കു വയ്യാ."

"ഇവൻ കാറോടിക്കുന്നതു കണ്ടാൽ പേടിയാകും." – മധു പറഞ്ഞു.

“കാറിന് ഇത്ര സ്പീഡുണ്ടെന്ന് ഇവൻ കാറോടിക്കുമ്പോഴാണ് അറിയുന്നത്.”

“നിനക്കറിയാമോ, ഞാൻ ഋതുപർണ്ണന്റെ ശിഷ്യനാണ്.” രാജു തമാശ പറഞ്ഞു: “ഋതുപർണ്ണനിൽനിന്ന് ഞാൻ അക്ഷഹൃദയ മന്ത്രം ഗ്രഹിച്ചു. മിന്നൽവേഗത്തിൽ കാറോടിച്ചുപോകുന്നതിനിടയ്ക്ക് വഴിയരികിൽനില്ക്കുന്ന മരത്തിൽ എത്ര ഇല എത്ര പൂവ് എന്ന് എണ്ണിക്കഴിയും. അതാണ് ഋതുപർണ്ണന്റെ സിദ്ധി. നിനക്കറിയാമോ ഋതുപർണ്ണനെ?”

“എനിക്കൊരു ഋതുപർണ്ണനെയും അറിയില്ല.” എന്ന ഭാവത്തിൽ മധു മിണ്ടാതിരുന്നു

അപ്പോൾ രാജു പറഞ്ഞു.

“ഇവൻ ഓടിക്കുന്ന കാറിലിരുന്ന് സുഖമായി ഷേവു ചെയ്യാം. കണ്ടിട്ടില്ലേ? വാണിയൻ ചക്കിനു കെട്ടിയ കാളയ്ക്ക് അതിനേക്കാൾ സ്പീഡുണ്ട്.”

ആശുപത്രിയിൽനിന്നു തിരിച്ചുപോരുമ്പോൾ രാജു ചോദിച്ചു: “എടാ മധു, നീ നാളെ വരുമോ? എനിക്കൊരു കാര്യം പറയാനുണ്ടായിരുന്നു.”

“ഔദ്യോഗികമായി ഒരിടംവരെ പോകണം.” മധു പറഞ്ഞു: “ഒരാഴ്ച മുമ്പേ ഇട്ട പ്രോഗ്രാമാണ്. അതിനു വല്ല മാറ്റവുമുണ്ടെങ്കിൽ വരാം. അല്ലെങ്കിൽ അഞ്ചു ദിവസം കഴിയും ഞാൻ മടങ്ങി വരാൻ.”

“ഇവിടെ ഒരു രസവുമില്ല.” - രാജു പറഞ്ഞു:- “ഞാനെന്റെ ജീവിതത്തിൽ ഇതുവരെ ആശുപത്രിയിൽ കിടന്നിട്ടില്ല. ആരെങ്കിലും അടുത്തില്ലെങ്കിൽ എനിക്കെന്തോ ഒരിതാണ്.”

രാജു പിന്നെ പെങ്ങളുടെ നേരെ നോക്കി:- “ഇവളുടെ ഇരിപ്പുകണ്ടാൽ തോന്നും ഞാൻ ചാകാൻ കിടക്കുകയാണെന്ന്.”

“എന്താ വേണ്ടെന്നുവച്ചാൽ പറഞ്ഞാൽ മതി.” അമ്മ പറഞ്ഞു: “വീട്ടീന്ന് കൊണ്ടുവരാം. അടുത്താണല്ലോ.”

ഒന്നും വേണ്ടെന്ന് രാജുവിന്റെ പെങ്ങൾ പറഞ്ഞു- വെറുതെ എന്തിന് അന്യരെ ബുദ്ധിമുട്ടിക്കുന്നു എന്നോർത്ത്.

“അവൾ അങ്ങനെയേ പറയൂ. “രാജു പെങ്ങളെ കളിയാക്കി.- “വല്യ അഭിമാനിയാണ്. അളിയന്റെ അടുത്തുവരെ! ഞാനാണെങ്കിൽ നേരെ മറിച്ചും. അമ്മ നാളെ എനിക്ക് കഞ്ഞിയും ചമ്മന്തിയും കൊടുത്തയക്കണം. പാലും റൊട്ടിയും കൊണ്ടാണ് ഇവളുടെ സദ്യ.”

തിരിയെ പോരുമ്പോൾ, മിന്നൽവേഗത്തിൽ കാറോടിച്ചു പോകാറുണ്ടായിരുന്ന രാജുവിനെക്കുറിച്ച് ഗീത ഓർത്തു ഇത്ര സ്പീഡിൽ ആരും കാറോടിക്കുന്നത് ഇതുവരെ കണ്ടിട്ടില്ലാ.

പിറ്റേദിവസം ഔദ്യോഗികമായ കാര്യങ്ങൾക്കായി മധു ദൂരെ എങ്ങോ പോയി. അഞ്ചുദിവസം കഴിഞ്ഞേ മടങ്ങിവരൂ. ആരെങ്കിലും രാജുവിനെ അന്വേഷിച്ചു പോകണ്ടേ? അമ്മ പോകാൻ ഒരുങ്ങിയതാണ്. അപ്പോഴാണ് അകന്ന ബന്ധത്തിൽപ്പെട്ട ഒരാൾ വിരുന്നുവന്നത്. അമ്മ ധർമ്മസങ്കടത്തിലായി. അപ്പോൾ ഗീത ആശുപത്രിയിൽ പോകാൻ താല്പര്യം

കാണിച്ചു. വെറുതെ വീട്ടിൽ ഇരുന്നു മുഷിയുകയല്ലേ. പുറത്തൊന്നിറങ്ങിയാൽ മനസ്സിന് അത്രയും ഉന്മേഷം കിട്ടും. പരമുനായർ പോയി ടാക്സി വിളിച്ചുകൊണ്ടുവന്നു. സ്റ്റീൽപാത്രത്തിൽ പൊടിയരിക്കഞ്ഞിയും ചമ്മന്തിയും.

ഗീത ചെന്നപ്പോൾ രാജുവിന്റെ മുറിയിൽ ഡോക്ടറും നേഴ്സുമുണ്ട്. കഷണ്ടിയുള്ള ഡോക്ടർ തമാശ പറയുകയും ഓരോന്നും ചോദിക്കുകയും ചെയ്യുന്നു. "കാറിനു സ്പീഡു പോരാ. വിമാനം തന്നെയാണ് നല്ലത്. അല്ലേ രാജു? ഇന്നലെ പനിച്ചോ? വിമാനത്തിലാണെങ്കിൽ ഇത്ര കുഴപ്പമില്ല. ആകാശത്തിൽ വളഞ്ഞ വഴികളില്ലല്ലോ. എന്തെങ്കിലും അപകടം പിണഞ്ഞാൽത്തന്നെ ഇങ്ങനെ ഒടിഞ്ഞും ചതഞ്ഞും കിടക്കണ്ടാ. നിമിഷങ്ങൾക്കുള്ളിൽ കച്ചോടം കഴിയും. ഇപ്പോൾ വേദനയുണ്ടോ?"

സുന്ദരിയായ നെഴ്സ് ചിരി കടിച്ചൊതുക്കുന്നു.

അവർ പോകുന്നതുവരെ ഗീത കാത്തുനിന്നു. ഗീത കടന്നുചെന്നപ്പോൾ രാജു പതുക്കെ എഴുന്നേറ്റ് ചുവരും ചാരിയിരുന്നു.

"അമ്മയെവിടെ?"

"അമ്മ പോരാൻ ഇറങ്ങിയപ്പോഴേക്കും ഒരാൾ വിരുന്നുവന്നു. മധുച്ചേട്ടൻ വീട്ടിലില്ല. അതുകൊണ്ടു ഞാൻ പോന്നു."

"ഞാൻ പിന്നെയും ഒരു ശല്യമായിരിക്കുന്നു അല്ലേ?"

"ഞാനങ്ങനെ സ്വപ്നത്തിൽ പോലും ഓർത്തിട്ടില്ല."

സ്റ്റീൽപാത്രങ്ങൾ രാജുവിന്റെ പെങ്ങളെ ഏല്പിച്ചു.

"ചൂടാറിയോ എന്തോ."

"സാരമില്ല. ഞാൻ തണുത്ത സാധനങ്ങളും ഭക്ഷിക്കും."

രാജുവിന്റെ പെങ്ങൾ ചോദിച്ചു:

"ഗീതയ്ക്കു പോകാൻ ധൃതിയുണ്ടോ?'

"ഇല്ല ചേച്ചീ എന്താ?'

"ഞാനൊന്നു കുളിക്കുന്നതുവരെ ഗീത നില്ക്കുമോന്നറിയാനാ. ഇവന് എപ്പോഴും ആരെങ്കിലും അടുത്തുവേണം."

പെങ്ങൾ കുളിക്കാൻ പോയി.

രാജു കസേരയിൽ ചൂണ്ടി പറഞ്ഞു.

'ഇരിക്കൂ ഗീതേ."

"വേണ്ട ഞാനിവിടെ നിന്നോളാം."

"അതു ഗീതയുടെ ഇഷ്ടം."

കുറേ നേരത്തെ മൗനം.

എന്തു ചോദിക്കണം. എന്തു പറയണം. എന്നു തർക്കിക്കുന്ന മനസ്സുകൾ.

ഗീതയുടെ കണ്ണിൽ മൃഗതൃഷ്ണപോലെ എന്തോ തിരയടിച്ചു. കൺമുമ്പിലെ രൂപങ്ങൾ മങ്ങി. മേശപ്പുറത്തിരിക്കുന്ന ഫ്ളാസ്ക്. സ്റ്റീൽ പാത്രം. ജനൽക്കമ്പികൾ ജനലഴികൾക്കപ്പുറത്തു പൂത്തുനില്ക്കുന്ന മഞ്ഞ അരളിയുടെ കാട്. നീലിച്ച ആകാശം. എല്ലാം മങ്ങുന്നു. അവ

യുടെ രൂപങ്ങൾ മാറുന്നു. മൃഗതൃഷ്ണപോലെ എന്തോ തിരയടിക്കുന്നു. ചുവരും ചാരിയിരിക്കുന്നത് രാജുവോ അരവിന്ദനോ? അരവിന്ദന്റെ കണ്ണുകളിലേ ഇത്ര തീവ്രമായ ഭാവം കണ്ടിട്ടുള്ളൂ.

അതേ മുഖം.

തീക്ഷ്ണതയുള്ള കണ്ണുകൾ. എണ്ണമയമില്ലാതെ കാടു പിടിച്ചു മുടി. അതിനൊരു പ്രത്യേക ഭംഗിയുണ്ട്. ചില നിമിഷങ്ങളിൽ മൗനം ഒരു ഭാഷയായിത്തീർക്കുന്നു.

മൃഗതൃഷ്ണ തിരയടിക്കുന്നു.

"അരവിന്ദൻ എവിടെയായിരുന്നു?"

മൗനം.

ചോദ്യം ആവർത്തിക്കേണ്ട ആവശ്യമില്ല. കേൾക്കാഞ്ഞിട്ടല്ല. ഈശ്വരാ, ഇങ്ങനെ ഒരാളിന്റെ നേർക്കാണല്ലോ എന്റെ മനസ്സു ചാഞ്ഞത്! ഇങ്ങനെ ഒരാളിനെയാണല്ലോ ഞാൻ സ്നേഹിച്ചത്!

"എന്താണ് ഇത്ര ആലോചിക്കുന്നത്?"

"എന്റെ മനസ്സിനു തീപിടിച്ചിരിക്കുന്നു."

"എനിക്കു മനസ്സിലാകുന്ന ഭാഷയിൽ പറയൂ."

"ഞങ്ങൾ കുറേപ്പേർ പ്രസ്ഥാനത്തിൽനിന്നു തെറ്റിപ്പിരിഞ്ഞു. നേതൃത്വം നീങ്ങുന്നത് തെറ്റായ വഴിക്കാണ്. അറിഞ്ഞുകൊണ്ടെങ്ങനെ അവരുടെ കൂടെ പോകും? അവർക്കിപ്പോൾ കൊടിയും മുദ്രാവാക്യവും മാത്രമേ ഉള്ളൂ."

"എനിക്കിതൊന്നും മനസ്സിലാവില്ല."

"എല്ലാവർക്കും അധികാരത്തിലാണ് കണ്ണ് അതിനുവേണ്ടി എന്തു നെറികേടും കാണിക്കും. യാതൊരു മനഃസ്സാക്ഷിക്കുത്തുമില്ല. വർഗ്ഗശത്രുക്കളുടെ തോളിൽ തൂങ്ങി എത്രദൂരം പോകും? ഞാൻ പറഞ്ഞു. അന്യന്റെ തോളിലിരുന്നുള്ള യാത്ര എന്റെ യാത്രയാവില്ലെന്ന്."

"എന്നിട്ട്?"

"നേതൃത്വത്തെ വിമർശിച്ചവരെ അവർ പുറത്താക്കി. അപകടകാരികളാണെന്നു മുദ്രയടിച്ചു. അത്രയേ അവരെക്കൊണ്ടു കഴിയൂ."

"ഇനിയെന്തു ചെയ്യാൻ പോകുന്നു?'

"ഞങ്ങൾ ഞങ്ങളുടെ വഴിക്കു നീങ്ങും. കൊലമരങ്ങളെ സ്വപ്നം കാണുന്നവരാണ് ഞങ്ങൾ."

"ഓർക്കുമ്പോ എനിക്ക്."

"ആകാശത്തിനു കീഴിൽ. കിടന്നുറങ്ങാൻ കൂരയില്ലാത്തവർ. നഗ്നത മറയ്ക്കാൻ കീറത്തുണിക്കു തെണ്ടുന്നവർ. വിശപ്പുകൊണ്ടു കരയുന്നവർ. മരിക്കാൻ കിടക്കുന്ന കുഞ്ഞിന് ഒരു തുള്ളി മരുന്നുകൊടുക്കാൻ കഴിവില്ലാതെ കരയുന്ന പാവപ്പെട്ട അമ്മ നീതി നിഷേധിക്കപ്പെട്ടവർ. ഗീതേ... അവരെക്കാണാത്തവരാണു പറയുന്നത് ഈ ഭൂമി സുന്ദരമാണെന്ന് അവർക്കുവേണ്ടി കള്ളക്കണ്ണീരൊഴുക്കുന്നവരാണ്. ഈ രാജ്യ

ത്തിന്റെ മഹത്ത്വത്തെച്ചൊല്ലി ഒച്ചവയ്ക്കുന്നത്. അവരുടെ കൂടെ എത്ര ദൂരം പോകും? മടുത്തു."

"അതുകൊണ്ട്?"

"ഇത്രനാൾ ഞങ്ങൾ സ്നാപകയോഹന്നാനെപ്പോലെ മരുഭൂമിയിൽ വിളിച്ചുപറഞ്ഞുകൊണ്ടു നടന്നു; അഗ്നികൊണ്ടും പരിശുദ്ധാത്മാവുകൊണ്ടും ജ്ഞാനസ്നാനം ചെയ്യിക്കുവാൻ ഒരുവൻ വരുമെന്ന്. അങ്ങനെ ഒരു സ്വപ്നം എപ്പോഴും കണ്ണിൽ സൂക്ഷിച്ചു. അപ്പോഴാണു മനസ്സിലാക്കുന്നത് ആ സ്വപ്നം വെറും സ്വപ്നം മാത്രമാണെന്ന്. ഞങ്ങൾ വിളിച്ചു പറഞ്ഞ വാക്കുകൾ ഞങ്ങളിലേക്കുതിരിച്ചുവരുന്നു?

അതിന്റെ മുഴുവൻ അസ്വസ്ഥതയും അരവിന്ദന്റെ മുഖത്തുണ്ടായിരുന്നു. അരവിന്ദൻ പിന്നെയും മൗനത്തിന്റെ കോട്ടയ്ക്കുള്ളിൽ കയറി.

"എന്താ ഓർത്തിരിക്കുന്നെ?"

രാജുവിന്റെ ചോദ്യം ഗീതയെ ഓർമ്മകളിൽനിന്നു ഉണർത്തി.

"ഒന്നുല്ല."

"ഇരിക്കൂ. ഒരു രഹസ്യം പറയാം."

രഹസ്യമോ? അവളുടെ ഉള്ള് ആന്തി. രാജുവിന് എന്തു രഹസ്യമാണു പറയാനുള്ളത്. തന്നോട്? ഇരിക്കാൻ പറഞ്ഞതല്ലേ? അനുസരിക്കാതിരുന്നാലോ? അവൾ കസേരയിൽ പതുക്കെ ഇരുന്നു.

അപ്പോൾ രാജു പറഞ്ഞു.

"ഞാൻ കാണാൻ പോയ പെണ്ണ് എന്നെ കാണാൻ വന്നിരുന്നു. രാവിലെ. പാവം പേടിച്ചുപോയി. എനിക്കെന്തോ വലിയ അപകടം പറ്റിയെന്ന്."

രാജുവിന്റെ കണ്ണിൽ ഏതോ സ്വപ്നത്തിന്റെ തിളക്കം.

"അടുത്തുവന്ന് ഇമയനക്കാതെ നോക്കിനിന്നപ്പോൾ തോന്നി കണ്ണിൽ കണ്ണീരുണ്ടെന്ന്. ഇന്നാണ് ഞാൻ സ്നേഹം കണ്ടത്. കണ്ണീരില്. സങ്കടത്തില്."

രാജുവിന്റെ പെങ്ങൾ കുളി കഴിഞ്ഞുവന്നു.

ഗീത എഴുന്നേറ്റു യാത്ര ചോദിച്ചു.

"എന്താത്ര ധൃതി?"

"വീട്ടിൽ അമ്മയല്ലേ ഉള്ളൂ."

"നാളെ വരോ?"

"ഉം."

ടാക്സിയുടെ പിൻസീറ്റിലിരുന്ന് നഗരവീഥികൾ പിന്നിടുമ്പോൾ അവൾ പിന്നെയും അരവിന്ദനെക്കുറിച്ചോർത്തു.

അകലെ മണൽപ്പുറത്തിനപ്പുറത്ത് കടൽ കിടന്നലയ്ക്കുന്നു. അലകൾ, അലകൾ അലകൾ, അലകളിൽ വെയിൽ വെട്ടിത്തിളങ്ങുന്നു. തീരത്തുവന്ന് തിരമാലകൾ പൊട്ടിച്ചിതറുന്നു. വേഗത്തിൽ ഓടുന്ന കാറിലിരുന്ന് അവൾ കടൽ കണ്ടു. കടൽത്തിരകൾ കണ്ടു. കടൽ ദുഃഖിക്കുന്ന ഹൃദയംപോലെയാണ്. എപ്പോഴും കിടന്നലയ്ക്കുന്നു. തേങ്ങുന്നു.

പതിനാറ്

മനസ്സിന്റെ മുറുക്കം തെല്ലൊന്നയഞ്ഞതുപോലെ ഗീതയ്ക്ക് തോന്നി. ദീപുമോൻ അവളുമായി അടുത്തു. ഇപ്പോൾ അവന് പഴയ അകല്ച്ച യില്ല. അടുത്തുവരും. അമ്മേ എന്നു വിളിക്കും. കെട്ടിപ്പിടിക്കും. ഉമ്മ വയ്ക്കും. അവനെ ഒന്നനുനയിപ്പിച്ചെടുക്കാൻ പെട്ട പാട് അവൾക്കേ അറിയൂ. ആദ്യമൊക്കെ അവന് പേടിയായിരുന്നു. അടുത്തുവരാൻ മറ്റു ള്ളവർ വല്ലതുമൊക്കെ പറഞ്ഞ് അവനെ ഭയപ്പെടുത്തിക്കാണും. കൊച്ചല്ലേ; അവനു വല്ലതും അറിയാമോ? മുതിർന്നവർപോലും അകന്നു നില്ക്കുന്നു. അപ്പോൾ ഒരു കൊച്ചുകുട്ടിയുടെ കാര്യം പറയണോ? അമ്മയെ കാണുമ്പോൾ അവൻ ഓടി അകലുമായിരുന്നു. ഇപ്പോഴങ്ങ നെയൊന്നുമില്ല. അവൻ അവന്റെ അമ്മയെ തിരിച്ചറിഞ്ഞിരിക്കുന്നു. അതു തന്നെ ഗീതയ്ക്ക് ആശ്വാസമായി സ്വന്തം മകൻ പോലും തന്നിൽനിന്ന കന്നു പോകുന്നതിന്റെ വേദന അവൾക്ക് അസഹ്യമായിരുന്നു. അതോർത്തു അവൾ കരയാറുണ്ടായിരുന്നു. ഇപ്പോൾ അങ്ങനെയൊന്നു മില്ല. ദീപുമോനെ എന്നു വിളിക്കുമ്പോൾ അവൻ ഓടി വരും. അവൾ ദീപുമോനെയും എടുത്തുകൊണ്ട് മുറ്റത്തും പറമ്പിലും നടക്കും. അവ നോടു വർത്തമാനം പറയും. അവൻ തുമ്പിയെ പിടിച്ചുകൊടുക്കാൻ പറ ഞ്ഞാൽ അവൾ തുമ്പിയെ പിടിക്കാൻ പതുങ്ങിനടക്കും. അവന് അമ്പു കണ്ണന്റെയും ഉമ്മാക്കിയുടെയും കഥകൾ പറഞ്ഞുകൊടുക്കും. അവന്റെ ചിരിയും കളിയും കണ്ട് അവൾ അവളുടെ സങ്കടങ്ങൾ മറന്നു. വളരെ നാളുകൾക്കുശേഷം അവൾ ചിരിച്ചു.

പരമുനായർക്കും ഇപ്പോൾ പണ്ടത്തെ പേടിയും അകല്ച്ചയുമൊ ന്നുമില്ല. അടുത്തുവരും. തമാശ പറയും. ആർക്കെങ്കിലും പിണഞ്ഞ അമ ളികളാണ് അയാൾക്കു ഏറ്റവും ഇഷ്ടപ്പെട്ട വിഷയം. എവിടന്നെങ്കിലും അയാൾ അത്തരം കഥകൾ തെരഞ്ഞുപിടിക്കും. ഒരു മഹാരഹസ്യം പിടി കിട്ടിയിരിക്കുന്നു എന്ന മട്ടിലാണ് അതു പറയുക. അറിഞ്ഞോ മുല്ല യ്ക്കലെ ആ പെണ്ണിന്റെ കഥ? ഒരന്യജാതിക്കാരന്റെ കൂടെ ആ പെണ്ണ് ഒളിച്ചോടി. എന്നിട്ട് മുല്ലയ്ക്കലുള്ളോരു പറഞ്ഞതെന്താ. അമ്മവീട്ടിൽ പോയതാണെന്ന്! ഇതൊക്കെ എത്രകാലം ഒളിച്ചുവയ്ക്കും? ഇപ്പോൾ അങ്ങാടീല് പാട്ടാ. ആ പെണ്ണ് ഒരാഴ്ചമുമ്പ് തിരിച്ചുവന്നു. പോയപ്പോ ഒരാള് വന്നപോ രണ്ടാള്. പെണ്ണിന് ഗർഭോണ്ടെന്ന്! അത്തരം രഹസ്യ ങ്ങൾ പറയുമ്പോൾ അയാളുടെ മുഖംഭാവം കാണണം. എന്തൊരു സന്തോഷം. വക്കീൽ ഗുമസ്തൻ ശങ്കരൻനായരുടെ മകളെ സ്ഥലം മാറി വന്ന പള്ളിക്കൂടം വാദ്ധ്യാർ സ്നേഹിച്ചു. കണ്ടാൽ നല്ല ചെറുപ്പക്കാരൻ. വെളുത്തുചുമന്ന് നാടകക്കാരന്റെ സ്റ്റൈലുള്ള ഒരു പച്ചക്കാമദേവൻ. ശങ്ക രൻനായരുടെ മകള് വല്ലാതെ അങ്ങ് സ്നേഹിച്ചു. അയാൾക്കുവേണ്ടി ജീവൻ കളയാൻ നിന്നു. ഒടുക്കം വിവാഹം നടത്തിക്കൊടുത്തു. അപ്പോഴാ അറിയുന്നത് അയാൾക്ക് വേറെ ഭാര്യയും രണ്ടു മക്കളുമുണ്ടെന്ന്! ആ

കഥയൊക്കെ പരമുനായര് അംഗവിക്ഷേപങ്ങളോടെ പറയും. പുറത്തു പോയിട്ട് വരുമ്പോൾ അയാൾ എന്തെങ്കിലും ഒരു കഥയും കൊണ്ടേ വരു. എന്നാൽ പരമുനായരുടെ കഥ മറ്റൊന്നാണ്. അതുമാത്രം അയാൾ ആരോടും പറയില്ല. അയാളുടെ ഭാര്യ ഒരാനക്കാരന്റെ കൂടെ പോയി. മനയ്ക്കലെ ചേരിക്കയായിരുന്നു പരമുനായരുടെ ഭാര്യ. അമ്പലത്തിലെ ഉത്സവത്തിന് ആനയും കൊണ്ടുവന്ന ആനക്കാരൻ ഏഴു ദിവസം കൊണ്ട് പരമുനായരുടെ കളത്രത്തെ മയക്കി. കുറേക്കാലം പരമുനായർ അതോർത്തു ദുഃഖിച്ചു. പിന്നെ അതു മറന്നു. ഇപ്പോൾ തന്റെ ജീവിതത്തിൽ അങ്ങനെ ഒന്നു സംഭവിച്ചതിന്റെ ഓർമ്മ പോലുമില്ല. എപ്പോഴും പറയും എന്റെ ജാതകം മോശമാണെന്ന്. അതിൽ ദുഃഖങ്ങൾ മുഴുവൻ ഒതുക്കും. കഴകത്തില്ലാത്ത മനുഷ്യൻ. മനുഷ്യരോടു മാത്രമല്ല ഉറുമ്പിനോടും, പക്ഷിയോടും പശുവിനോടും മരത്തിനോടും വരെ വർത്തമാനം പറയും. ഇരുട്ടുവീണാൽ പിന്നെ പുറത്തിറങ്ങുകയില്ല പേടിയാണ്. എല്ലാം ഒരു സാമട്ടിലാണ്. ഗീതയ്ക്കു ചിലപ്പോൾ ദേഷ്യം വരും.

ദിവസവും രാജുവിനെ കാണാൻ ഗീത ആശുപത്രിയിൽ ചെന്നു. കൈയുടെ വേദന മാറി. വേണമെങ്കിൽ ആശുപത്രിയിൽ നിന്നു പോകാം. പക്ഷേ, നാലഞ്ചുദിവസംകൂടി കഴിയട്ടെ എന്ന് ഡോക്ടർ ഉപദേശിച്ചു. “ഒരു രോഗിയെ കിട്ടിയാൽ അത്രപെട്ടെന്ന് ഡോക്ടർമാർ അവനെ വിടുമോ” – എന്നാണ് രാജുവിന്റെ ചോദ്യം ഡോക്ടർക്ക് രോഗി ഒരിരയാണ്. ഒന്നുകിൽ കൊല്ലും. അല്ലെങ്കിൽ കൊല്ലാതെ കൊല്ലും.

രാജുവിന്റെ സ്വഭാവം ഗീതയ്ക്ക് ഇഷ്ട്പ്പെട്ടു. തമാശ പറയും. ഒളിവും മറവും ഒന്നുമില്ല. ഇത്രനാൾ ഈ മനുഷ്യൻ ഒരു നാടോടിയെപ്പോലെ കറങ്ങി. നടന്നതാണ് അതിശയം. ഒരു പെണ്ണിന്റെ സ്നേഹത്തെക്കുറിച്ച് ഇത്രയേറെ മതിപ്പുള്ള ഒരാളെ കണ്ടിട്ടില്ല. എന്നിട്ടും ഒരു പെണ്ണിനെയും സ്നേഹിക്കാതെ ഇത്രനാൾ ജീവിച്ചു.

ആശുപത്രി വരാന്തയിൽ, കാറ്റും കൊണ്ടു നിന്ന ഒരു സായാഹ്നം. ആ നിമിഷങ്ങൾ ഗീത ഓർത്തു. കുലകുലയായി പൂത്ത ഒരു വൃക്ഷം ആശുപത്രിമുറ്റത്തു നിന്നിരുന്നു. ചുവപ്പും മഞ്ഞയും കലർന്ന പൂക്കൾ. മരത്തിൽനിന്ന് എപ്പോഴും പൂക്കൾ കൊഴിഞ്ഞുകൊണ്ടിരുന്നു. ആശുപത്രി മുറ്റത്ത് ആ പൂക്കൾ ഒരുപുഷ്പവൃഷ്ടി പോലെ കിടന്നു. വൈകുന്നേരത്തെ വെയിൽ മരക്കൊമ്പുകളിൽ മിനുങ്ങി. രാജുവിന്റെ മുഖത്തും മഞ്ഞവെയിൽ പതിക്കുന്നുണ്ടായിരുന്നു. ചവുണ്ട് എണ്ണമയമില്ലാതെ പാറിക്കിടക്കുന്ന മുടിക്ക് മഞ്ഞവെയിൽ ചെമ്പുനിറമുണ്ടാക്കി. പെണ്ണിന്റെ സ്നേഹത്തെക്കുറിച്ചാണ് രാജു പറഞ്ഞുകൊണ്ടിരുന്നത്. പെണ്ണുകാണാൻ പോയത് പെങ്ങൾ നിർബ്ബന്ധിച്ചിട്ടാണ്. പെണ്ണിനെ കണ്ടപ്പോൾ ഇഷ്ടപ്പെട്ടു. ആശുപത്രിയിൽ അവൾ തന്നെ കാണാൻ വന്നതിനെക്കുറിച്ചു പറഞ്ഞപ്പോൾ രാജുവിന്റെ സ്വരം വികാരപൂർണ്ണമായിത്തീർന്നു. വളരെനാൾ കൊണ്ടു സ്നേഹിക്കുന്ന ഒരു കാമുകിയെക്കുറിച്ചു പറയുന്നത്ര വികാര പരമായിരുന്നു വാക്കുകൾ.

"പുരുഷന്റെ ഹൃദയത്തിലെ ഒരു സ്വപ്നത്തിന്റെ പേരാണ് സ്ത്രീ."

ഗീതയ്ക്കു ചിരി വന്നു.

"എന്നിട്ടാണോ ഇത്രനാൾ സ്ത്രീവിദ്വേഷിയെപ്പോലെ ജീവിച്ചത്?"

"മനുഷ്യന് അങ്ങനെ ഒരു ദോഷമുണ്ട്." - രാജു പറഞ്ഞു. "കുറെ വൈകിയേ ബോധം തെളിയൂ."

ഒരു പക്ഷിയുടെ സ്വാതന്ത്ര്യത്തോടെ പറന്നുനടന്ന ആൾ. ഇപ്പോൾ എന്തുമാറ്റം!" രാജുവിനെ സ്നേഹിക്കുന്ന പെണ്ണ് ഭാഗ്യവതിയായിരിക്കും. അവൾക്കു സങ്കടപ്പെടേണ്ടിവരില്ല. ഇത്ര സ്നേഹമുള്ള ഒരു ഹൃദയമല്ലേ അവൾക്കു കിട്ടുന്നത്. സ്നേഹത്തിന്റെ ഒരു ഖനി.

"ഇത്രനാൾ ഞാൻ എന്റെ ഇഷ്ടംപോലെ ജീവിച്ചു."- രാജു പറഞ്ഞു. "ഇപ്പോൾ അറിഞ്ഞുകൊണ്ട് ഒരു കുടുക്കിൽ തലയിടുകയാണ്. ഈശ്വരനറിയാം. എങ്ങനെയായിത്തീരുമെന്ന്."

"എന്താ അങ്ങനെ പറഞ്ഞത്?"

"ഓരോരുത്തരുടെ അനുഭവങ്ങൾ കാണുമ്പോൾ....."

"ചീത്തയൊന്നും വിചാരിക്കരുത്."

"എന്താണ് നല്ലതെന്ന് ആർക്കറിയാം."

"സ്നേഹവും വിശ്വാസവുമുണ്ടെങ്കിൽ."

"ഒരു കാര്യം എനിക്കു മനസ്സിലായി."

"എന്താ?"

"എന്റെ കണ്ടുപിടിത്തമല്ല. വേറെ ആരോ പറഞ്ഞതാണ്. തലയ്ക്കു വെളിവുള്ള ആരോ."

"എന്താ പറഞ്ഞത്?"

"മനുഷ്യന് പെണ്ണിൽനിന്നും മരണത്തിൽനിന്നും രക്ഷപ്പെടാൻ നിവൃത്തിയില്ലെന്ന്."

"പെണ്ണിനോ..."

"പെണ്ണിന്റെ കാര്യം ഇതുവരെ ആരും പറഞ്ഞിട്ടില്ല."

"നന്നായി."

"അതെന്താ?"

"ആരും പറയെണ്ട. അവൾ അനുഭവിച്ചോളും."

വളരെ നാളുകൂടിയാണ് തന്നോട് ഇത്ര ദയാപൂർവ്വം പെരുമാറുന്ന ഒരാളെ ഗീത കാണുന്നത്. മറ്റുള്ളവരൊക്കെ തന്നോട് അകല്ച്ച കാണിക്കുകയും അവഗണിക്കുകയും ചെയ്തപ്പോൾ രാജുമാത്രം വ്യത്യസ്തമായ നിലപാടെടുത്തു. അതാണ് ഗീതയ്ക്കു മനസ്സമാധാനം നല്കിയത്. ഒരാളെങ്കിലും തന്നോട് ദയ കാണിക്കുന്നുണ്ടല്ലോ."

രാജുവിന് അരവിന്ദന്റെ ഒരു മുഖച്ഛായയുണ്ട്. അരവിന്ദൻ തീരെ നിശ്ശബ്ദനായിരുന്നു. എപ്പോഴും ആലോചനയിലാണെന്നുള്ള ഒരു മട്ട്. രാജു നേരെ മറിച്ചാണ്. തമാശയായിട്ടേ എന്തു പറയൂ. മധു ഇവരിൽനിന്നൊക്കെ വ്യത്യസ്തമാണ്. പറയുന്നതിന്റെ അർത്ഥം മുഴുവൻ പിടി കിട്ടുകയില്ല. മനസ്സിലുള്ളതൊന്ന്. പറയുന്നത് വേറൊന്ന്. ഇത്ര നാളായില്ലേ. എന്നിട്ടും

ഗീതയ്ക്കിതുവരെ മധുവിനെ മനസ്സിലായിട്ടില്ല. ഹൃദയത്തിനു മറയിട്ട ഒരാൾ. ഹൃദയം മറ്റാരെയും കാണിക്കുകയില്ല.

ഗീത ആശുപത്രിയിൽ ചെല്ലുന്നത് രാജുവിനും സന്തോഷമായിരുന്നു. അല്ലെങ്കിൽ ആരോട് വർത്തമാനം പറയാനാണ്? പെങ്ങൾ വന്നാൽ എപ്പോഴും ഉപദേശമാണ്. അങ്ങനെ വേണം; ഇങ്ങനെ വേണം എന്നൊക്കെ. കേട്ടു കേട്ടു മടുത്തു. നീ അളിയനെ കണ്ടു പഠിക്ക് എന്നാണ് അവസാനത്തെ കൈ. എളിയ നിലയിൽ നിന്നാരംഭിച്ച അളിയന്റെ ജീവിതം ഇപ്പോൾ സമ്പന്നമാണ്. സ്വത്തുണ്ട്. അംഗീകാരമുണ്ട്. അതൊക്കെ ശരിയാണ്. പക്ഷേ, ഒരാൾക്ക് മറ്റൊരാളെപ്പോലെയാകാൻ കഴിയുമോ!

നീ ഇത്രനാൾ ലോകം മുഴുവൻ ചുറ്റിനടന്നിട്ട് എന്തുണ്ട് ബാക്കി എന്നാണ് പെങ്ങളുടെ ചോദ്യം. രാജുവിനു മറുപടി ഇല്ല. ഇത്രനാൾ ജീവിച്ചില്ലേ എന്ന ഒറ്റ ഉത്തരമേ ഉള്ളൂ. ഒരു മരക്കമ്പനിയിലെ കണക്കെഴുത്തുകാരനായിരുന്ന അളിയന് ഇപ്പോൾ സ്വന്തമായ മരക്കച്ചവടമുണ്ട്. കൂപ്പുകൾ ലേലത്തിനു വിളിച്ച് മരങ്ങൾ വെട്ടിയിറക്കി അത് തുവട കണ്ടി കണക്കു പറഞ്ഞ് പണം വരുന്നു.

ഒരു സായാഹ്നം

ഗീത ആശുപത്രിയിൽ രാജുവിനെ കാണാൻ ചെന്നു. രാജു അകത്ത് എന്തോ വായിച്ചുകൊണ്ട് കിടക്കുകയായിരുന്നു. ഗീതയെ കണ്ട ഉടൻ പുസ്തകം മടക്കിവെച്ച് എഴുന്നേറ്റു.

"എനിക്കുവേണ്ടി ഗീത ഇങ്ങനെ കഷ്ടപ്പെടുന്നതോർക്കുമ്പോ.."

"എനിക്കെന്താ കഷ്ടപ്പാട്?"

"എന്നും എന്നെ കാണാൻ വരണ്ടേ?"

"അതാണോ? അത്ര വലിയ കഷ്ടപ്പാടൊന്നുമല്ല."

"നല്ല മനസ്സുള്ളവർ അങ്ങനെയേ വിചാരിക്കൂ."

"എന്നെ പുകഴ്ത്തുകയൊന്നും വേണ്ടാ."

മുറിക്കകം മുഴുവൻ ചൂടായിരുന്നു. പുറത്തിറങ്ങിനില്ക്കാമെന്ന് രാജു പറഞ്ഞു. പുറത്തു നല്ല കാറ്റുണ്ട്. അവർ വരാന്തയിലിറങ്ങിനിന്നു. ആശുപത്രി മുറ്റത്തെ മരത്തിൽനിന്നു പൂക്കൾ കൊഴിയുന്നു. കാറ്റത്ത് പൂത്ത മരക്കൊമ്പുകൾ ഉലയുന്നു. രാജു അരമതിലിൽ ഇരുന്നു. അടുത്തു തൂണുംചാരി ഗീത നിന്നു.

"മധു ഇതുവരെ വന്നില്ലേ?"

"ഉവ്വ്. ഇന്നലെ വന്നു."

"എന്നിട്ട് അവൻ എന്നെ കാണാൻ വന്നില്ലല്ലോ."

"എന്തോ അത്യാവശ്യമുണ്ടെന്നു പറഞ്ഞ് ആഫീസിൽ പോയി."

"അവൻ അങ്ങനെയാണ്. പണ്ടേ എനിക്കറിയാം. അവന് അവന്റെ കാര്യം കഴിഞ്ഞേ ഉള്ളൂ ബാക്കി എന്തും. സ്വാർത്ഥൻ."

ഗീത മിണ്ടിയില്ല.

കുറേ നേരത്തേക്ക് അവർക്കിടയിൽ മൗനം താങ്ങി നിന്നു.

പിന്നെ ഗീത ചോദിച്ചു;

"എന്നാണ് വിവാഹം?"

രാജു പറഞ്ഞു:-

"ആശുപത്രിയിൽനിന്നിറങ്ങിയാലുടനെ."

"പിന്നെ ഞങ്ങളെയൊന്നും ഓർമ്മയുണ്ടാവില്ല."

"ങാ, കുറേക്കാലത്തേക്കെങ്കിലും."

എന്തോ ഓർത്ത് രാജു ചിരിച്ചു. എന്നിട്ട് മനസ്സിലോർത്തതു പറഞ്ഞു.

"എന്റെ പെങ്ങളുടെ സംശയം ആ പെണ്ണ് എന്റെ കൂടെ എങ്ങനെ ജീവിക്കുമെന്നാണ്."

"അതെന്താ?"

"ഞാനത്ര ബോറനാണെന്ന് എന്നെ സഹിക്കാൻ വിഷമമാണെന്ന്."

"ഏതു പെണ്ണാ രാജുവിനെ ഇഷ്ടപ്പെടാത്തെ?"

രാജുവിന് അതിശയം തോന്നി. ഇതുവരെ ഒരാളും തന്നെക്കുറിച്ച് ഇങ്ങനെ പറഞ്ഞിട്ടില്ല. അങ്ങനെ പറയാൻ ഗീതയെ പ്രേരിപ്പിച്ചതെന്താണ്?

പെട്ടെന്ന് ആശുപത്രിമുറ്റത്ത് മധുവിന്റെ കാർ വന്നുനിന്നു. കാറിൽ നിന്നിറങ്ങിയ മധുവിന്റെ മുഖം ഇരുണ്ടിരുന്നു. അസാധാരണമായ എന്തോ ഭാവപ്പകർച്ച.

ഗീതയ്ക്കു എന്തെന്നില്ലാത്ത ഒരു ജാള്യത തോന്നി.

രാജു അതൊന്നും ശ്രദ്ധിക്കാതെ ചോദിച്ചു:

"നിന്റെ ഊരുചുറ്റലൊക്കെ കഴിഞ്ഞോ? ഞാനീ ആശുപത്രിയിൽ കിടപ്പുണ്ടെന്ന് നീ ഓർത്തോ? നീയാണോടാ സ്നേഹിതൻ?"

മധു മിണ്ടിയില്ല. പടിക്കെട്ടുകൾ കേറി അവരുടെ അടുത്തേക്കു ചെന്നു. കനപ്പിച്ച് ഗീതയെ നോക്കി. ആ നോട്ടം കണ്ടപ്പോഴേ ഗീത ഊഹിച്ചു എന്തോ ഇഷ്ടപ്പെടായ്കയുണ്ടെന്ന്.

രാജു ചോദിച്ചു.

"എന്താടാ മിണ്ടാത്തെ?"

മധുവിന്റെ മനസ്സിന്റെ മുറുക്കം അയഞ്ഞു.

"നിനക്കു ആശുപത്രീന്നു പോകാറായില്ലേ?"

"ഇവിടെ സുഖമാണ്."

"എന്നാൽ ഇവിടെയങ്ങു പാർത്തോ."

അവർ വരാന്തയിൽ നില്ക്കുമ്പോഴാണ് ഡോക്ടർ വന്നത്. രാജു എഴുന്നേറ്റു ഡോക്ടർക്ക് ഗുഡ് ഈവനിങ് പറഞ്ഞു. രാജുവിന്റെ ചുമലിൽത്തട്ടി ഡോക്ടർ ചിരിച്ചു.

"എനിക്കൊന്നു പരിശോധിക്കണമല്ലോ."

രാജു അകത്തു കട്ടിലിൽ ചെന്നുകിടന്നു. ഡോക്ടർ കുനിഞ്ഞുനിന്ന് രാജുവിനെ പരിശോധിച്ചു.

രാജു ചോദിച്ചു.

"എനിക്കു പോകാറായില്ലേ?"

ഡോക്ടർ പൊട്ടിച്ചിരിച്ചു.

"കൊള്ളാം. ഇനി ഇവിടെ കിടക്കാൻ ഞാൻ സമ്മതിച്ചിട്ടുവേണ്ടേ?"

സന്ധ്യക്കുമുമ്പേ മധുവും ഗീതയും പോന്നു. യാത്രയ്ക്കിടയിൽ ഒരക്ഷരം മിണ്ടിയില്ല. ഗീതയുടെ മനസ്സു പതറി. മധുച്ചേട്ടനെന്താണിങ്ങനെ? ചോദിക്കാൻ മനസ്സു വരുന്നില്ല. ഇഷ്ടപ്പെട്ടില്ലെങ്കിലോ?"

വീട്ടിലെത്തി. കാറിൽ നിന്നിറങ്ങി കാറിന്റെ ഡോർ വലിച്ചടച്ച് മധു അകത്തേക്കു കയറിപ്പോയി. ഗീത പിന്നാലെ ചെന്നു. ഉടുപ്പൂരി കിടക്കയിൽ വലിച്ചെറിഞ്ഞതിനുശേഷം മധു ഗൗരവത്തോടെ ഗീതയെ നോക്കി.

"നിനക്ക് ആശുപത്രിയിൽ എന്താ ഉദ്യോഗം?"

അവൾ അന്തിച്ചുപോയി.

"ഒന്നുല്ലാ."

"പിന്നെ?"

"രാജുവിനെ കാണാൻ."

"അവൻ നിന്റെ ആരാ."

സംഗതി പിടികിട്ടി. താൻ രാജുവിനെ കാണാൻ പോയത് മധുവിന് ഇഷ്ടപ്പെട്ടില്ല. പക്ഷേ, അതിനിത്ര കോപിക്കണോ?"

"മധുച്ചേട്ടന്റെ സ്നേഹിതനല്ലേ?"

"എന്റെ സ്നേഹിതന്മാരെ അന്വേഷിക്കലാണോ നിന്റെ ഉദ്യോഗം?"

"മധുച്ചേട്ടാ!"

ആത്മാഭിമാനത്തിനു മുറിവേറ്റതുപോലെ ഗീതയ്ക്കു തോന്നി. ഇത്രയൊന്നും അവൾ ഓർത്തില്ല. ആശുപത്രിയിൽ കിടക്കുന്ന ഭർത്താവിന്റെ സുഹൃത്തിനെ കാണാൻ പോയത് അത്ര വലിയ ഒരപരാധമാണോ?

വാക്കുകൾ തമ്മിൽ കോർത്തു. ആത്മാഭിമാനം എല്ലാവർക്കുമുണ്ട്. അതു ഗീത തുറന്നടിച്ചു പറഞ്ഞു. ഒരാൾ ഇത്ര ചെറുതാകരുത്. ഇത്ര അധഃപതിക്കരുത്. വാക്കുകൾ നിശിതമായിരുന്നു. മിണ്ടരുതെന്ന് മധു ആജ്ഞാപിച്ചപ്പോൾ ഗീത പുച്ഛത്തോടെ ചിരിച്ചു. ആ ചിരി അയാളുടെ സകല നിയന്ത്രണങ്ങളും തകർത്തു. ആഞ്ഞൊരൊറ്റ അടി. വീഴാതിരിക്കാൻ ഗീത ചുമരിന്മേൽ ചാരിനിന്നു. തല കറങ്ങുന്നതുപോലെ തോന്നി. വിങ്ങിപ്പൊട്ടിക്കൊണ്ട് അവൾ മധുവിന്റെ നേരെ നോക്കി.

ഊരിയെറിഞ്ഞ ഉടുപ്പെടുത്തിട്ടുകൊണ്ട് അയാൾ വീണ്ടും പുറത്തേക്കിറങ്ങി. പുറത്ത് കാറിന്റെ ഒച്ച അകന്നകന്നു പോകുന്നത് അവൾ കേട്ടു.

അവൾ മുഖംതിരിച്ചു നോക്കിയപ്പോൾ വാതില്ക്കൽ ദീപുമോൻ അകത്തേക്കു വന്നു സങ്കടത്തോടെ ചോദിച്ചു.

"അമ്മ എന്തിനാ കരേണെ?"

ദീപുമോനെ കെട്ടിപ്പിടിച്ച് അവൾ പൊട്ടിക്കരഞ്ഞു.

പതിനേഴ്

ചിന്നംപിന്നം മഴപെയ്യുന്ന ഒരു രാത്രി. അരണ്ട വെളിച്ചമുണ്ട്. മങ്ങിയ നിലാവുപോലെ. നനഞ്ഞ നഗരത്തിനുമീതെ അരണ്ടവെളിച്ചം നിഗൂഢമായ ഒരു ദുഃഖം പോലെ കിടന്നു. കാറ്റുവീശുന്നില്ല. എങ്കിലും നല്ല തണുപ്പുണ്ട്. നനഞ്ഞ മരങ്ങളും കെട്ടിടങ്ങളും വിളക്കുകാലുകളും വഴിവിളക്കുകളുടെ നേർത്ത വെളിച്ചത്തിൽ മിനുങ്ങുന്ന വീഥികളും നഗരത്തിന് ഒരു സ്വപ്നാത്മകഭാവമുണ്ടാക്കി. ജനലഴികൾക്കു പിന്നിൽ നിന്ന് ഗീത ദൂരേക്കുനോക്കി. അരണ്ടവെളിച്ചത്തിൽ നഗരത്തിനു മീതെ മഴ പെയ്യുന്നത് അവൾ കണ്ടു. പെട്ടെന്ന് അവളെ ഞെട്ടിപ്പിച്ചുകൊണ്ട് നാഴിക മണി പതിനൊന്നടിച്ചു. അവൾ ഇമകളനക്കാതെ നാഴിക മണിയിൽ നോക്കി നിന്നു.

പിന്നെ ആന്തരികമായ ഏതോ പ്രേരണയ്ക്കു കീഴടങ്ങി അവൾ ഒച്ചയുണ്ടാക്കാതെ വാതിൽ തുറന്നു പുറത്തിറങ്ങി. രാത്രിയും അരണ്ട വെളിച്ചവും മഴയും അവളെ ആലിംഗനം ചെയ്തു. മഴ നനഞ്ഞുകൊണ്ട് അവൾ പുറത്തേക്കു നടന്നു. ഒച്ചയുണ്ടാക്കാതെ ഗേറ്റു തുറന്നു. ഒരു നിമിഷം അവൾ അവിടെനിന്ന് വഴിയുടെ രണ്ടറ്റങ്ങളിലേക്കും നോക്കി. അകലെ വഴിയുടെ അറ്റങ്ങൾ അദൃശ്യമായിരുന്നു. മഴയുടേയും അരണ്ട വെളിച്ചത്തിന്റേയും അപ്പുറത്ത് വഴി ഇരുണ്ടു കിടന്നു. അവൾ ഗേറ്റ് ചാരാതെ എങ്ങോട്ടെന്നില്ലാതെ നടന്നു. ആ യാത്രയെക്കുറിച്ച് അവൾക്ക് യാതൊരുദ്ദേശവുമുണ്ടായിരുന്നില്ല. അന്തരാത്മാവിൽ വന്നലച്ച നിശ്ശബ്ദമായ ഒരുവിളി കേട്ട് അവൾ ഇറങ്ങിത്തിരിച്ചതായിരുന്നു. നനഞ്ഞവഴി അവളെ അകലങ്ങളിലേക്കു കൂട്ടിക്കൊണ്ടു പോയി. വഴിവക്കിൽ മഴനനഞ്ഞുനിന്ന മരങ്ങൾ അവളോടു പറഞ്ഞു– അകലെ ഒരാൾ കാത്തുനില്പുണ്ട്. വേഗം ചെല്ല്. അവൾ ധൃതിയിൽ നടന്നു. വിജനമായ വഴിയിൽ അപ്പോൾ അവളും അവളുടെ നിഴലും മാത്രമേ ഉണ്ടായിരുന്നുള്ളൂ. മങ്ങിയ ഇരുട്ടിൽ, മങ്ങിയ വെളിച്ചത്തിൽ സ്വന്തം നിഴലിനെപോലും അവൾ അറിഞ്ഞിരുന്നില്ല.

മങ്ങിക്കത്തുന്ന തെരുവുവിളക്കുകളുണ്ടാക്കുന്ന വെളിച്ചത്തിനും രാത്രിയുടെ ഇരുട്ടിനും തമ്മിൽ അവൾ ഭേദംകണ്ടിരുന്നില്ല. ഇരുട്ടിൽ അവൾ തന്റെ അന്തരാത്മാവ് കാട്ടുന്ന വെളിച്ചം കണ്ടുനടന്നു. വെളിച്ചത്തിൽ അവൾ തന്റെ അന്തരാത്മാവു കാട്ടുന്ന ഇരുട്ടുകണ്ടു നടന്നു.

രാത്രിയുടെ നിശ്ശബ്ദതയ്ക്കുമേൽ മഴയുടെ സംഗീതം മൗനത്തിന്റെ ഈണം ആലപിക്കുന്നത് അവൾ കേട്ടു. അത് ഒരു ലഹരിയായി അവളുടെ ഉള്ളിൽ നിറഞ്ഞു.

അവൾ വളവുകൾ കടന്നു. തിരിവുകൾ കടന്നു. പച്ചയും ചുവപ്പുമായ വിളക്കുകൾ കെട്ടുപോയ ട്രാഫിക് ഐലന്റ് കടന്നു അവൾ നടന്നു. എങ്ങോട്ടാണ് നടക്കുന്നത് എന്നുള്ളത് അവൾ ചിന്തിച്ചില്ല. ദിക്കുകളെക്കുറിച്ചുള്ള ഓർമ്മയും ബോധവും അവൾക്കപ്പോൾ ഉണ്ടായിരുന്നില്ല.

കിഴക്കും, പടിഞ്ഞാറും, വടക്കും, തെക്കും എല്ലാം അവൾക്ക് ഒരുപോലെയായിരുന്നു. ദിക്കു തിരിയാത്ത കാട്ടിൽ അകപ്പെട്ട ഒരാത്മാവായിരുന്നു അവൾ.

മഴയായതുകൊണ്ട് നഗരം നേരത്തേ ഉറങ്ങി. മനുഷ്യരുറങ്ങി. മരങ്ങളുറങ്ങി. മഴ നനഞ്ഞുനില്ക്കുന്ന മരങ്ങൾ ഉറക്കത്തിലാണ്. ഉറങ്ങിയ മരങ്ങൾക്ക് മഴ ഒരു ചാറ്റു പാട്ട് മാത്രമായിത്തീരുന്നു

നഗരത്തിൽ ഒച്ചയനക്കങ്ങളില്ല.

വിജനമായ വഴി.

അവൾ ധൃതിയിൽ നടന്നു. എവിടെയോ ചെന്നെത്താനുള്ള വെപ്രാളം. അകലെനിന്നുള്ള നിശ്ശബ്ദമായ വിളി ഹൃദയത്തിൽ വന്നലയ്ക്കുന്നു.

അങ്ങനെ പോകുമ്പോൾ വഴിയിൽനിന്ന് അല്പം ദൂരെ ഏതോ ഒരു വീട്ടിൽനിന്ന് ഒരു കൊച്ചുകുട്ടിയുടെ കരച്ചിൽകേട്ടു. രാത്രിയുടെ നിശ്ശബ്ദതയിൽ ആ കരച്ചിൽ പ്രപഞ്ചം മുഴുവൻ മുഴങ്ങിക്കേട്ടു. അവൾ ഞെട്ടിത്തിരിഞ്ഞു നോക്കുമ്പോൾ ദൂരെ ജനലിന്റെ ചതുരാകൃതിയിൽ വെളിച്ചം. അവിടെനിന്നാണ് കൊച്ചുകുട്ടിയുടെ കരച്ചിൽ കേൾക്കുന്നത്. അവൾ വഴിവക്കിൽ, മരത്തിന്റെ നിഴലിൽ, മഴനനഞ്ഞ് ആ കൊച്ചുകുട്ടിയുടെ കരച്ചിലിനു കാതോർത്തു നിന്നു.

പെട്ടെന്ന് അവൾക്കു തോന്നി അത് അവളുടെ ദീപുമോന്റെ കരച്ചിലാണെന്ന്...

ആ കരച്ചിലിന്റെ പ്രതിദ്ധ്വനികൾ അവളുടെ ഹൃദയത്തിൽ നിരന്തരമായി വന്നലച്ചു.

പ്രപഞ്ചത്തിൽ ഇപ്പോൾ ആ കൊച്ചുകുട്ടിയുടെ കരച്ചിൽ മാത്രമേ ഉള്ളൂ.

അർദ്ധരാത്രിയിൽ മധു വീട്ടിൽ തിരിച്ചെത്തിയപ്പോൾ പതിവില്ലാത്ത വിധം ഗേറ്റു തുറന്നുകിടക്കുന്നു. അടയ്ക്കാൻ മറന്നതായിരിക്കുമെന്നോർത്ത് അയാൾ കാർ അകത്തു കയറ്റിയിട്ടു. ഇറങ്ങിവന്ന് ഗേറ്റ് അടച്ചുകുറ്റിയിട്ടു. നഗരമാണ്. അടച്ചു പൂട്ടിയിട്ടില്ലെങ്കിൽ കള്ളന്മാർ അകത്തു കയറും.

വീട്ടിൽ വെളിച്ചമില്ല. എല്ലാവരും ഉറങ്ങി. അല്ലെങ്കിൽ ഗീതയുടെ മുറിയിൽ ചിലപ്പോൾ വെളിച്ചം കാണാറുള്ളതാണ്. എത്ര വൈകിയാലും മധു വരുന്നതുവരെ അവൾ കാത്തിരിക്കാറുള്ളതാണ്. ഇന്ന് അവളും ഉറങ്ങിപ്പോയെന്ന് അയാൾ വിചാരിച്ചു. 'അമ്മേ, അമ്മേ' എന്നു വിളിച്ചു അയാൾ വാതിലിൽ മുട്ടി. അമ്മ ഉണർന്ന് അകത്തു ലൈറ്റിട്ടു. കതകുതുറന്നു. നോക്കുമ്പോൾ മകൻ പുറത്ത് വല്ലാത്തഭാവത്തിൽ നില്ക്കുന്നു. കണ്ടപ്പോഴേ അമ്മയ്ക്കു മനസ്സിലായി– മകൻ മദ്യപിച്ചിട്ടുണ്ട്. പിന്നെ, നീ ഇത്രയും നേരം എവിടെയായിരുന്നു എന്നു ചോദിച്ചിട്ട് യാതൊരു വിശേഷവുമില്ലെന്ന് അമ്മയ്ക്കറിയാമായിരുന്നു. ഒരു നിമിഷം അവന്റെ നേരെ നോക്കിനിന്നതിനുശേഷം അമ്മ നെടുവീർപ്പിട്ടു.

അമ്മയുടെ ആ നോട്ടം ഏതു ശാസനയേക്കാളും ശക്തമായിരുന്നു.

മധു മുഖം കുനിച്ച് അകത്തേക്കു കടന്നു.

പിന്നിൽ നിന്ന് അമ്മ ചോദിച്ചു.

"നിനക്ക് ഊണു കഴിക്കണ്ടേ?"

അയാൾ അമ്മയുടെ നേരെ നോക്കാതെ പറഞ്ഞു:

"വേണ്ടാ, ഞാൻ ഹോട്ടലിൽ നിന്നു ഭക്ഷണം കഴിച്ചു. ഒരു പാർട്ടിയുണ്ടായിരുന്നു. അമ്മ കിടന്നുറങ്ങിക്കോ."

അയാൾ അകത്തേക്കു ചെന്നപ്പോൾ മുറിതുറന്നുകിടക്കുന്നു. അയാൾ തപ്പിച്ചെന്ന് സ്വിച്ചിട്ടു. വാതില്ക്കൽനിന്നു. അയാൾ മുറിക്കകം മുഴുവൻ നോക്കി.

ഗീത എവിടെ?

അവളെ കാണുന്നില്ല.

കട്ടിലിൽ ദീപുമോൻ ചെരിഞ്ഞു കിടന്നുറങ്ങുന്നുണ്ട്. അവന്റെ അടുത്തുതന്നെ ഉണ്ടാവേണ്ടതായിരുന്നു ഗീതയും–

അയാൾ ആ മുറിക്കകം മുഴുവൻ കണ്ണോടിച്ചു.

അവൾ എവിടെ?

അവളെ കാണുന്നില്ല.

അയാൾ ധൃതിയിൽ അമ്മയുടെ അടുത്തുചെന്നു.

"അമ്മേ, ഗീത എവിടെ?"

വാതിൽ അടച്ചുപൂട്ടാൻ തുടങ്ങുന്ന അമ്മ മുഖം തിരിച്ചു നോക്കി.

"അവളവിടെ ഇല്ലേ?"

"ഇല്ല. അവിടെ കാണുന്നില്ല."

"പിന്നെ അവൾ എവിടെ പോകാൻ.."

അമ്മ വേഗം നടന്ന് അവരുടെ കിടപ്പുമുറിയിൽ ചെന്നുനോക്കി. ഗീത അവിടെ ഇല്ല. ഇനി ബാത്ത്റൂമിൽ കാണുമോ? അവിടെ ചെന്നുനോക്കി. അവിടെയുമില്ല. അമ്മയും മധുവും കൂടി ആ വീടുമുഴുവൻ ഗീതയെ തിരഞ്ഞു.

അവളെ കാണുന്നില്ല.

അമ്മയ്ക്കു വേവലാതിയായി.

"എന്റെ ഭഗവാനേ, അവൾ എവിടെപ്പോയെന്നുണ്ടോ?"

പരമുനായരെ വിളിച്ചു ചോദിച്ചു. ഉറക്കത്തിൽ നിന്നു ഞെട്ടിയുണർന്ന പരമുനായർ കണ്ണുമിഴിച്ചു.

അമ്മ സങ്കടപ്പെട്ടു.

"എന്റെ ഭഗവാനേ, ഇനി എവിടെ ചെന്നന്വേഷിക്കും? മനോവ്യാധിയുള്ള പെണ്ണല്ലേ!"

മധു ഒന്നും മിണ്ടാതെ കാറുമെടുത്തുകൊണ്ട് നഗരത്തിലിറങ്ങി.

അവൾ രാജുവിന്റെ അടുത്തുകാണുമെന്നാണ് മധു വിചാരിച്ചത്.

അല്ലാതെ അവൾ എവിടെപ്പോകാനാണ്?

അയാൾ കാറോടിച്ച് നേരേ ഹോസ്പിറ്റലിൽ ചെന്നു.

അപ്പോഴും മഴ ചാറുന്നുണ്ട്. ചാറ്റൽമഴ നനഞ്ഞുകൊണ്ട് അയാൾ പേവാർഡിൽ ചെന്നുകയറി. അവിടെ വെട്ടമുണ്ട്. എങ്കിലും ആളുകൾ

ഉറക്കമാണ്. നിശ്ശബ്ദതയിൽ 'ഫാൻ കറങ്ങുന്നതിന്റെ മുഴക്കം മാത്രം കേൾക്കാം.

ഇരുപത്തിമൂന്നാം നമ്പർ മുറിയിൽ വെളിച്ചമുണ്ട്. അമർഷം കടിച്ചമർത്തിക്കൊണ്ട് മധു വാതിലിൽ മുട്ടി. വാതിൽ ചവിട്ടിപ്പൊളിക്കാനുള്ള കലിയുണ്ടായിരുന്നു അയാൾക്ക് അകത്ത് വാതിലിന്റെ കൊളുത്തു ഊരുന്ന ഒച്ചകേട്ട് അയാൾ മനസ്സിനെ അടക്കി കാത്തുനിന്നു.

തലമുഴുവൻ പഞ്ഞിക്കുടംപോലെ നരച്ച ഒരു കിഴവിത്തള്ള കതകുതുറന്ന് ഇടുങ്ങിയ കണ്ണുകൾ കൊണ്ട് മധുവിനെ നോക്കി.

"എന്താ വേണ്ടത്?"

പരുക്കൻ സ്വരത്തിൽ മധു ചോദിച്ചു.

"രാജു എവിടെ?"

വൃദ്ധ അതിശയിച്ചു.

"രാജുവോ? ഏതു രാജു?'

"ഈ മുറിയിൽ ഉണ്ടായിരുന്ന രാജു."

"ഇവിടെ രാജു എന്നൊരാളില്ല. നിങ്ങൾക്കു മുറി തെറ്റിപ്പോയിക്കാണും."

"ഇതു ഇരുപത്തിമൂന്നാം നമ്പർ റൂമല്ലേ?'

"അതെ. ഇവിടെയുള്ളത് ഗ്രേസി അലക്സാണ്."

അപ്പോൾ വൃദ്ധയ്ക്കു പറ്റിയ ഒരു പിശകു തിരുത്തുന്നമട്ടിൽ ഒരു യുവതി പറയുന്നതു കേട്ടു."

"അതിവിടെ ഇതിനുമുമ്പ് താമസിച്ചിരുന്ന ആളായിരിക്കും. അവര് പോയി."

അർദ്ധരാത്രിയിൽ വിളിച്ചുണർത്തി ബുദ്ധിമുട്ടിച്ചതിന് ഒരു ക്ഷമാപണം പോലും പറയാതെ മധു തിരിഞ്ഞു നടന്നു.

ഇനി അന്വേഷിക്കാൻ ഈ നഗരത്തിൽ ഒരു സ്ഥലമേ ഉള്ളൂ. രാജുവിന്റെ സഹോദരിയുടെ വീട്ടിൽ. അവിടെ കാണും അവൾ.

മഴ ഉറച്ചു പെയ്യാൻ തുടങ്ങി അമർഷം കടിച്ചമർത്തി അതിവേഗത്തിൽ കാറോടിച്ച് മധു നിമിഷങ്ങൾക്കുള്ളിൽ രാജുവിന്റെ സഹോദരിയുടെ വീട്ടിലെത്തി. അവിടെയും എല്ലാവരും നല്ല ഉറക്കമായിരുന്നു.

മധു വാതിലിൽ മുട്ടി വിളിച്ചു.

"രാജൂ... രാജൂ.."

ആരാ അതെന്നു ചോദിച്ചുകൊണ്ട് അകത്ത് രാജുവിന്റെ അളിയൻ ഉണർന്നു ലൈറ്റിട്ടു.

"ഞാനാണ്. മധു കതകുതുറക്ക്."

ഒച്ചയും ബഹളവും കേട്ട് രാജുവിന്റെ പെങ്ങളും രാജുവും എഴുന്നേറ്റു വന്നു. മധുവിന്റെ വിവർണ്ണമായ മുഖം കണ്ട് അവർ അമ്പരന്നു.

"എന്താ മധു. ഈ അർദ്ധരാത്രിയിൽ?"

"ഗീത ഇവിടെ വന്നോ?"

"ഇല്ല. ഗീതയ്ക്കെന്തു പറ്റീ?"

"അവളെ കാണുന്നില്ല. ഇവിടെ വന്നിട്ടുണ്ടാവുമെന്നോർത്തു."

മധുവിന്റെ മുഖഭാവം കണ്ടപ്പോൾ തന്നെ രാജുവിനു സംശയം തോന്നി.

"എന്താ ഉണ്ടായതെന്നു തെളിച്ചുപറയു. ഗീതയ്ക്കെന്തു സംഭവിച്ചു?"

ക്ഷമകേടുകൊണ്ട് മധുവിന്റെ സ്വരം മാറി.

"പറഞ്ഞതു കേട്ടില്ലേ. ഞാനിപ്പോഴാണ് വീട്ടിൽ വന്നത്. അപ്പോൾ അവളെ കാണുന്നില്ല."

"അവൾ പിന്നെ എവിടെ പോകാനാണ്?"

"ആ ആർക്കറിയാം. എവിടെയെങ്കിലുമുണ്ടോന്നു നോക്കട്ടെ."

യാത്ര പറയാതെ മഴ നനഞ്ഞു കാറിനടുത്തേക്കു നടക്കുന്ന മധുവിനോട് ഉൽക്കണ്ഠയോടു രാജു പറഞ്ഞു.

"മധു നില്ക്കു. ഞാൻ കൂടി വരാം."

അയാൾ അതു ഗൗനിക്കാതെ കാറിൽ ചെന്നു കയറി അതിവേഗത്തിൽ കാറോടിച്ചുപോയി.

മഴ പിന്നെയും വർദ്ധിച്ചു.

മഴ വകവയ്ക്കാതെ മധു ആ നഗരവീഥികളിൽ മുഴുവൻ ഗീതയെ അന്വേഷിച്ചു. വിജനമായ വീഥികളിൽ മധുവിന്റെ കാർ മിന്നൽ വേഗത്തിൽ പാഞ്ഞു. വളവുകളിലും തിരിവുകളിലും വേഗക്കൂടുതൽ കൊണ്ട് കാറിന്റെ ചക്രങ്ങൾ കരഞ്ഞു.

എവിടെയും ഗീതയെ കാണാതെ പരിഭ്രാന്തനായി ചുറ്റിത്തിരിഞ്ഞ മധു ഒടുവിൽ നിരാശയോടെ വീട്ടിൽ തിരിച്ചെത്തുമ്പോൾ അമ്മ കാത്തു നില്പുണ്ടായിരുന്നു.

"അവൾ വന്നു."

അയാൾ അമ്മയുടെ മുമ്പിൽ ഒരു നിമിഷം സ്തംഭിച്ചു നിന്നു. കഴിഞ്ഞ കുറേ നിമിഷങ്ങളിൽ അയാൾ അനുഭവിച്ച വേവലാതിയുടെ ആഘാതം അയാൾ ആ ഒരു നിമിഷത്തിൽ അനുഭവിച്ചു.

ചുമരിനോടു ചേർന്നു ഭയവിഹ്വലയായി നില്ക്കുന്ന ഗീത പതറിയ സ്വരത്തിൽ പറഞ്ഞു.

"ദീപുമോന്റെ കരച്ചിൽകേട്ട് ഞാൻ തിരികെ പോന്നു."

പിന്നെ അവൾ വിങ്ങിപ്പൊട്ടി കരഞ്ഞു.

പതിനെട്ട്

ഇടിഞ്ഞു പൊളിഞ്ഞു കിടക്കുന്ന പുഴക്കടവ്. പുഴയുടെ ഓളങ്ങൾ കല്ലുകൾക്കിടയിൽ വന്നു അലയ്ക്കുന്നു. പുഴ നിറഞ്ഞൊഴുകുകയാണ്. ശക്തിയായ ഒഴുക്ക്. വെള്ളത്തിന് മണ്ണുകലങ്ങിയ നിറം. ഒഴുക്കിൽ മരക്കൊമ്പുകളും പതയുടെ കട്ടകളും ഒഴുകുന്നു. പുഴയുടെ മുകളിൽവന്ന് മലരികൾ പൊട്ടുന്നു. ഒഴുക്കിന്റെ സ്വകാര്യതയ്ക്കിടയിൽ പുഴയുടെ അടിത്തട്ടിലേക്ക് വലിയ ചുഴികൾ കറങ്ങിത്താഴുന്നു. വാടിയ ഒരു പൂവ് ചുഴിയിൽ കിടന്നു കറങ്ങുന്നത് അവൾ കണ്ടു. ഏതാനും നിമിഷത്തേക്ക്. പിന്നെ അത് അദൃശ്യമായി. ചുഴിയും പൂവും. ഒഴുക്ക് ഒരലയായി അതിനു

മീതെ വടിഞ്ഞു. പുഴക്കരയിൽ വളർന്ന് പന്തലിച്ച് ആകാശം മറച്ചു നില്ക്കുന്ന മരത്തിന്റെ നിഴൽ കടവിൽ ഇരുട്ടുണ്ടാക്കി. ആ ഇരുട്ടിൽ അവൾ കാത്തുനിന്നു. എവിടെ വള്ളം? അവൾ യാത്രയ്ക്കൊരുങ്ങിയാണു വന്നത്. പുഴക്കടവിൽ വേറെ യാത്രക്കാരില്ല. കൽപ്പടവുകൾക്കുയരെ, മരത്തിന്റെ കീഴിൽ അവൾ കാത്തുനിന്നു. തൊട്ടടുത്ത് പഴയ വിളക്കുമരം. വെളിച്ചം കണ്ട നാൾ മറന്ന വിളക്കുമരം അവളോട് ചോദിച്ചു.

"-ഗീത എങ്ങോട്ടാ?"

തുരുമ്പു പിടിച്ച വിളക്കുമരത്തിന്മേൽ അവളുടെ കണ്ണുകൾ ഇമ ചിമ്മാതെ നിന്നു.

മറുകരയ്ക്ക്.

ഇക്കരയും അക്കരയുമല്ലാത്ത ഒരു മറുകരയ്ക്ക്.

ഒരു മൂന്നാം കരയ്ക്ക്.

എവിടെയാണത്?

എത്ര ദൂരെ?

അതൊന്നും അറിയില്ല. അജ്ഞാതമായ ഒരു തീരം തേടിപ്പോവുകയാണ്. എവിടെയെങ്കിലും ഒരഭയം അന്വേഷിച്ച്.

എത്രനേരമായി ആ പുഴക്കടവിൽ കാത്തു നില്ക്കാൻ തുടങ്ങിയിട്ട് ഇതുവരെ ആരും വന്നില്ല. ആരും പോയില്ല. കടത്തുവള്ളവും കാണാനില്ല. പുഴയ്ക്കു മുകളിൽ ചവണ്ട ആകാശം തൂങ്ങിനില്ക്കുന്നു. ആകാശത്തിലെ മഴക്കാറുകൾ പുഴയ്ക്കു മീതെ ഇരുൾച്ചയുടെ നേർത്ത മറയിടുന്നു. മഴ പെയ്യുമോ? പുഴയിലേക്കു ചാഞ്ഞുകിടക്കുന്ന പുഴവക്കത്തെ കാടുകൾ പുഴയ്ക്ക് ഭീകരമായ ഒരു ഭംഗിയുണ്ടാക്കുന്നു. അവൾ ദൂരേക്ക് നോക്കിനിന്നു. ദൂരെ പുഴ വളഞ്ഞൊഴുകി അപ്രത്യക്ഷമായിത്തീരുന്നു.

പുഴക്കടവിൽ അവൾ ഒറ്റയ്ക്കായിരുന്നു.

ആകാശം കുറേക്കൂടി ഇരുണ്ടു. പുഴവക്കത്തെ കാടുകൾ ഇരുണ്ടു. പുഴയുടെ മുഖം ഇരുണ്ടു. കാറ്റത്ത് മരക്കൊമ്പുകൾ ഉലഞ്ഞു. അവൾ ഉലയുന്ന മരക്കൊമ്പുകളിലേക്കു നോക്കിനിന്നു. അപ്പോഴാണ് വെള്ളത്തിൽ തുഴ വീഴുന്ന ശബ്ദം കേട്ടത്. കടത്തുവള്ളം കടവിൽ അടുക്കുന്നു. തൊപ്പിക്കുടവച്ച കടത്തുകാരന്റെ മുഖം കാണാൻ മേല. തോണിക്കൊമ്പത്ത് ഇരുട്ടുകൊണ്ടുണ്ടാക്കിയ ഒരു രൂപം പോലെ അയാൾ നില്ക്കുന്നു. കറുത്തിരുണ്ട തോണിക്കാരൻ.

അവൾ പെട്ടിയെടുത്തു. പതുക്കെ നടക്കല്ലുകൾ ഇറങ്ങി. വഴുക്കുന്ന കൽപ്പടകളിൽ വീഴാതിരിക്കാൻ സൂക്ഷിച്ചു. ഇടിഞ്ഞു പൊളിഞ്ഞു താഴത്തെ കൽപ്പടയിൽ പുഴവെള്ളം കിടന്നലയ്ക്കുന്നു. നനയാതെ സാരിയുടെ കീഴറ്റം അവൾ പൊക്കിപ്പിടിച്ചു. കുനിഞ്ഞു നിന്ന് വള്ളം പിടിച്ചടുപ്പിച്ചു. അവൾ വള്ളത്തിൽ കയറി വിലങ്ങനെയുള്ള പടിയിൽ ഇരുന്നു. തോണിക്കാരന്റെ കഴ വെള്ളത്തിൽ വീണു. അയാൾ ആയത്തിൽ വള്ളം ഊന്നി. പുഴയിലേക്കു ചാഞ്ഞു കിടക്കുന്ന കാടുകൾക്കരികിലൂടെ വള്ളം ഒഴുക്കിനെ മുറിച്ചു മുമ്പോട്ടു കേറി. കുറേ ഉയരെ ചെന്ന് അയാൾ വള്ളം

പുഴയ്ക്ക് കുറുകെ നീക്കി. ഒഴുക്ക് വള്ളത്തിന്മേൽ വന്നു കത്തിവീണു. വള്ളം വല്ലാതെ ഉലഞ്ഞു. പുഴയുടെ ആഴങ്ങളിൽ വള്ളക്കാരൻ കഴുക്കോൽകുത്തി. കഴുക്കോലിന്മേൽ ഒഴുക്ക് കുത്തി. അവൾ ദൂരേക്കു നോക്കി. ദൂരെ പുഴവക്കിലെ കാടുകളല്ലാതെ കടവ് കാണുന്നില്ല. ഒരു യന്ത്രത്തെപ്പോലെ തോണിക്കാരൻ കഴുക്കോലൂന്നി ഒഴുക്കിനു മീതെ അക്കരയ്ക്കു തോണി തുഴഞ്ഞു. അടുക്കുന്തോറും പുഴയുടെ അക്കര അകന്നകന്നു പോയി. അപ്പോൾ അവൾക്കുതോന്നി താൻ ഒരു കരകാണാക്കടലിന്റെ നടുവിലാണെന്ന്. ഇക്കരയും അക്കരയും കാണുന്നില്ല. പുഴ അവളുടെ ദൃഷ്ടിയിൽ ഒരു അനന്തവിശാലതയായിത്തീർന്നു.

– ഒഴുകുന്ന അനന്തത.

– അതിൽ അപരിചിതനായ തോണിക്കാരൻ തുഴയുന്ന വള്ളത്തിൽ അവൾ.

അപ്പോൾ അമാനുഷികമായ ശബ്ദത്തിൽ തോണിക്കാരൻ ചോദിച്ചു:

"വള്ളം എവിടെ അടുപ്പിക്കാനാ?"

അവൾ അവൾക്ക് അജ്ഞാതമായ ഒരു ഭാഷയിൽ പറഞ്ഞു:

"മറുകരയ്ക്ക് അക്കരയും ഇക്കരയുമല്ലാത്ത ഒരു മറുകരയ്ക്ക് ഒരു മൂന്നാം കരയ്ക്ക്. എവിടെയാണത്? എത്ര ദൂരെയാണത്?"

"എനിക്കും അറീല്ല." തോണിക്കാരൻ പറഞ്ഞു:– "എവിടെയോ ഒരിടത്ത്."

അവൾ മുഖമുയർത്തി തോണിക്കാരനെ നോക്കി. ഓല പൊളിഞ്ഞ തൊപ്പിക്കുടയ്ക്കു കീഴിൽ കറുത്തിരുണ്ട തോണിക്കാരനു മുഖമില്ല.

അവൾ ഞെട്ടിപ്പോയി.

ഇരുണ്ട ആകാശവും, ഇരുണ്ട പുഴയും, ഇരുണ്ട തോണിക്കാരനും അവളുടെ മനസ്സിൽ ഭീതി നിറച്ചു. ഇക്കരയും അക്കരയുമല്ലാത്ത ഒരു കര തേടി. ഒരു മറുകര തേടി. ഒരു മൂന്നാംകര തേടിയുള്ള യാത്രയിൽ താൻ ഒരിടത്തും എത്തിച്ചേരുകയില്ലേ...

കറുത്തിരുണ്ട തോണിക്കാരൻ അവളുടെ ദൃഷ്ടിയിൽ മാനം മുട്ടുന്ന ഒരു സത്വമായി വളർന്നു. പുഴയിൽ അയാളുടെ കഴുക്കോൽ ആഴത്തിൽ താണു. പുഴയുടെ ആഴങ്ങൾക്കും മീതെ പാതാളക്കുഴിയോളം താഴുന്ന കഴുക്കോലിന്റെ നീളം അവളെ അമ്പരപ്പിച്ചു.

പുഴയുടെ ഒഴുക്ക് അവളെ ഭയവിഹ്വലയാക്കിത്തീർത്തു. കറുത്തിരുണ്ട ആകാശം താണു താണു വരുന്നതുപോലെ അവൾക്കു തോന്നി.

കിർർ.. കിർർ... കിർർകിർർ..

ഗീത ഞെട്ടിപ്പോയി.

വീണ്ടും ഫോൺ ബെൽ മുഴങ്ങി.

കിർർ കിർർ... കിർർ കിർ...

ദുഃസ്വപ്നമുണ്ടാക്കിയ വിഭ്രാന്തിയിൽ നിന്ന് അപ്പോഴും മുക്തയായിട്ടില്ലാത്ത ഗീത സ്തബ്ധയായിനിന്നു.

ഭീകരമായ ശബ്ദത്തിൽ ഫോൺബെൽ അവളുടെ കാതിൽ പിന്നെയും മുഴങ്ങി.

കിർർ കിർർ... കിർർ കിർർ... അവൾ റിസീവറെടുത്ത് കാതോടു ചേർത്തു പിടിച്ചു. അവ്യക്തമായ ചില ശബ്ദങ്ങൾ അവളുടെ കാതിൽ വന്നു വീണു. പിന്നെ ഒരു ചോദ്യം. ചോദ്യം കേട്ടപ്പോഴേ മനസ്സിലായി ആർക്കോ നമ്പർ തെറ്റിയതാണ്. ജഡ്ജിയുടെ വീടല്ലേ എന്ന്. "അല്ല." എന്നു പറഞ്ഞു. റിസീവർ ക്രോഡിലിൽ വച്ച് തിരിഞ്ഞു നോക്കുമ്പോൾ വാതില്ക്കൽ മധുവിന്റെ അമ്മ നില്പുണ്ട്.

"ആരാ ഗീതേ?"

"എനിക്കറീല്ല." അവൾ പറഞ്ഞു. "റോങ് നമ്പർ."

അമ്മ അടുക്കളയിലേക്കു പോയി.

ഗീത അപ്പോഴും ആ ദുഃസ്വപ്നത്തിന്റെ ഓർമ്മയിലായിരുന്നു. ഈയിടെ ദുഃസ്വപ്നങ്ങൾ കാണുന്നത് പതിവായിത്തീർന്നിരിക്കുന്നു. സ്വപ്നങ്ങളിൽ അവൾ ഒന്നുകിൽ യാത്രയിലായിരിക്കും. അല്ലെങ്കിൽ മല കയറുകയായിരിക്കും. അല്ലെങ്കിൽ എവിടെയെങ്കിലും വഴിതെറ്റി അലയുകയായിരിക്കും. ഏതു സ്വപ്നത്തിലും അവൾ അവൾക്കു പ്രിയപ്പെട്ടതെല്ലാം ഉപേക്ഷിച്ചു പോവുകയാണ്. ഇനി ഒരിക്കലും തിരിച്ചുവരില്ലെന്ന സങ്കടത്തോടെ. താൻ പരിത്യജിക്കപ്പെട്ടവളാണെന്നുള്ള സങ്കടത്തോടെ. താൻ അന്യയും അനാഥയും ഏകാകിനിയുമായിത്തീർന്നിരിക്കുന്നു എന്ന സങ്കടത്തോടെ.

അവൾ കിടക്കയിൽ ചെന്നു വീണു. കമിഴ്ന്നുകിടന്നു തലയിണയിൽ അള്ളിപ്പിടിച്ചു. എപ്പോഴും അകലെനിന്ന് ആരുടെയോ വിലാപം അവളുടെ ഹൃദയത്തിൽ വന്നലയ്ക്കുന്നു. അത് തന്റെതന്നെ സങ്കടങ്ങളുടെ നിശ്ശബ്ദമായ തേങ്ങലാണെന്ന് അവൾ തിരിച്ചറിഞ്ഞില്ല.

ഇരുൾപോലെ ഹൃദയത്തിൽ നിറയുന്ന ഭീതികൊണ്ട് അവൾ പൊറുതിമുട്ടി.

അവൾ തലേരാത്രിയെക്കുറിച്ചോർത്തു. താൻ എന്തിനാണ് രാത്രിയിൽ ആരോടും പറയാതെ, ആരും കാണാതെ ഇറങ്ങിപ്പോയത്? മധുച്ചേട്ടൻ അടിച്ചെങ്കിൽ അതിന്റെ വേദനകൊണ്ട് കുറേനേരം കരഞ്ഞാൽ പോരായിരുന്നോ?

ആശുപത്രിയിൽ രാജുവിന്റെ അരികിൽ തന്നെ കണ്ടപ്പോൾ മധുച്ചേട്ടന് വല്ല സംശയവും ഉണ്ടായിക്കാണും. അവിശുദ്ധ ബന്ധത്തിന്റെ ഒരു കെട്ട് മുറുകുന്നു എന്നു തെറ്റിദ്ധരിച്ചുകാണും.

സത്യം ആരറിയുന്നു!

ദീപുമോനെ ഓർത്തില്ലെങ്കിൽ താൻ തിരിച്ചുവരില്ലായിരുന്നു. ആ വഴി പോയേനെ. എങ്ങോട്ടെങ്കിലും ഏതോ വീട്ടിലെ കുഞ്ഞിന്റെ കരച്ചിൽ കേട്ടപ്പോൾ തോന്നിയത് ദീപുമോന്റെ കരച്ചിലാണെന്നാണ്.

ഭർത്താവിനു ഭാര്യയെ ഉപേക്ഷിക്കാം. ഒരു താലിച്ചരട് പൊട്ടിക്കുന്നത് എത്ര എളുപ്പം! അമ്മയ്ക്ക് മകനോടുള്ള ബന്ധം അങ്ങനെയാണോ? കാണത്തക്ക ചരടൊന്നുമില്ല. അവർക്കിടയിലെ അദൃശ്യമായ ചരട് ഒരിക്കലും പൊട്ടുന്നുമില്ല.

ദീപുമോൻ അകത്തേക്കു ചെന്നു. അടുത്തുചെന്ന് ഗീതയുടെ പുറത്ത് കൈവച്ച് അവൻ 'അമ്മേ' എന്നു വിളിച്ചു. അവൾ മുഖം തിരി

ച്ചുനോക്കി. സങ്കടത്തിന്റെ നിഴൽ ദീപുമോന്റെ മുഖത്ത്. അവൾ കിടക്കയിൽ എഴുന്നേറ്റിരുന്ന് ദീപുമോനെ കെട്ടിപ്പിടിച്ച് അവന്റെ നിറുകയിൽ മുകർന്നു. അപ്പോഴേക്കും അവൾക്കു കണ്ണുനീർ പൊട്ടി. ദീപുമോൻ ചോദിച്ചു: "എന്തിനാ അമ്മ കരേണെ?"

ഹൃദയത്തിൽ മെത്തിനിന്നിരുന്ന സങ്കടത്തിന്റെ അണക്കെട്ടുകൾ പൊട്ടി. അശരണമായ ഒരാത്മാവായി അവൾ ദീപുമോനെ കെട്ടിപ്പിടിച്ച് അവന്റെ ശിരസ്സിൽ മുഖമിട്ടുരുട്ടി. വിങ്ങിപ്പൊട്ടിക്കരഞ്ഞു. "എന്റെ മോനേ, എന്റെ പൊന്നുമോനെ അമ്മയ്ക്കാരുമില്ലെടാ." – എന്ന് അവളുടെ ഉൽക്കടമായ ഹൃദയം കേണു.

പുറത്ത് കാറിന്റെ ഒച്ച കേട്ടു. ഗീത തട്ടിപ്പിടഞ്ഞെണീറ്റു. സാരിത്തുമ്പുകൊണ്ട് മുഖം തുടച്ചു. കണ്ണീരിന്റെ നനവു പോയി. എന്നിട്ടും വ്യസനത്തിന്റെ നനവ് ശേഷിച്ചു. അപ്പോഴേക്കും മധു അകത്തേക്കു കടന്നുവന്നു. മുഖത്ത് ഗർവ്വിന്റെ മുഖംമൂടി. അവൾ ദീപുമോനെയും കൂട്ടി പുറത്തേക്കു നടന്നു.

ഉച്ചയ്ക്കു മുൻപേ രാജു വന്നു. ടാക്സിയിൽ നിന്നിറങ്ങി രാജു വരാന്തയിലേക്കു കേറി വന്നപ്പോൾ ഗീത ഒഴിഞ്ഞുമാറി. കാണണ്ടാ മധുച്ചേട്ടൻ ഇനിയും സംശയിച്ചാലോ! പുറത്തുനിന്ന് രാജു അമ്മയെ വിളിച്ചു. ആരാണെന്നു ചോദിച്ചുകൊണ്ട് അമ്മ പുറത്തേക്കു ചെന്നു. വരാന്തയിൽ നില്ക്കുന്ന രാജുവിനെ കണ്ട് അമ്മ അതിശയവും സന്തോഷവും പ്രകടിപ്പിച്ചു:

"രാജു!"

"അതേ അമ്മേ. ഞാൻ രാജു എന്ന നീചൻ."

രാജുവിന്റെ വ്യത്യസ്തമായ മുഖം അമ്മ തിരിച്ചറിഞ്ഞില്ല.

"അകത്തേക്കു വരു."

"വേണ്ടമ്മേ. ഞാൻ പുറത്തുനില്ക്കാം. അല്ലെങ്കിൽ മധു വെറുതെ വല്ലതുമൊക്കെ സംശയിക്കും."

"നീയെന്താ രാജു ഈ പറയുന്നത്?"

"ഞാൻ അന്യനല്ലേ?"

"എന്നാരു പറഞ്ഞു?"

"അമ്മ അമ്മയുടെ മകനോട് ചോദിക്ക്." – എന്നു പറയാൻ ഭാവിക്കുമ്പോഴേക്കും മധു കൺമുമ്പിൽ. ഒരുനിമിഷം മധുവും രാജുവും അന്യോന്യം നോക്കിനിന്നു. നിന്ദയും പരിഹാസവും നിറഞ്ഞ സ്വരത്തിൽ രാജു ചോദിച്ചു.

"നിന്റെ ഭാര്യയെ കണ്ടു കിട്ടിയോ?"

ഒന്നും മനസ്സിലാകാതെ അമ്മ മിഴിച്ചുനിന്നു. "ക്ഷമിക്കണം അമ്മേ..." രാജു അടക്കിയ മനോദുഃഖത്തോടെ അമ്മയുടെ നേരെ നോക്കി: "ഇവൻ എന്നെ തെറ്റിദ്ധരിച്ചു. ഇവന്റെ ഭാര്യ ആശുപത്രിയിൽ എന്നെ കാണാൻ വന്നതിന്. എന്റെ മനസ്സിൽ ചീത്തയായ ഒരു വിചാരവുമില്ല. അതു സത്യം ചെയ്യാമെന്നല്ലാതെ എനിക്കെന്റെ ഹൃദയം പിളർന്നു കാണിക്കാൻ പറ്റില്ലല്ലോ."

മധു ആരോടെന്നില്ലാതെ പറഞ്ഞു:

"ഞാനങ്ങനെയൊന്നും ഓർത്തില്ല.

"നുണ പറയരുത്." രാജുവിന്റെ ശബ്ദമുയർന്നു. "ഞാനറിയാത്തതാണോ നിന്നെ? എങ്കിലും ഞാനിത്ര വിചാരിച്ചില്ല. അപ്പോൾ നിന്റെ മുഖം ഞാൻ കണ്ടതാണ്. എടാ വലിയ ശരീരമുണ്ടെന്നോർത്ത് വലിയ ഹൃദയമുണ്ടാവണമെന്നില്ല."

ഓരോ വാക്കും ഓരോ അസ്ത്രമായി മധുവിന്റെ മേൽ വന്നു കൊണ്ടു.

അമ്മ സങ്കടത്തോടെ പറഞ്ഞു:

"എനിക്കൊന്നും മനസ്സിലാവണില്ല."

"ഒരു കണക്കിനു അതു നല്ലതാണമ്മേ." രാജുവിന്റെ മുഖത്ത് ഒരു വിളറിയ ചിരി തെളിഞ്ഞു. "ചിലതു ഒരിക്കലും അറിയണ്ടാ."

വാക്കുകൾ മുട്ടി നില്ക്കുകയായിരുന്നു മധു.

രാജു മുഖംതിരിച്ച് മധുവിന്റെ നേരെ നോക്കി: "ഞാൻ ഇന്നലെ രാത്രി നിന്റെ കൂടെ വന്നേനെ. നീ വീണ്ടും സംശയിച്ചെങ്കിലോന്നോർത്താ. എടാ ഞാനൊരു പുണ്യവാളനല്ല. ധാരാളം ദുർഗ്ഗുണങ്ങളുള്ള ഒരാളാണെന്നും സമ്മതിക്കാം. എങ്കിലും അല്പം നന്മ എന്റെയുള്ളിൽ ബാക്കിയുണ്ട്. എനിക്കും എന്റെ സ്നേഹിതന്റെ ഭാര്യക്കും ഇടയ്ക്കുള്ള അകലം സൂക്ഷിക്കാൻ എനിക്കറിയാം."

കുറേനേരത്തേക്ക് എല്ലാവരും മൗനത്തിന്റെ തടവിൽ.

പിന്നെ രാജു യാത്ര പറയാതെ തിരിഞ്ഞുനടന്നു.

അമ്മ തിരിച്ചു വിളിച്ചു: "രാജു"

മുറ്റത്ത് രാജു തിരിഞ്ഞുനിന്നു.

"ഞാൻ പിന്നെ വരാം അമ്മേ."

രാജുവിന്റെ ടാക്സി അകന്നകന്നു പോകുന്ന ശബ്ദം ഗീത കാതോർത്തു. അവൾക്കു വല്ലാത്ത സങ്കടം തോന്നി. ഈ മധുച്ചേട്ടൻ ഇങ്ങനെയൊക്കെ ചിന്തിക്കുമെന്നാരോർത്തു!

–ആ നിഷ്കളങ്കനായ മനുഷ്യൻ!

വാക്കുകളിൽ ആ ഹൃദയത്തിന്റെ സങ്കടം കിടന്നിരമ്പുന്നുണ്ടായിരുന്നു.

പത്തൊൻപത്

ലോകത്തിന്റെ മുമ്പിൽ താൻ ചെറുതായി തീർന്നതുപോലെ മധുവിനു തോന്നി. വിശേഷിച്ച് രാജുവിന്റെ മുമ്പിൽ. തന്റെ ഭാര്യ അവനെ കാണാൻ ആശുപത്രിയിൽ പോയതിൽ ഇത്ര ക്ഷോഭിക്കേണ്ടിയിരുന്നില്ല. ഇനി ഓർത്തിട്ടെന്തു പ്രയോജനം? "എനിക്കും എന്റെ സ്നേഹിതന്റെ ഭാര്യക്കും ഇടയ്ക്കുള്ള അകലം സൂക്ഷിക്കാൻ എനിക്കറിയാം." എന്ന് അവൻ പറഞ്ഞപ്പോൾ തനിക്കു വാക്കുകൾ മുട്ടി. അവന്റെ മുമ്പിൽ മാത്രമാണോ? അമ്മയും ഗീതയും പരമുനായരും അതുകേട്ടില്ലേ? നീ ഇത്ര

അല്പനായിപ്പോയല്ലോ എന്ന് അവൻ പറഞ്ഞില്ല. എങ്കിലും അതും അവൻ പറഞ്ഞു എന്നാണ് മധുവിനു തോന്നിയത്. വെറുതെ തന്റെ ഭാര്യയെയും സ്നേഹിതനെയും സംശയിച്ചു. ഇനി എന്നെങ്കിലും അവൻ തന്റെ വീട്ടിൽ വരുമോ? എത്രകാലം കൊണ്ടുള്ള ഒരു സ്നേഹിതനായിരുന്നു! താൻ അവന്റെ ഹൃദയത്തിൽ ഒരു മുറിവുണ്ടാക്കിയിരുന്നു. ഇനി അവൻ വരില്ല.

അമ്മ ഒരക്ഷരം മിണ്ടിയില്ല. എന്റെ മോൻ ഇത്ര ചെറുതായിപ്പോയല്ലോ എന്നായിരിക്കും അമ്മയുടേയും വിചാരം. അമ്മയ്ക്ക് എന്തിഷ്ടമായിരുന്നു രാജുവിനെ! അവൻ ഇറങ്ങിപ്പോകുന്നത് അമ്മ വേദനയോടെ നോക്കിനിന്നു.

"ഒരാൾ ഇത്ര ചെറുതാകരുത്" എന്നു പരിഹസിക്കുന്ന ഗീതയുടെ മുഖഭാവത്തെ നേരിടാൻ ആ നിമിഷങ്ങളിൽ മധു അശക്തനായിരുന്നു. താൻ ആശുപത്രിയിൽ ചെന്നപ്പോൾ അവർ ആശുപത്രി വരാന്തയിൽ അടുത്തടുത്തു നില്ക്കുന്നതാണു കണ്ടത്. തന്റെ ഭാര്യ അന്യ ഒരു പുരുഷന്റെ മുന്നിൽ അത്ര അടുത്തുനില്ക്കുന്നതുകണ്ടപ്പോൾ മനസ്സ് പെട്ടെന്ന് അനിയന്ത്രിതമായിത്തീർന്നു. അരിശം കടിച്ചൊതുക്കിയെങ്കിലും തന്റെ അനുചിതമായ ഗൗരവം ഉള്ളിലുള്ളതെല്ലാം അതേപടി പുറമെ കാണിക്കുന്നതായിരുന്നു. കുറേക്കൂടി സൗമ്യമായി പെരുമാറേണ്ടതായിരുന്നു. അപ്പോൾ ആ വിചാരമൊന്നുമുണ്ടായില്ല. വീട്ടിൽ വന്നതിനുശേഷം ഗീതയെ ശകാരിച്ചതും അടിച്ചതും അതിനേക്കാൾ വലിയ അബദ്ധമായി. ആരെങ്കിലും കേട്ടാൽ ആരെയാണ് പഴിക്കുന്നത്? "ഭ്രാന്ത് അവൾക്കല്ല, അവനാണ്." എന്നേ ആരും പറയൂ. രാത്രിയിൽ അവൾ ആരും കാണാതെ ഇറങ്ങിപ്പോയി. ഭാഗ്യത്തിന് കുഴപ്പമൊന്നുമുണ്ടായില്ല. പോയവഴി അവൾക്കെന്തെങ്കിലും അപകടം പിണഞ്ഞെങ്കിൽ അതെന്തു ദുരന്തമായേനെ!

സമൂഹത്തിൽ തനിക്കുള്ള അന്തസ്സിനെക്കുറിച്ച് അയാൾ ഓർത്തു. അതെല്ലാം തകർന്നു പോയേനെ.

ഇപ്പോൾ ഗീതയെ അഭിമുഖീകരിക്കാനാണ് വിഷമം. അവളുടെ മുഖത്തെ നിശിതമായ ഭാവം ഒരു ശൂലംപോലെ തന്റെ നേരേ നില്ക്കുന്നു.

"ഒരാൾ ഇത്ര ചെറുതാകരുത്."

എത്ര പരുഷമായ വാക്കുകളാണ് അവളോട് പറഞ്ഞത്. "അവൻ നിന്റെ ആരാ." — എന്നുചോദിച്ചപ്പോൾ ഭർത്താവെന്ന നിലയ്ക്കുള്ള തന്റെ സകല അന്തസ്സും തകർന്നു. പെട്ടെന്ന് ആ നിമിഷം വരെ ഒരു മിണ്ടാപ്രാണിയെപ്പോലെ തോന്നിപ്പിച്ചിരുന്ന ഗീതയുടെ ഭാവം മാറി. അനിഷേദ്ധ്യമായ തെളിവു കിട്ടും വരെ ഒരു പുരുഷൻ തന്റെ ഭാര്യയോട് അങ്ങനെ ഒരു ചോദ്യം ചോദിക്കരുതാത്തതാണ്. ഒരു ഭർത്താവും തന്റെ ഭാര്യയുടെ മുഖത്തോ കണ്ണുകളിലോ വാക്കുകളിലോ കാണാനാഗ്രഹിക്കാത്ത വെറുപ്പും ക്രോധവുമാണ് അപ്പോൾ അവളുടെ മുഖത്തു കണ്ടത്.

ഇപ്പോഴും ഏതാണ്ട് അതേ ഭാവമാണ് അവളുടെ മുഖത്ത്. ഞാൻ നിങ്ങളുടെ സ്നേഹിതന്റെ കൂടെ ഓടിപ്പോകുമെന്ന് പേടിയുണ്ടോ. അല്ലെങ്കിൽ എന്തിനാണ് നിങ്ങൾ അത്ര പരുഷമായി പെരുമാറിയത്. അങ്ങനെ ഒരു ചോദ്യം ചോദിക്കാൻ നിങ്ങൾക്കു ലജ്ജയില്ലേ?— എന്നൊക്കെ അവളുടെ മൗനം അയാളോടു ചോദിക്കുന്നു.

രാവിലെ ഗീത മധുവിനു കാപ്പികൊണ്ടുക്കൊടുത്തു. ഒന്നും മിണ്ടാതെ കാപ്പി മേശപ്പുറത്തുവച്ചിട്ട് അവൾ മാറി നിന്നു. അതുതന്നെ മധുവിന് ഇഷ്ടപ്പെട്ടില്ല. ഒന്നുമിണ്ടിയാലെന്താ? ഇതുവരെ തീർന്നില്ലേ പിണക്കം? മധു കാപ്പി തൊട്ടില്ല. കണ്ട ഭാവം നടിച്ചില്ല. വെറുതെ പത്രത്തിൽ നോക്കിയിരുന്നു. അപ്പോൾ ആരോടെന്നില്ലാതെ ഗീത പറഞ്ഞു. "കാപ്പി ആറിപ്പോകും."

മധു ഉള്ളിലൊതുക്കിയ അമർഷത്തോടെ കാപ്പിയെടുത്ത് ഒന്നു മൊത്തി രുചിയില്ല. മധുരമില്ല. ഒരു ചൊവ. ആരോടെന്നില്ലാതെ ചോദിച്ചു.

"എന്താ ഇത്; കാപ്പിയോ കഷായമോ? എന്തൊരു കയ്പ്!"

ഗീത പാതി കളിയായും പാതി കാര്യമായും പറഞ്ഞു.

"അത് മനസ്സു മുഴുവൻ കയ്പായിട്ടാ."

ഒരേറു കൊണ്ടതുപോലെ മധുവിനു തോന്നി. മുഖമുയർത്തി നോക്കിയപ്പോൾ അവളുടെ മുഖത്ത് ദുരർത്ഥം ധ്വനിപ്പിക്കുന്ന ഒരു ചിരി! അയാൾ അരിശംകൊണ്ട് പല്ലിറുമ്മി. കൈയിലിരുന്ന ക്ലാസ് ഊക്കോടെ നിലത്തെറിഞ്ഞു.

ഗീത അനങ്ങിയില്ല. "തീർന്നോ" എന്നു ചോദിക്കുന്ന മുഖഭാവത്തോടെ അവൾ ചുമരുംചാരി നിന്നതേയുള്ളൂ.

"എന്താടാ ഇത്?" അമ്മ വാതില്ക്കൽ വന്നുനിന്നു ചോദിച്ചു: "വല്ലോരും അറിഞ്ഞാ എന്തു കുറച്ചിലാ?"

എന്തു പറയണമെന്നറിയാതെ അയാൾ പരുങ്ങി. അമ്മയുടെ അടുത്ത് കണ്ണിൽ ഭീതിയോടെ ദീപുമോൻ നില്പുണ്ട്. എല്ലാവരുടെയും മുമ്പിൽ താൻ താഴുന്നു. നിലം പറ്റെ താഴുന്നു.

ആഫീസിലിരിക്കുമ്പോഴും അതുതന്നെയായിരുന്നു മധുവിന്റെ ചിന്ത. മറ്റൊന്നിലും മനസ്സു ചെല്ലുന്നില്ല. ഫയലുകൾ മുന്നിൽ ചിതറിക്കിടക്കുന്നു. ഒന്നിലും തൊട്ടിട്ടില്ല. പെട്ടെന്ന് പ്യൂൺ തങ്കപ്പൻപിള്ള കടന്നുവന്നു. തല മിണ്ടാതെ നരച്ച ആ എല്ലിച്ച മനുഷ്യൻ ഭവ്യതയോടെ ഒരു ഫയൽ ചൂണ്ടിക്കാട്ടി അതിന്നുതന്നെ ഡസ്പാച്ച് ചെയ്യേണ്ടതാണെന്ന് ഓർമ്മിപ്പിച്ചു. തന്റെ ചുമതല ഒരു പ്യൂൺ ഓർമ്മിപ്പിക്കേണ്ട നിലവരെ എത്തിയിരിക്കുന്നു. ഒന്നും മിണ്ടാതെ ഫയൽ ഒപ്പിട്ടുകൊടുത്തു. ദയനീയമായി ഒന്നു നോക്കിയിട്ട് തങ്കപ്പൻപിള്ള ഇറങ്ങിപ്പോയി. എന്താണ് അയാളുടെ നോട്ടത്തിന്റെ അർത്ഥം? അദ്ദേഹത്തിനിങ്ങനെ വന്നല്ലോ എന്ന സഹതാപമായിരുന്നു അവർക്കൊക്കെ ഇതുവരെ ഉണ്ടായിരുന്നത്. ഇനി സഹതാപത്തിനു പകരം പുച്ഛവും പരിഹാസവുമായിരിക്കും അവർക്കുണ്ടാവുക

ചിന്തയും പ്രവൃത്തിയും കൊണ്ട് താൻ സ്വയം അപമാനിതനായി തീർന്നിരിക്കുന്നു.

തനിക്കും ഗീതയ്ക്കും ഇടയ്ക്കുള്ള അകലം ഓരോ നിമിഷവും വർദ്ധിച്ചുകൊണ്ടിരിക്കുകയല്ലേ? അതോർത്ത് അയാളുടെ മനസ്സ് ഉരുകി. ജീവിതകാലം മുഴുവൻ ഇങ്ങനെ കഴിഞ്ഞുകൂടണമെന്നാണോ? മറ്റൊരു വിവാഹത്തെക്കുറിച്ചുള്ള ചിന്ത അയാളുടെ മനസ്സിൽ ഇടയ്ക്കിടെ കടന്നുവരും. ഗീതയുമായുള്ള വിവാഹബന്ധം വേർപെടുത്തിയിട്ടു വേണ്ടേ? ഒരു വിവാഹബന്ധം വേർപെടുത്തുക അത്ര എളുപ്പമാണോ? മറ്റുള്ളവർ അതിനും തന്നെയേ പഴിക്കുകയുള്ളൂ. സ്വാർത്ഥൻ. ആ പെൺകുട്ടിയോട് അങ്ങനെ ചെയ്തല്ലോ. ഹൃദയശൂന്യൻ. ആ പെൺകുട്ടിയുടെ ഭാവി എങ്ങനെയായിത്തീരും? അവൾക്കു രോഗം പിടിപെട്ടത് അവളുടെ കുറ്റം കൊണ്ടാണോ? ആരും അങ്ങനെയേ ചിന്തിക്കൂ. ഭാര്യാഭർത്തൃബന്ധം എത്ര ദിവ്യമാണ് അവരുടെ കണ്ണിൽ ആത്മാവുകളെ ബന്ധിപ്പിക്കുന്ന ചങ്ങല. മരണംവരെ അതു പൊട്ടാതെ, പൊട്ടിക്കാതെ സൂക്ഷിക്കണം.

ഓർക്കാപ്പുറത്ത് ടെലിഫോൺ ബെൽ മുഴങ്ങി. മധു ഫോണെടുത്തു സൂപ്രണ്ടാണ്. ചില നോട്ടുകൾ അപൂർണ്ണവും ചിലത് അവ്യക്തവുമായിരിക്കുന്നു എന്ന്. ഫോൺ താഴെ വച്ചു. നോട്ടുകൾ മാത്രമല്ല ജീവിതവും ചിലപ്പോൾ അപൂർണ്ണവും അവ്യക്തവുമാണെന്നു തോന്നിപ്പോകുന്നു. എങ്ങനെയാണ് ഇതൊക്കെ പൂർണ്ണവും വ്യക്തവുമാക്കിത്തീർക്കുക? അതോർത്തിരിക്കുമ്പോൾ പ്യൂൺ തങ്കപ്പൻപിള്ള ഫയലുകൾ മേശപ്പുറത്തു കൊണ്ടുവച്ചു. ആ പാവത്തിന്റെ മുഖം കണ്ടിട്ടുതോന്നുന്നു സൂപ്രണ്ട് ക്ഷോഭിച്ചിട്ടുണ്ടെന്ന്. എന്തെങ്കിലുമൊക്കെ പറഞ്ഞു കാണും. സൂപ്രണ്ട് സ്വാമി ക്ഷോഭിച്ചാൽ അങ്ങനെയാണ്. ലോകത്തെ മുഴുവൻ ശകാരിക്കും. ആർക്കും ഒരു ശ്രദ്ധയും ഉത്തരവാദിത്വവുമില്ലെന്ന് കുറ്റപ്പെടുത്തും. അപ്പോൾ മുമ്പിൽച്ചെന്നുപെടുന്ന ആൾ അതു മുഴുവൻ സഹിച്ചോളണം. സ്നേഹമാണെങ്കിൽ കുടുംബരഹസ്യങ്ങൾവരെ പറയും. മാർക്കറ്റിൽ വെണ്ടക്കായ്ക്കും ചീരയ്ക്കും വില വർദ്ധിക്കുന്നതിനെപ്പറ്റി അമർഷം കൊള്ളും. സർക്കാരുദ്യോഗസ്ഥന്മാരുടെ ധാർഷ്ട്യത്തെക്കുറിച്ചു പറയും. ശമ്പളം വാങ്ങുന്ന നമ്മൾ നമ്മുടെ ഡ്യൂട്ടി ശരിക്കു ചെയ്യുന്നുണ്ടോ? പബ്ലിക്കിനോടുള്ള നമ്മുടെ പെരുമാറ്റം എത്ര മോശമാണ്! ഒരു കടലാസ് നീങ്ങിക്കിട്ടാൻ പാവങ്ങൾ ഏതെല്ലാം വാതില്ക്കൽ കാത്തുകെട്ടിക്കിടക്കണം? പാർട്ടി പൊളിറ്റിക്സും ട്രേഡ് യൂണിയനിസവുമൊക്കെക്കൊണ്ട് നേഷന്റെ മൊറാലിറ്റി നശിച്ചു. അധികാരം അതിനുവേണ്ടിയുള്ള പടയോട്ടമാണ്. എവിടെയും. വാല്യൂസ് എന്തെങ്കിലും ബാക്കിയുണ്ടോ?

ഫയൽ വച്ചിട്ട് പ്യൂൺ കടന്നുപോയി.

മധു വീണ്ടും ചിന്തകളുടെ കാട്ടിൽ അലയാൻ തുടങ്ങി. ഇതുവരെ ഗീത എതിർത്ത് ഒരക്ഷരം പറഞ്ഞിട്ടുള്ളതല്ല. ശകാരിച്ചാലും സങ്കടം കടിച്ചൊതുക്കി ഒഴിഞ്ഞുമാറുകയേ ഉണ്ടായിരുന്നുള്ളൂ. കണ്ണുകളിൽ സങ്കടം

മൊത്തിത്തുളുമ്പുമ്പോഴും നിശ്ശബ്ദമായി തേങ്ങുകയേ പതിവുള്ളു. നിസ്സാരമായ കാരണം മതിയായിരുന്നു അവൾക്കു സങ്കടപ്പെടാൻ. ഒരു കറുത്ത വാക്ക് അല്ലെങ്കിൽ പരുഷമായ ഒരു നോട്ടം. നിറഞ്ഞ കണ്ണുകളിൽ സങ്കടത്തിന്റെ ഒരു കടൽ ഒതുക്കി അവൾ നില്ക്കാറുണ്ടായിരുന്നത് ഓർക്കുന്നു. ആത്മാഭിമാനത്തിനു മുറിവേറ്റപ്പോഴാണ് അവളുടെ വിശ്വരൂപം കണ്ടത്. വാക്കുകൾക്കു വാളിനേക്കാൾ മൂർച്ചയുണ്ടായിരുന്നു.

-ഒരാൾ ഇത്ര ചെറുതാകരുത്.

-ഇത്ര അധഃപതിക്കരുത്.

ഗീതയുടെ കോപാകുലമായ മുഖം.

തെയ്യംതിറയിലെ കാളിയുടെ മുഖം.

ഒരു രൗദ്രഭാവം.

"ഉം, സ്വപ്നം കാണ്വാണോ?" എന്നു ചോദിച്ചുകൊണ്ട് രജനി അകത്തേക്കു കടന്നുവന്നപ്പോഴാണ് മധു ഓർമ്മകളിൽ നിന്നുമുണർന്നത്. അവൾ ആവശ്യത്തിൽ കൂടുതൽ അണിഞ്ഞൊരുങ്ങിയിരുന്നു. അവൾ അടുത്തേക്കുവരുമ്പോൾ ഒരു വസന്തം അടുത്തേക്കുവരുംപോലെയാണ്. തീക്ഷ്ണമായ സുഗന്ധം. പൂവിന്റെ. പൗഡറിന്റെ ശ്രദ്ധാപൂർവ്വം കെട്ടിവച്ച മുടിയിൽ ചെവിക്കു പിറകിൽ വെളുത്ത ഒരു പനിനീർപ്പൂവ്. കൺമുനകളിൽ സ്വപ്നത്തിന്റെ പൂക്കൾ. അവൾതന്നെ ഇരുളുകളില്ലാത്ത ഒരു പൂവാണ്. അടുത്തുവന്നു കുനിഞ്ഞുനിന്ന് ഒരു ഫയൽ നിവർത്തി മേശപ്പുറത്തുവച്ച് രജനി പറഞ്ഞു: "എനിക്കിതു മനസ്സിലാവുന്നില്ല."

മധു മുഖമുയർത്തി അവളെ നോക്കി. തൊട്ടുതൊട്ടില്ല എന്ന മട്ടിലാണ് അവൾ നില്ക്കുന്നത്. അത്ര അടുത്ത് അവളുടെ തിളങ്ങുന്ന കണ്ണുകളിൽ നോക്കി മധു ചോദിച്ചു: "എന്താ പറഞ്ഞെ?"

"ഒന്നു പറഞ്ഞുതരൂ. എനിക്കിതു മനസ്സിലാവണില്ല."

"എനിക്കും മനസ്സിലാവണില്ല." എന്നു പറയാനാണ് ഓർത്തത്. എങ്കിലും ഫയലിലെ നോട്ട് വായിച്ചുനോക്കി അതിന്റെ സന്ദേശം പറഞ്ഞുകൊടുത്തു. "വേറെ ഒന്നും ചെയ്യണ്ടാ. ഫോർവേഡ് ചെയ്താൽ മതി."

രജനി പുരികം ചുളിച്ചു.

"ഓ, ഞാനിതും വച്ചോണ്ട് എത്രനേരമിരുന്നു.!"

തങ്കപ്പൻപിള്ള വീണ്ടും അകത്തേക്കു വന്നു. മേശപ്പുറത്തു അടുക്കിവച്ചിരുന്ന ഫയലിന്റെ അട്ടിയിൽനിന്ന് ഒരെണ്ണം തെരഞ്ഞെടുത്തുകൊണ്ടു അയാൾ പോയി.

അപ്പോൾ രജനി ചോദിച്ചു:

"എന്താ ഓർത്തോണ്ടിരിക്കണെ?"

"ഒന്നുല്ലാ."

അവൾ ഫയലും എടുത്തുകൊണ്ട് പുറത്തേക്കു നടന്നു. അവളുടെ ശരീരത്തിന്റെ ഭംഗിയും മാദകത്വവും അയാളുടെ ഹൃദയത്തിൽ ഊഷ്മളമായ വികാരങ്ങളുണ്ടാക്കി. അതൊരു വേലിയേറ്റംപോലെ അയാളുടെ ഹൃദയത്തെ മുക്കി.

* * * * * *

മൂടിക്കെട്ടിയ വർഷകാല സന്ധ്യപോലെ ഗീതയുടെ മനസ്സ് ഇരുണ്ടുകിടന്നു. മധുച്ചേട്ടൻ തന്റെ ഹൃദയത്തിന്റെയും ശരീരത്തിന്റെയും പരിശുദ്ധിയെ സംശയിക്കുമെന്ന് ഒരിക്കലും ഓർത്തില്ല. താൻ രാജുവിനെ കാണാൻ ആശുപത്രിയിൽ പോയതിന് ഇത്രയൊക്കെ ദുർവ്യാഖ്യാനമുണ്ടാക്കേണ്ട കാര്യമുണ്ടായിരുന്നോ? അവൾ അവളുടെ ഹൃദയത്തിൽ പറഞ്ഞു. "ഞാനൊരാളെ സ്നേഹിച്ചിരുന്നു. അരവിന്ദനെ. അതിപ്പോഴല്ല എന്റെ കഴുത്തിൽ മധുച്ചേട്ടൻ ഈ മിന്നും മാലയും കെട്ടുന്നതിനുമുമ്പ്. ഇപ്പോഴും അതോർക്കുമ്പോൾ ഞാൻ ദുർബ്ബലയായിത്തീരും. എന്നാലും എന്റെ ഹൃദയത്തിന്റെയും ശരീരത്തിന്റെയും ശുദ്ധി ഞാൻ കാത്തിട്ടുണ്ട്."

അരവിന്ദനെ ചൂണ്ടി "അവൻ നിന്റെ ആരാ" എന്നു ആരെങ്കിലും ചോദിച്ചാൽ അവൾക്കുത്തരമുണ്ട്.

ഞാൻ അരവിന്ദനെ സ്നേഹിച്ചിരുന്നു. ഇപ്പോഴല്ല പണ്ട്.-

പക്ഷേ, അത്രയധികം സ്നേഹിച്ച ആ മനുഷ്യൻ ഒരർദ്ധരാത്രി അഭയം ചോദിച്ചു വന്നപ്പോൾ ഞാൻ എന്താണു ചെയ്തത്? അതാരെങ്കിലും അറിയുന്നുണ്ടോ? എന്റെ ഹൃദയത്തിന്റെയും ശരീരത്തിന്റെയും ശുദ്ധി ഞാൻ കാത്തു. അതിനുവേണ്ടി ഞാനാ മനുഷ്യനെ ദുർമ്മരണത്തിന് എറിഞ്ഞുകൊടുത്തു.

മനസ്സ് ഇരുളുന്നു.

പ്രകൃതി ഇരുളുന്നു.

ഇരുട്ടു കനക്കുന്നു.

ഇരുട്ടിൽ അകലെ ഒരസ്ഥിപഞ്ജരം. ഇരുട്ടിൽ ആ അസ്ഥിപഞ്ജരം മാത്രമേ കാണാവൂ. അതടുത്തടുത്തു വരുന്നു. ഇപ്പോൾ വ്യക്തമായി കാണാം. തലയോട്ടിയിലെ പാടുകൾ. കണ്ണിന്റെ സ്ഥാനത്തെ കുഴികൾ. പിളർന്നു നില്ക്കുന്ന താടിയെല്ലുകൾ. അസ്ഥിപഞ്ജരത്തിന്റെ വാരിയെല്ലുകൾക്കിടയിൽ ഹൃദയത്തിന്റെ സ്ഥാനത്ത് ഒരു പൂവ്.

അവൾ ഞെട്ടിപ്പോയി.

അതു പൂവോ ഹൃദയമോ...

അവളുടെ മുഖത്തു വിയർപ്പു പൊടിഞ്ഞു. അവൾ പാരവശ്യത്തോടെ കണ്ണുകൾ ഇറുകെ അടയ്ക്കുകയും മുഖം പൊത്തുകയും ചെയ്തു.

നിമിഷങ്ങൾക്കുശേഷം അവൾ കണ്ണുകൾ തുറന്നു. അപ്പോൾ അവളുടെ കണ്ണിൽ പെട്ടത് ഷോക്കേസിലിരിക്കുന്ന പ്രതിമയാണ്. കണ്ണാടി നോക്കി തിലകം തൊടുന്ന ദേവദാസിയുടെ പ്രതിമ. അതിന്റെ ഒരു കൈ ഒടിഞ്ഞുപോയിരിക്കുന്നു. ആരാണത് പൊട്ടിച്ചത്? ഗീത ആശുപത്രിയിലേക്കു പോകുമ്പോൾ അതിന് ഒരു കേടും ഉണ്ടായിരുന്നില്ല. അജന്താ ഗുഹകളിലെ ശില്പകലയുടെ ഭംഗിയുള്ള ആ പ്രതിമ അവൾക്കെന്തിഷ്ടമായിരുന്നു

അമ്മേ എന്നു വിളിച്ചുകൊണ്ടു ദീപുമോൻ ഓടിവന്നു. വാതിൽപ്പടിയിൽ കാൽ തട്ടി അവൻ നിലത്തു വീണു. അവൻ കരഞ്ഞു. ഗീത ഓടിച്ചെന്ന് ദീപുമോനെ എടുത്തു. ദീപുമോന്റെ നെറ്റി പൊട്ടി ചോര പൊടി

ക്കുന്നു. അവൾ സാരിത്തുമ്പുകൊണ്ട് ദീപുമോന്റെ നെറ്റിയിലെ ചോര ഒപ്പി. "എന്റെ മോൻ കരയാതെ." എന്നു പറഞ്ഞ് അവൾ അവനെ സാന്ത്വനിപ്പിച്ചു. "മോന് അമ്മ തുമ്പിയെ പിടിച്ചുതരാം." എന്നു പറഞ്ഞ് ദീപുമോനെയും എടുത്തുകൊണ്ട് അവൾ പുറത്തിറങ്ങി.

ഇരുപത്

ജീവിതം അസംതൃപ്തവും കഠിനവുമായി മധുവിനു തോന്നി. ഒരിടത്തും സ്വസ്ഥതയില്ല. വീട്ടിലും ആഫീസിലും അയാൾ അന്യനും ഏകാകിയുമായിത്തീർന്നു. തന്റെ ജീവിതം ആകെ തകർന്നിരിക്കുന്നു എന്ന് അയാൾ വ്യസനിച്ചു. ഒരു ഭ്രാന്തിയുമൊത്ത് ഇങ്ങനെ എത്രനാൾ ജീവിക്കും? ഈ ജീവിതം ജീവിതമാണോ? ഇതാണോ താനാശിക്കുന്നത്? തന്റെ തകർച്ചയും ദുഃഖവും ആരും മനസ്സിലാക്കുന്നില്ല.

ഇന്നലെ പരമഹംസനമ്മാവൻ ആഫീസിൽ വന്നിരുന്നു. പ്യൂൺ തങ്കപ്പൻപിള്ള വന്നു പറഞ്ഞു. ഒരാൾ കാണാൻവന്നു കാത്തുനില്ക്കുന്നു എന്ന് ആരാണെന്നു ചോദിച്ചപ്പോൾ അയാൾ പറഞ്ഞു: "എനിക്കറീല്ല. ഒരു കിഴവനാണ്."

വേറെ ആരെങ്കിലുമായിരിക്കുമെന്നാണ് ഓർത്തത്. വാതിൽ തുറന്ന് അകത്തേക്കു കയറിവന്നപ്പോഴാണ് ആളെ കണ്ടത്. പരമഹംസൻ. അരിശം അടക്കി. മുഖത്തുനോക്കാതെ ചോദിച്ചു:

"അമ്മാവൻ എവിടന്നാ?"

"വെറുതെ ഈ വഴിക്കു പോയപ്പോ ഒന്നു കേറീതാ." പരമഹംസനമ്മാവൻ തോർത്തുമുണ്ടുകൊണ്ടു മുഖം തുടച്ചു: "ഹോ എന്തൊരുവെയില്! ഈ കാലത്ത് തുള്ളി തോരാതെ മഴ പെയ്യണ്ടതാ. എന്തിനു വൃഥാ പറയുന്നു. എല്ലാം മറിച്ചാൻ കിറിച്ചാൻ! സത്യധർമ്മാദികൾക്കിന്ന്..."

പരമഹംസൻ ഏതോ ശ്ലോകം ചൊല്ലാൻ തുടങ്ങുകയായിരുന്നു. പെട്ടെന്ന് മധു മേശപ്പുറത്തിരുന്ന കോളിങ് ബെല്ലടിച്ചു. പരമഹംസന്റെ ശ്ലോകം ആരംഭിച്ചിടത്തു തന്നെ സ്തംഭിച്ചു. നിമിഷങ്ങൾക്കുള്ളിൽ പ്യൂൺ തങ്കപ്പൻപിള്ള അകത്തേക്കു വന്നു. ഒരു ഫയലെടുത്ത് മുമ്പിലേക്കിട്ടു കൊടുത്തിട്ട് മധു പറഞ്ഞു: "അത് സൂപ്രണ്ടിന്റെ മേശപ്പുറത്തു കൊണ്ടു വയ്ക്കൂ."

ഫയലെടുത്തുകൊണ്ട് തങ്കപ്പൻപിള്ള പോയി. മധു വീണ്ടും ഒരു ഫയലെടുത്തു നാടഅഴിച്ച് കടലാസുകൾ മറിച്ചുനോക്കി. പരമഹംസനിൽനിന്നു രക്ഷപ്പെടാൻ അതേ ഒരു വഴി കണ്ടുള്ളൂ. പക്ഷേ, അങ്ങനെയൊന്നും ഒഴിവാകുന്ന ആളല്ല പരമഹംസൻ.

"അപ്പോൾ മധുസൂദനൻ എന്തു തീരുമാനിച്ചു?"

മധു ചോദ്യം കേട്ടില്ല.

"അമ്മാവനെന്താ പറഞ്ഞെ?"

പരമഹംസനമ്മാവൻ കസേരയിൽ മുന്നോട്ടാഞ്ഞിരുന്നു.

"അല്ലാ, നീ എന്തു തീരുമാനിച്ചെന്ന്!"

പരമഹംസനമ്മാവൻ എന്താണുദ്ദേശിക്കുന്നതെന്ന് മധുവിന് അറിയാം. എന്നിട്ടും അറിയാത്ത ഭാവത്തിൽ ഇരുന്നു.

"ഞാൻ വീട്ടിൽ പോയിരുന്നു." പരമഹംസൻ സ്വരം താഴ്ത്തി: "അമ്മ എന്നോടെല്ലാം പറഞ്ഞു. ഞാനന്നേ പറഞ്ഞില്ലേ, ഗീതേടെ സൂക്കേട് അങ്ങനെ മാറണതല്ലെന്ന്? ചോറ്റാനിക്കരേലഴിയാത്ത കെട്ട് പിന്നെ എവിടെകൊണ്ടിട്ടഴിക്കാനാ. രാത്രീല് ആരും കാണാതെ എറങ്ങിപ്പോയില്ലേ അവള്? ഒരാളെ എത്രനാളിങ്ങനെ കാത്തുസൂക്ഷിക്കും? അതുകൊണ്ട് നീ വേറെ ഒരു വഴി കണ്ടുപിടിക്ക്."

ഹോ, ഓരോരുത്തർക്ക് തന്റെ കാര്യത്തിൽ എന്തനുകമ്പ! 'എഴുന്നേറ്റുപോ കിഴവാ എന്റെ മുമ്പീന്ന്–' എന്നു പറയാൻ നാവു ചൊറിഞ്ഞതാണ്. അരിശം കടിച്ചൊതുക്കി ആവുന്നത്ര മയത്തിൽ പറഞ്ഞു.

"അമ്മാവൻ പോവ്വല്ലേ? എനിക്കല്പം ധൃതിയുണ്ട്."

കിഴവൻ ചെറിയ കണ്ണുകൾ മിഴിച്ച് മധുവിനെ നോക്കി. തന്നെ ഒഴിവാക്കാനുള്ള ശ്രമമാണെന്നു മനസ്സിലായി. കിഴവൻ എഴുന്നേറ്റു. യാത്ര പറയണോ വേണ്ടയോ എന്ന് മനസ്സ് ഒരു നിമിഷം തർക്കിച്ചു.

"എനിക്കറിയാം നീ അനുഭവിക്കുന്ന മനോദുഃഖം." പരമഹംസൻ സഹതാപം സ്ഫുരിക്കുന്ന സ്വരത്തിൽ പറഞ്ഞു: "സാരമില്ല. ഓരോ കാലത്ത് ഓരോന്നനുഭവിക്കണം. വിധി. ഓരോ ദശാസന്ധി കടന്നുവേണം പോകാൻ. വിഷമിക്കണ്ടാ. നിനക്കിപ്പോ ശനീടെപോക്കാ. ഇവിടം കടന്നു കിട്ട്യാ ജയിച്ചു."

രണ്ടാംമുണ്ടെടുത്തു കഴുത്തിനു വളച്ചിട്ടുകൊണ്ട് പരമഹംസൻ പുറത്തിറങ്ങി. അപ്പോഴാണ് തങ്കപ്പൻപിള്ള അകത്തേക്കു വന്നത്. വാതില്ക്കൽവച്ച് പരമഹംസൻ ആളെ അളക്കുന്ന മട്ടിൽ തങ്കപ്പൻപിള്ളയെ ഒന്നു നോക്കി. ആരാ എന്താന്നൊക്കെ നേരത്തെ ചോദിച്ചതിന്റെ അരിശം. മധുസൂദനൻനായരെ കാണണമെന്ന് പറഞ്ഞാൽ ഉടനെ ആരാ എവിടുന്നാ. എന്തിനാന്നൊക്കെ ചോദിക്കാൻ ഇവൻ മധുസൂദനൻനായരുടെ ആരാ? എന്നായിരുന്നു പരമഹംസന്റെ മനോഭാവം.

കോണിപ്പടികളിൽ പരമഹംസന്റെ കാലടിശബ്ദം താണുതാണു പോയി.

തങ്കപ്പൻപിള്ള പതിഞ്ഞ സ്വരത്തിൽ ചോദിച്ചു: "അതാരാ?"

അത്ര താല്പര്യമില്ലാതെ മധു പറഞ്ഞു: "പരമഹംസൻ അകന്ന ബന്ധത്തിൽ പെട്ട ഒരമ്മാവനാ."

"ഞാൻ ആരാ. എന്താന്നൊക്കെ ചോദിച്ചത് മുപ്പീന്നിനിഷ്ടായില്ല. എന്നെ ഒരു നോട്ടം."

കൈയിൽ ഒതുക്കിപ്പിടിച്ചിരുന്ന ഫയലുകൾ മേശപ്പുറത്തു വച്ചിട്ട് തങ്കപ്പൻപിള്ള ഇറങ്ങിപ്പോയി.

മധു പിന്നെയും തനിച്ചായി.

തനിച്ചാകുമ്പോഴാണ് മനസ്സിൽ ചിന്തകൾ കുത്തിയൊലിക്കുന്നത്.

തന്നെപ്പോലെ ഒരു ഭാഗ്യദോഷി വേറെ ഉണ്ടോ? എത്രനാൾ ഇതിങ്ങനെ നിശ്ശബ്ദമായി സഹിക്കും? പണ്ട് ആഫീസ് വിട്ടാൽ ആ നിമിഷം വീട്ടിലെത്തണമെന്നായിരുന്നു വിചാരം. ഇപ്പോൾ നേരെ മറിച്ചാണ് വീട്ടിലേക്കു മടങ്ങിച്ചെല്ലുന്നതോർക്കുമ്പോൾ മനസ്സ് മഴക്കാർമൂടിയ വർഷകാല സന്ധ്യപോലെ ഇരുണ്ടുമൂടും. വേറെ എങ്ങും പോകാനില്ലാത്തതുകൊണ്ട് മനസ്സില്ലാമനസ്സോടെ വീട്ടിലേക്കു മടങ്ങിച്ചെല്ലുന്നു. സ്വപ്നങ്ങൾ മരിച്ചുകിടക്കുന്ന മനസ്സ് ഇപ്പോൾ ഒരു തരിശുഭൂമിയാണ്. ഒരു പൂവോ ഒരു തളിരോ പോലും അവിടെ ബാക്കിയില്ല. വെറും തരിശുഭൂമി. വെറും മരുഭൂമി. പ്രേതക്കാറ്റുകൾ വീശുന്ന ഒരു ശൂന്യഭൂമി.

മഴക്കാലത്തെ ഇരുണ്ട ആകാശമായിത്തീർന്നു. മധുവിന്റെ മനസ്സ്. കാർമേഘങ്ങൾ ഉരുണ്ടു കയറുന്നു. ആകാശം കറുക്കുന്നു. സൂര്യവെളിച്ചത്തിന്റെ ഒരുകീറുപോലുമില്ല. ഓർമ്മകൾ ഭൂതകാലത്തിലേക്കു കൂട്ടിക്കൊണ്ടുപോകുന്നു.

മന്ത്രവാദി വരച്ച കളത്തിനുമുമ്പിൽ, നിലവിളക്കിന്റെ മുമ്പിൽ ചമ്പ്രം പടിഞ്ഞിരിക്കുന്ന ഗീത. മന്ത്രവാദി മന്ത്രം ജപിച്ച് പൂവും കുരുതിവെള്ളവും മുഖത്തേക്കെറിയുമ്പോൾ അവൾ ഞെട്ടുന്നു. ഹോമകുണ്ഡത്തിൽ അരിയും പൂവും എരിയുമ്പോൾ, മന്ത്രശക്തിയുടെ കടുംകെട്ടിൽക്കിടന്ന് ബാധ ഞെളിപിരിക്കൊള്ളുമ്പോൾ അവൾ ബോദ്ധ്യബോധങ്ങളുടെ അനന്തശൂന്യമായ അന്തരാളങ്ങളിലായിരുന്നു. മന്ത്രക്കളത്തിനു മുമ്പിലിരുന്നു മുടിയഴിച്ചിട്ടാടുന്ന പിണിയാളിന്റെ മുഖം... അതു ഗീതയുടെ മുഖമായിരുന്നു.

പിന്നെ, ആ സ്മൃതിചിത്രം മായുന്നു. പുകപോലെ വിസ്മൃതി വന്നു മൂടുന്നു. ഏതാനും നിമിഷത്തേക്ക് എവിടെയാണെന്ന് അതിശയം കൊള്ളുന്നു. ഭൂമിയിലല്ല. ആകാശത്തല്ല എവിടെയുമല്ല. ചിന്തയുടെ ഇടനാഴിയിൽ എവിടെയാണെന്നറിയാതെ ചുറ്റിത്തിരിയുന്നു. തന്റെയുള്ളിൽതന്നെ കിടന്ന് ഉഴറുന്നു. പുകമറയ്ക്കുള്ളിൽ തെളിഞ്ഞുവരുന്ന കമ്പിഅഴികൾ. ജനലിന്റെ അഴികളിൽ ചാരിനില്ക്കുന്ന ഗീതയുടെ മുഖം. സ്മൃതിഭംഗങ്ങളുടെ വിഭ്രാന്തി നിഴലിക്കുന്ന കണ്ണുകൾ. വീണക്കമ്പികളുടെ തേങ്ങുന്ന സ്വരങ്ങൾ. നേർത്തുനേർത്ത് അതില്ലാതെയാകുമ്പോൾ നിശ്ശബ്ദത എന്ന അനുഭവം.

മധു അടുത്തേക്കു ചെന്നപ്പോൾ അവൾ മിഴിച്ചുനോക്കി. വിടർന്ന കണ്ണുകളിൽ ഭ്രാന്തമായ മനസ്സിലെ ഓർമ്മകളുടെ നിഴലാട്ടം. ജനലിന്റെ കമ്പി അഴികളിൽ പിടിച്ചുകൊണ്ട് തേങ്ങുന്ന സ്വരത്തിൽ അവൾ.

"അരവിന്ദൻ... അരവിന്ദൻ."

"അരവിന്ദനോ? ഞാൻ അരവിന്ദനല്ല."

"അരവിന്ദനെ ഞാൻ ഇറക്കിവിട്ടു. അരവിന്ദനെ പൊലീസുകാരു കൊന്നു."

"ഗീതേ. നീ എന്താണീ പറയുന്നത്? ആരാണ് അരവിന്ദൻ?"

ഒരുനിമിഷം അവൾ വിദൂരതയിലേക്കു നോക്കി നിന്നു.

"എന്റെ അരവിന്ദൻ... എന്റെ അരവിന്ദൻ.."

ഒരു മന്ത്രംപോലെ അവൾ ഉരുവിട്ടു. പിന്നെ ദുഃഖത്തിന്റെ നനവുള്ള സ്വരത്തിൽ അവൾ ശൂന്യതയോടെ ചോദിച്ചു.

"അരവിന്ദൻ പറഞ്ഞ ലോകം എവിടെയാണ്? എത്ര ദൂരെ? എന്നാണ് നമ്മളൊരുമിച്ച് ആ ലോകത്തു ജീവിക്കുന്നത്..?"

മധുവിന് സംശയങ്ങൾ ഉറയ്ക്കുന്നു

അവൾക്ക് ഒരു പ്രേമബന്ധമുണ്ടായിരുന്നു. അവൾ ഏതോ ഒരു അരവിന്ദനെ സ്നേഹിച്ചിരുന്നു.

മധുവിന്റെ മനസ്സിൽ ആ സ്മൃതി ചിത്രങ്ങൾ മാറിമാറിത്തെളിയുന്നു. മന്ത്രവാദി വരച്ച മന്ത്രക്കളത്തിനു മുമ്പിലിരുന്ന് അവൾ മുടിയഴിച്ചിട്ടാടുന്നു. മാനസികാശുപത്രിയിലെ കുടുസ്സായ മുറിയിലെ ജനലഴികളിൽ പിടിച്ചുനിന്ന് വിദൂരതയിലേക്കു നോക്കി അവൾ അരവിന്ദൻ... എന്റെ അരവിന്ദൻ.. എന്നു ജപിക്കുന്നു. കുറെ നേരത്തേക്ക് എവിടെയോ ആയിരുന്നു. ഓർമ്മകളുടെയും ചിന്തകളുടെയും ദുഃസ്വപ്നങ്ങളുടെയും ഇരുണ്ട കോട്ടയ്ക്കുള്ളിൽ.

ആഫീസിൽ നിന്നിറങ്ങുന്ന വഴി രജനിയെ നോക്കി കണ്ടില്ല. രജനി എവിടെ പോയി? ആരോടു ചോദിക്കാനാണ്? ഇപ്പോൾതന്നെ ചിലർക്കൊക്കെ സംശയമുണ്ട്. രജനിയും താനും തമ്മിലുള്ള അടുപ്പത്തെച്ചൊല്ലി. കോണിപ്പടികളിറങ്ങി. എവിടെയും രജനിയെ കണ്ടില്ല. കാറിറക്കി. ഒരുനിമിഷം എങ്ങോട്ടു പോകണമെന്നാലോചിച്ചു. ഒരു ലക്ഷ്യവുമില്ലാതെ നഗരവീഥികളിൽ ചുറ്റിക്കറങ്ങി. പിന്നെ നേരെ ബീച്ചിലേക്കു തിരിച്ചു. ഏതാനും നിമിഷത്തെ യാത്ര.

കടപ്പുറത്ത് അധികം തിരക്കില്ല. ആളുകൾ വരാൻ തുടങ്ങുന്നേയുള്ളൂ. കാർ ഒരിടത്ത് ഒതുക്കിയിട്ടശേഷം പുറത്തിറങ്ങി. മണൽപ്പുറത്ത് ചെരിച്ചിട്ട വള്ളങ്ങൾ, കട്ടമരങ്ങൾ, ദൂരെ മുക്കുവക്കുടിലുകൾ. അങ്ങിങ്ങ് കുറേപ്പേർ കാറ്റുകൊണ്ടിരിക്കുന്നു. സായാഹ്നത്തിന്റെ മഞ്ഞവെയിൽ പെയ്യുന്ന കടപ്പുറത്ത് ചെരിച്ചുവച്ച വള്ളത്തിന്റെ മറവിൽ ഒരാണും പെണ്ണും. ഏകാന്തത തേടി വന്നവരാണെന്ന് ഒറ്റനോട്ടത്തിലറിയാം. പെണ്ണിന്റെ മുഖത്ത് ലജ്ജയുടെ തുടുപ്പ്. കാമുകൻ എന്തൊക്കെയോ പറയുന്നു. ഓരോ വാക്കും അവൾ ഹൃദയത്തിൽ ഏറ്റുവാങ്ങുന്നു. സ്വപ്നങ്ങളെ ജീവിതവുമായി ബന്ധിപ്പിക്കുന്ന ഏകാന്തമായ നിമിഷങ്ങളാവാം. തുടുത്ത വിരൽത്തുമ്പുകൊണ്ട് അവൾ പൂഴിമണലിൽ എന്തൊക്കെയോ വരയ്ക്കുന്നു. മായ്ക്കുന്നു. പിന്നെയും വരയ്ക്കുന്നു.

അയാൾ ഒഴിഞ്ഞുമാറി വേറൊരിടത്ത് ചെന്നിരുന്നു. കൺമുമ്പിൽ കിടന്നു കടൽ അലയ്ക്കുന്നു. തീരത്തുവന്ന് തിരകൾ പൊട്ടിച്ചിതറുന്നു. കടലിനുമീതെ തവിട്ടുനിറമുള്ള ഒരു പക്ഷി പൊങ്ങിയും താണും പറക്കുന്നു.

സൂര്യൻ ആകാശച്ചെരുവിലെ പൂക്കാൻ തുടങ്ങുന്ന മേഘക്കാടുകൾക്കിടയിൽ.

മുക്കുവക്കുട്ടികൾ കടൽത്തിരകളിൽക്കിടന്ന് നീന്തിക്കളിക്കുന്നു. തിര

കളിൽ പൊങ്ങുകയും താഴുകയും ചെയ്യുന്നു. അവർക്കു കടലിനെ പേടിയില്ല. കണ്ടുനില്ക്കുന്നവർക്കു പേടി തോന്നും. ഈശ്വരാ, തിരയ്ക്കടിയിൽ! പേടിക്കണ്ട, അവർ തിരയ്ക്കുമീതെ, അടുത്ത നിമിഷത്തിൽ.

ചുവന്ന സൂര്യൻ ആകാശത്തിന്റെ വക്കിൽ. അന്തിച്ചുവപ്പു കനക്കുന്ന ആകാശത്തിന്റെ നിഴൽ കടൽത്തിരകളിൽ. സായാഹ്നത്തിലെ മഞ്ഞവെയിൽ ചൂട് നിശ്ശേഷം വാർന്ന് ചുവന്ന നിലാവായിത്തീരുന്നു.

തവിട്ടുനിറമുള്ള പക്ഷി കടലിനുമീതെ പൊങ്ങിയും താണും പറക്കുന്നു. ഇണയും കൂടും നഷ്ടപ്പെട്ട പക്ഷിയോ അതോ അശരണമായ ഒരാത്മാവോ...

പിന്നെ നോക്കുമ്പോൾ ചെരിച്ചുവച്ച വള്ളത്തിന്റെ മറവിലിരുന്ന ആണും പെണ്ണും തിരകൾ വന്നലയ്ക്കുന്ന നനവിൽ നില്ക്കുന്നു. കാമുകന്റെ കൈ പിടിച്ചുകൊണ്ട് ആ പെൺകുട്ടി കടലിനഭിമുഖമായി നില്ക്കുന്നു. അന്തിച്ചുവപ്പു തട്ടി അവളുടെ മുഖം കൂടുതൽ തുടുത്തിരിക്കുന്നു. തീരത്ത് അടിച്ചുകയറിയ തിരയിൽ അവളുടെ കാല്പാദത്തിലിഴയുന്ന റോസ് നിറമുള്ള സാരി നനഞ്ഞു. ഇരമ്പിക്കൊണ്ടുവന്ന ഒരു തിരയെ പേടിച്ച് അവൾ പിന്നിലേക്കോടി മാറി. ഇയ്യോ.... എന്നു കൊഞ്ചി കാമുകന്റെ മുഖത്തേക്കു നോക്കി. ലജ്ജ പൂക്കുന്ന അവളുടെ മുഖത്ത് ഒരു പുഞ്ചിരി അനേകം ഇതളുകളുള്ള ഒരു പൂവായി വിടർന്നു.

ഇപ്പോൾ കടൽക്കരയിൽ നിറയെ ആളുകളുണ്ട്. സൂര്യൻ കടലിൽ താഴാൻ തുടങ്ങുന്നു. ആകാശച്ചെരുവ് ചുവപ്പുമയമായി തീർന്നിരിക്കുന്നു. ഇപ്പോൾ ആകാശം ഒരു ഭംഗിയാണ്. കടൽ ഒരു ഭംഗിയാണ്.

അയാൾ കടൽക്കരയിൽ വന്നത് ഏകാന്തമായ നിമിഷങ്ങൾ ആഗ്രഹിച്ചാണ്. തിരക്കിൽനിന്നൊക്കെ അകന്ന് ഏകാന്തമായ ഒരു സ്ഥലം ആഗ്രഹിച്ചാണ്.

കടലിന്റെ ഇരമ്പം.

ആളുകളുടെ ആരവം.

സന്ധ്യ ഇരുളാൻ തുടങ്ങുന്നു. അസ്തമയത്തിന്റെ ചുവപ്പ് മെല്ലെ ഇരുൾച്ചയായി മാറുന്നു. മധു എഴുന്നേറ്റ് കാറിനടുത്തേക്ക് നടന്നു. കിഴക്ക് ചന്ദ്രോദയത്തിന്റെ ആരംഭം. കാറിനുള്ളിലിരുന്നു ഒരുനിമിഷം ചിന്തിച്ചു. എങ്ങോട്ട്? എവിടെയോ ഒരു കാട്ടിൽ ഏതോ ഒരു മരക്കൊമ്പത്ത് ഒരു കൂട്. അതിൽ ഇണയുടെ ചിറകടിയൊച്ചയ്ക്ക് കാതോർത്തിരിക്കുന്ന പെൺപക്ഷി. പക്ഷിക്കുപോലും അങ്ങനെ സ്വപ്ന തുല്യമായ ഒരോർമ്മ കാണും ഉള്ളിൽ. കൂട്ടിലേക്കു മടങ്ങിച്ചെല്ലാൻ പറക്കുമ്പോൾ ചിറകുകൾക്കു ശക്തിയുണ്ടാക്കുന്നത് ആ ഓർമ്മയാണ്. തനിക്കതുപോലും നഷ്ടപ്പെട്ടിരിക്കുന്നു. തന്റെ ചിറകുകൾ തളർന്നു.

നഗരത്തിനു മീതെ രാത്രി ഇരുൾച്ചയായി ചുരുളഴിഞ്ഞു വീഴുന്നു. പടരുന്നു. പതയുന്നു.

മനസ്സ് വേറെങ്ങോ പറക്കുന്നു.

വളവുകളും തിരിവുകളും പിന്നിട്ട് ട്രാഫിക് ഐലന്റുകൾക്കുപിന്നിൽ

പച്ചവെളിച്ചത്തിനു കാത്തുകിടന്ന്, മറ്റു വാഹനങ്ങൾക്കൊഴിഞ്ഞുമാറി ഒടുക്കം ചെന്നെത്തിയത് പ്രസിദ്ധമായ ഹോട്ടലിന്റെ മുമ്പിലാണ്. കാർപാർക്കിങ്ങിൽ കാറിട്ടു. നേരെ ബാറിലേക്കു ചെന്നു. അരണ്ട വെളിച്ചമുള്ള ബാറിൽ ഒഴിഞ്ഞ ഒരിടത്തു ചെന്നിരുന്നു. ഇംഗ്ലീഷ് മ്യൂസിക്കിന്റെ താളം. ലഹരിയിൽ അതാരെങ്കിലും ശ്രദ്ധിക്കുന്നുണ്ടോ? ചുമരിൽ നഗ്നയായ ഒരു പെണ്ണിന്റെ പ്രതിമാശില്പം. ഒരാൾ വന്ന് എന്താ വേണ്ടതെന്നു ചോദിച്ചു. മധു ബ്രാണ്ടി ഓർഡർ ചെയ്തു. മദ്യത്തിന്റെ ലഹരിയിൽ അവ്യക്തമായിത്തീർന്ന വാക്കുകൾ പറക്കുന്നു.

"എന്നെ ഔട്ടാക്കാൻ അവൻ പണിതുടങ്ങിയത് ഇന്നും ഇന്നലെയുമല്ല. പാർട്ടിക്കുവേണ്ടി ഞാൻ സഹിച്ചിട്ടുള്ളതിന്റെ നൂറിലൊരംശം അവൻ സഹിച്ചിട്ടുണ്ടോ? അധികാരം പങ്കിടാൻ നേരത്ത് അവൻ അകത്ത്; ഞാൻ പുറത്ത്. പാർട്ടി നേതാക്കന്മാർ അവന്റെ പോക്കറ്റിലും. ഇതൊക്കെ കണ്ടോണ്ടു ഞാൻ മിണ്ടാതിരിക്കണോ?"

-നൈരാശ്യം ബാധിച്ച ഏതോ രാഷ്ട്രീയ നേതാവ്.

"We are in a world where we have to choose to be a victim or executioner - and nothing else."

-മനുഷ്യനെയും അവൻ ജീവിക്കുന്ന യുഗത്തെയുംകുറിച്ചു ചിന്തിക്കുന്ന ഏതോ ഒരാളുടെ ദർശനം.

"ഇത് വേറെ ആരുടെയോ ലോകമാണ്. ഞാനെപ്പോഴും അതിനു പുറത്തായിരുന്നു. ഞാനിതുവരെ ജീവിച്ചിട്ടില്ല. എനിക്കറിയാം. എനിക്കതു വിധിച്ചിട്ടില്ലെന്ന് ഒരുദിവസം വഴിവക്കിലോ റെയിൽവേസ്റ്റേഷനിലോ കടത്തിണ്ണയിലോ കിടന്നു ഞാൻ ചാകും."

—ലോകത്തിൽ ഒരു അന്യൻ

"എല്ലാർക്കും വലുത് അവരുടെ ജീവിതമാണ്. എന്തിന് എന്നെ ഇത്രമാത്രം വിമർശിക്കുന്നു? ഞാനെനിക്കിഷ്ടമുള്ളതു ചെയ്തു. ആർക്കാനഷ്ടം?"

— ഒരു സ്വാർത്ഥൻ.

സ്വാർത്ഥനോ?

സ്വന്തം ഇഷ്ടാനിഷ്ടങ്ങൾക്കൊത്തു ജീവിക്കാൻ ആഗ്രഹിക്കുന്നത് സ്വാർത്ഥതയാണോ? മറ്റുള്ളവർ എന്തു വിചാരിക്കുമെന്നോർത്ത് മനസ്സും ജീവിതവും. ചീത്തയാക്കുന്നത് ഈ സ്വാർത്ഥതയേക്കാൾ ചീത്തയല്ലേ? എല്ലാർക്കും വലുത് അവരുടെ ജീവിതമാണ്.

ഐസ് ക്യൂബുകളിട്ട തണുപ്പിച്ച പീറ്റർസ് കോട്ട് ബ്രാണ്ടി സിരകളിൽ ലഹരിയായി ഒഴുകി.

ആരോ ഒരാൾ എഴുന്നേല്ക്കുന്നതിനിടയിൽ വേച്ചു വീണു. മേശ തട്ടിമറിഞ്ഞു. ഗ്ലാസുകൾ നിലത്തുവീണുപൊട്ടി. പിടിച്ചെഴുന്നേല്പിക്കാൻ തുടങ്ങിയ സ്നേഹിതന്മാരെ അയാൾ വിലക്കി: "നോ, നോ. എന്നെ ആരും പിടിക്കണ്ടാ."

ഇംഗ്ലീഷ് മ്യൂസിക്കിന്റെ താളം മുറുകുന്നു. വന്യമായ ശബ്ദങ്ങൾ

അതിൽ ഉയർന്നുകേൾക്കുന്നു. ഹർഷോന്മാദത്തിന്റെ ബഹിർഗ്ഗമനങ്ങൾ.

ബിൽ പേ ചെയ്തു പുറത്തിറങ്ങി: വാച്ചിൽനോക്കി. മണി പത്തര. നിയോൺവിളക്കുകളുടെ ആയിരം കണ്ണുകളോടെ നഗരം... രാത്രിയിലെ നഗരം.

മധു കാർ സ്റ്റാർട്ടു ചെയ്തു. ലഹരികൊണ്ട് കൺപോളകൾ കനം തൂങ്ങുന്നു. കണ്ണിൽ വർണ്ണങ്ങൾ കൂടിക്കലരുന്നു. കാതിൽ അപ്പോഴും ഇംഗ്ലീഷ് മ്യൂസിക്കിന്റെ മുഴക്കം...

വീടിനുമുമ്പിൽ മധു കാർ നിർത്തി. ഗ്രിൽഗേറ്റ് അടഞ്ഞുകിടക്കുന്നു. കാറിന്റെ ഒച്ച ആരും കേട്ടില്ലേ? നിർത്താതെ ഹോണടിച്ചു. പരമുനായർ ഓടിയിറങ്ങി വന്ന് ഗേറ്റു തുറന്നു. അടയുന്ന കൺപോളകൾ ഉയർത്തി മധു അയാളെ കനപ്പിച്ചൊന്നു നോക്കി. കാറ് അകത്തേക്ക് കയറ്റിയിട്ടു. ഡോർ തുറന്നു പുറത്തിറങ്ങി. പൂമുഖത്തേക്കു കയറിച്ചെന്നപ്പോൾ അമ്മ വാതില്ക്കൽ നില്പുണ്ടായിരുന്നു.

അമ്മ വേദനയോടെ മകന്റെ മുഖത്തേക്കു നോക്കി. മകനെ ഇതിനുമുമ്പ് അമ്മ ഇങ്ങനെ കണ്ടിട്ടില്ല.

വേദനയും കണ്ണീരും കലർന്ന സ്വരത്തിൽ അമ്മ പറഞ്ഞു:

"എന്റെ മോനേ, ഇതിന്റെ കുറവേ ഉണ്ടായിരുന്നുള്ളൂ."

ഇരുപത്തിയൊന്ന്

നിശ്ശബ്ദതയിൽ ഘടികാരത്തിന്റെ ടിക് ടിക് ശബ്ദം മാത്രം. നിമിഷങ്ങളുടെ തുടിപ്പ്. ഘടികാരത്തിൽ നോക്കിയിരിക്കുമ്പോഴാണു നിമിഷങ്ങളെ അറിയുന്നത്. അക്കങ്ങളിലൂടെ സൂചികൾ കടന്നുപോകുന്നു. വൃത്തത്തിൽ അടയാളപ്പെടുത്തിയ അക്കങ്ങളിലൂടെ സൂചികൾ കടന്നുപോകുമ്പോൾ കാലചക്രങ്ങൾ തിരിയുന്നു. ഘടികാരത്തിന്റെയും സ്വന്തം ഹൃദയത്തിന്റെയും മിടിപ്പുകൾക്കിടയിൽ ഗീത ഒരുതാളം കണ്ടെത്തി. ആ താളം ഏതാനും നിമിഷത്തേക്കേ ഉണ്ടായിരുന്നുള്ളൂ. എപ്പോഴോ അതു തെറ്റി. അവൾ വല്ലാതെ പരിഭ്രമിച്ചു. എവിടെയാണ് താളം പിഴച്ചത്! അവൾ ഹൃദയത്തുടിപ്പിന്റെ മുഴക്കത്തിനു കാതോർത്തു...

ഒരൊച്ച! ഗീത ഞെട്ടിപ്പോയി. മുകളിൽനിന്നു പൂച്ച എടുത്തു ചാടിയതാണ്. കരിമ്പൂച്ച. അത് ഗീതയുടെ നേരെ മിഴിച്ചുനോക്കി. വന്യമായ ശബ്ദത്തിൽ കരഞ്ഞു. ഗീത വല്ലാതെ ഭയന്നു. കരിമ്പൂച്ചയുടെ വട്ടക്കണ്ണുകൾ ഒരു ഭൂതത്തിന്റെ കണ്ണുകളായി തോന്നിപ്പിച്ചു. അവളുടെ ഹൃദയത്തുടിപ്പ് ദ്രുതഗതിയിലായി. അതിന്റെ താളം തെറ്റി. "പോ പൂച്ചേ." എന്നു പറഞ്ഞ് അവൾ പൂച്ചയുടെ നേരെ കൈയോങ്ങി. പൂച്ച അനങ്ങുന്നില്ല. അതിന്റെ ക്രൗര്യം നിറഞ്ഞ വട്ടക്കണ്ണുകൾ ഭീതിയുളവാക്കുന്നു. അതിന്റെ കരച്ചിൽ ഒരു ദുഷ്ടാത്മാവിന്റെ മുരൾച്ചയായിത്തീരുന്നു. ഗീത പൂച്ചയുടെ നേരെ ഭീതിയോടെ മിഴിച്ചുനോക്കി. പൂച്ച കുറേക്കൂടി ഉറക്കെ കരഞ്ഞു. മേശപ്പുറത്തിരുന്ന ഫ്ളവർവേസെടുത്ത് അവൾ പൂച്ചയുടെ നേരെ എറി

ഞ്ഞു. ഏറിന്റെ ഉന്നം പിഴച്ച് ഫ്ളവർവേസ് ചുമരിൽ ചെന്നുകൊണ്ട് പൊട്ടിത്തകർന്നു താഴെ വീണു. എന്നിട്ടും പൂച്ച അനങ്ങുന്നില്ല. അതൊരു ദുർഭൂതത്തെപ്പോലെ മേശപ്പുറത്തിരുന്നു കരയുന്നു. അടുത്ത നിമിഷത്തിൽ അത് തന്റെ മേൽ ഒരു ഹിംസ്ര ജന്തുവിനെപ്പോലെ ചാടി വീഴുമെന്ന് അവൾ പേടിച്ചു. അതു പൂച്ചയല്ല. പൂച്ചയുടെ രൂപത്തിൽ വന്ന ഏതോ ദുർഭൂതമാണ്. അവൾ പേടിച്ചു പൂച്ചയുടെ മുഖത്തുനിന്ന് കണ്ണെടുക്കാതെ കാലുകൾ പിന്നോക്കം വച്ചു. അപ്പോൾ പൈശാചികമായ ശബ്ദത്തിൽ കരഞ്ഞുകൊണ്ട് പൂച്ച ഒറ്റച്ചാട്ടം. അവളുടെ നേരെ! 'അമ്മേ' എന്നു ഉറക്കെ നിലവിളിച്ച് അവൾ കണ്ണുകൾ പൊത്തി. ആ ദുർഭൂതം തന്നെ കടിച്ചു കീറി രക്തം കുടിക്കുമെന്നാണ് അവൾ ഓർത്തത്. ഞൊടിയിടക്കുള്ളിൽ ആ കരിംപൂച്ച ഭീകരമായി വളരുന്നതും തന്റെ മേൽ ചാടി വീണ് കൂർത്ത നഖങ്ങൾകൊണ്ട് തന്റെ ശരീരം മാന്തിക്കീറുന്നതും അവൾ ഒരു ദുഃസ്വപ്നംപോലെ കണ്ടു. ഉൾഭീതിയോടെ അവൾ അങ്ങനെ വിറങ്ങലിച്ചു നിന്നു. അപ്പോൾ "എന്തേ ഗീതേ?" എന്നു ചോദിച്ചുകൊണ്ട് മധുവിന്റെ അമ്മ ഓടിച്ചെന്നു. അവൾ കൈവിരലുകളുടെ വിടവിലൂടെ അമ്മയെ നോക്കി. എന്നിട്ട് പതറിയസ്വരത്തിൽ പറഞ്ഞു: "ഒരു കരിംപൂച്ച."

"എവിടെ" എന്നു ചോദിച്ച് അമ്മ തക്കുംപുക്കും നോക്കി. പൂച്ചയുടെ നിഴൽപോലും അവിടെയെങ്ങും കണ്ടില്ല.

"കരിംപൂച്ചേടെ രൂപത്തില് ഒരു ദുർഭൂതം!" അവളുടെ സ്വരത്തിൽ ഭീതി ഉൾക്കൊണ്ടിരുന്നു: "ഞാൻ കണ്ടതാമ്മേ. പെട്ടെന്ന് അതൊരു മലപോലെ വലുതായി. എന്നിട്ട് ഒറ്റച്ചാട്ടം എന്റെ നേരെ?"

"പിന്നെ, പൂതം!" അമ്മ അവളെ സമാധാനിപ്പിക്കാൻ വേണ്ടി പറഞ്ഞു. "നിനക്കു വെറുതെ തോന്നണതാ. നീയിത്ര മണ്ടിയാണോ. ഒരുപൂച്ചയെ കണ്ടു പേടിക്കാൻ?"

ആ വീട്ടിൽ പൂച്ച ഉണ്ടായിരുന്നില്ല. അയൽ വീടുകളിലെ പൂച്ചകൾ ഇടയ്ക്കിടെ വരും. അവ അടുക്കളയിലും വീടിന്റെ മുകൾത്തട്ടിലും ചുറ്റി നടക്കും. അങ്ങനെവരാറുള്ള പൂച്ചകളിൽ ഒരു കരിംപൂച്ച ഉണ്ടായിരുന്നോ എന്ന് ഗീത ഒരിക്കലും ശ്രദ്ധിച്ചിട്ടില്ല. ഓർക്കാപ്പുറത്ത് ആ കരിംപൂച്ച തന്റെ മുമ്പിൽ പ്രത്യക്ഷപ്പെട്ടപ്പോഴാണ് അവൾ അങ്ങനെ ശ്രദ്ധിക്കുന്നത്. അതിന്റെ ക്രൗര്യം നിറഞ്ഞ തീക്ഷ്ണമായ വട്ടക്കണ്ണുകളും പൈശാചികമായ ശബ്ദവും അവളെ സംഭീതയാക്കി. ആ കരിംപൂച്ച അപ്രത്യക്ഷമായത് അവൾ കണ്ടില്ല. അതെതിലേപോയി? അത് വെറും ഒരു പൂച്ചയായിരുന്നുവോ?

അവളെ സഹതാപത്തോടെ നോക്കിയിട്ട് അമ്മ അടുക്കളയിലേക്കു പോയി.

പതറിയ മനസ്സോടെ അവൾ അങ്ങനെ നിന്നു. ഘടികാരത്തിന്റെ ടിക് ടിക് ശബ്ദം അവളുടെ കാതിൽ മുഴങ്ങി. എന്റെ ജീവിതം ഇങ്ങനെയായിത്തീർന്നല്ലോ എന്ന് അവൾ വ്യസനത്തോടെ ചിന്തിച്ചുകൊണ്ടിരി

ക്കുകയായിരുന്നു. ചിലപ്പോൾ അവൾ ഓർക്കും ചത്താൽ മതിയെന്ന്. എന്തിനിങ്ങനെ ജീവിക്കുന്നു? ആർക്കും വേണ്ടാതെ. ഇതു ജീവിതമാണോ? താൻ ഏതോ ദുർവ്വിധിയുടെ ഇരയായി തീർന്നിരിക്കുന്നു. ജീവിതം നഷ്ടപ്പെട്ടിരിക്കുന്നു. ഇതു ജീവിതമല്ല.

ഇന്നലെ അർദ്ധരാത്രിയോടടുത്ത നേരത്ത് ഭർത്താവു വന്ന വരവ് അവൾ ഓർത്തു. കാലുകൾ നിലത്തുറയ്ക്കാതെ, അടയുന്ന കൺപോളകളോടെ, കുത്തൊഴുക്കിലെ ചുഴിയിൽപ്പെട്ട് മുങ്ങുന്ന ആൾ ഒരു ആലംബത്തിനുവേണ്ടി തപ്പിത്തടയുന്ന തളർച്ചയോടെ.

"എന്റെ മോനേ, ഇതിന്റെ കൊറവേ ഉണ്ടായിരുന്നുള്ളു." എന്നു അമ്മ സങ്കടപ്പെട്ടു. ഗീത സങ്കടം അടക്കി നോക്കിനിന്നു. വന്ന ഉടൻ കയറിക്കിടന്നു വേഷം പോലും മാറാതെ, എന്നിട്ട് കിടക്കയിൽ കിടന്ന് അലച്ചു. ഗീത അടുത്തു ചെന്നുനിന്നു. ആരാധിച്ചിരുന്ന വിഗ്രഹം വീണുടഞ്ഞു കിടക്കുന്നതു കാണുമ്പോഴുള്ള ഭക്തയുടെ സങ്കടമായിരുന്നു അവൾക്ക്.

തന്നെക്കുറിച്ച് തരിമ്പെങ്കിലും ഓർമ്മയുണ്ടോ മധുച്ചേട്ടന്? ഭാര്യയെന്നല്ലേ പറയുന്നത്? സ്നേഹത്തോടെ ഒരു വാക്ക് മിണ്ടിക്കൂടേ? ഒരു കൂരയ്ക്കുതാഴെയാണു ജീവിക്കുന്നത്. എന്നിട്ടും, എത്ര അകലെ!

ചിലപ്പോൾ ഗീതയ്ക്കു തോന്നും താൻ അടിമയോ അഭയാർത്ഥിയോ ആണെന്ന്. അന്യ ഒരാളുടെ ദയയ്ക്കും കാരുണ്യത്തിനുംവേണ്ടി കാത്തു കിടക്കുന്നു. അല്ലാതെ തനിക്കു യാതൊരു വ്യക്തിത്വവുമില്ല. ആ മനുഷ്യന്റെ ശാസന കേട്ട് ആ മനുഷ്യന്റെ കല്പന അനുസരിച്ച് ആ മനുഷ്യൻ ഇട്ടു പൂട്ടിയ തടവറയിൽ കിടക്കുന്നു. സ്വസ്ഥമായിരുന്നു കരയാൻ പോലും സ്വാതന്ത്ര്യമില്ല. അന്യന്റെ മച്ചിനു താഴെ കണ്ണീരും സ്വന്തമായി തോന്നുകയില്ല.

എങ്ങോട്ടെങ്കിലും പോകാമെന്നുവച്ചാൽ അതും അസാദ്ധ്യമായി തോന്നുന്നു. താൻ ഒരു സ്ത്രീ മാത്രമല്ല, അമ്മയുംകൂടിയാണ്. ദീപുമോന്റെ കാര്യമോർക്കുമ്പോൾ.... അല്ലെങ്കിൽ എങ്ങോട്ടെങ്കിലും ഒളിച്ചോടാമായിരുന്നു. ആരും കാണാതെ. ആരും അറിയാതെ.

ചിലപ്പോൾ, തന്റെ ഹൃദയത്തിന് എന്തു സംഭവിക്കുന്നു എന്ന് ഗീതയ്ക്ക് മനസ്സിലാവുന്നില്ല. ഉറങ്ങാതെ കിടക്കുന്ന രാത്രികളിൽ അവൾ അനുഭവിക്കുന്ന ആത്മപീഡ അവൾക്കേ അറിയാവൂ. ദുഃസ്വപ്നങ്ങളിൽനിന്ന് ഞെട്ടിയുണരുമ്പോൾ ദീപുമോനെ കെട്ടിപ്പിടിച്ചു. കരഞ്ഞാണ് ആശ്വാസംകൊള്ളുന്നത്.

ഇന്നലെ രാത്രിയിൽ കണ്ട സ്വപ്നത്തെക്കുറിച്ച് അവൾ ഭീതിയോടെ ഓർത്തു. നേരം വെളുക്കാൻ ഒരു യാമം കൂടി ബാക്കിയുള്ളപ്പോഴാണ് അവൾ ഉണർന്നത്. സ്വപ്നത്തിൽ അവൾ വളരെ ദൂരം സഞ്ചരിച്ചു. ഏതോ ഒരു നാല്ക്കവലയിൽ നിന്നായിരുന്നു യാത്രയുടെ ആരംഭം. പല സ്ഥലത്തേക്കും വഴികൾ പോകുന്നുണ്ട്. എങ്ങോട്ടാണ് പോകേണ്ടതെന്നറിയാതെ കുറേനേരം സംശയിച്ചുനിന്നു. പിന്നെ വിജനമായ ഒരു വഴിയേ നടന്നു. വഴി തുടങ്ങുന്നിടത്ത് പൊളിഞ്ഞ അത്താണിയും. അത്താണി

ക്കരികിൽ അഴിച്ചുവച്ച പഴയ കാളവണ്ടിയും കണ്ടതോർമ്മയുണ്ട്. വളരെദൂരം നടന്നു. ഒരു പഴഞ്ചൻ നഗരത്തിന്റെ വളഞ്ഞു പുളഞ്ഞ ഇടവഴികളിൽക്കൂടി എവിടെയോ ചെന്നെത്താനുള്ള ത്വരകൊണ്ട് താൻ ഏകയാണെന്നുപോലും അവൾ ഓർത്തില്ല. ഒടുക്കം, അവൾ ഒരു പഴയ വീടിന്റെ ഇടിഞ്ഞുപൊളിഞ്ഞ പടിക്കെട്ടുകൾ കേറിച്ചെന്നു. മരങ്ങളുടെ നിഴലുകൾകൊണ്ട് ഇരുണ്ടു കിടക്കുന്ന പരിസരം. വീട്ടിൽ ഒച്ചയനക്കമില്ല. ആൾപ്പാർപ്പുള്ള ലക്ഷണമേയില്ല. അവൾ വാതിലുകൾ ഒന്നൊന്നായി തള്ളിത്തുറന്നു. വീടിനുള്ളിൽ നിഴലുകൾ തെളിയാൻ മാത്രം വെളിച്ചമുണ്ടായിരുന്നു ഏകാന്തത എന്ന ആശയത്തെ പൂർണ്ണമായും ഉൾക്കൊള്ളുന്നതായിരുന്നു ആ വീട്. നിശ്ശബ്ദതയുടെ സംഗീതത്തിനു കാതോർത്തു നില്ക്കുന്ന ഒരു പ്രതീതി ഉളവാക്കുന്നു. ത്രികോണാകൃതിയിലുള്ള മുഖപ്പുകൾ. ചില്ലുപൊട്ടിയ ചെറിയ ജനാലകൾ. കരിങ്കല്ലു കെട്ടിയ പൊക്കംകൂടിയ മതിൽ. മേല്ക്കൂരയിൽ ഒന്നോ രണ്ടോ ഓടുകൾ പൊട്ടിയിരുന്നു. ആ ദ്വാരങ്ങളിലൂടെ സൂര്യപ്രകാശം വീടിനുള്ളിൽ കുത്തനെ പതിക്കുന്നു. ചുമരിൽ മഴവെള്ളം ഒലിച്ചിറങ്ങിയതിന്റെ പാടുകൾ. അവൾ ഓരോ മുറിയിലും കേറിയിറങ്ങി. എന്തെങ്കിലും ഒരൊച്ചയ്ക്കുവേണ്ടി അവൾ കാതോർത്തു. ശബ്ദത്തിന്റെ ഒരു ചീളെങ്കിലും. നിശ്ശബ്ദതയുടെ മുഴക്കം മാത്രം അവളുടെ കാതിൽ വന്നലച്ചു. അപ്പോഴാണ് താൻ ഏകയാണെന്നുള്ള ബോധം അവൾക്കുണ്ടായത്. ആ നിമിഷം മുതൽ ഒരു സ്ഥലത്തുനിന്ന് മറ്റൊരു സ്ഥലത്തേക്കു മാറാൻ അവൾ ഭയപ്പെട്ടു. നിശ്ശബ്ദത അള്ളിപ്പിടിക്കുന്ന ഒരനുഭവമായിത്തീർന്നു. പെട്ടെന്ന് എവിടെയോ ഒരു പൊട്ടിച്ചിരികേട്ടു. ആ പൊട്ടിച്ചിരി ആയിരം പ്രതിദ്ധ്വനികളുണ്ടാക്കി. ചുമരുകളിൽതട്ടി അത് അവളിലേക്കു തിരിച്ചുവന്നു. ആദ്യത്തെ പൊട്ടിച്ചിരിയുടെ പ്രതിദ്ധ്വനി അടങ്ങിയപ്പോൾ വീണ്ടും ഒരു പൊട്ടിച്ചിരി ഉയർന്നു. ആ കെട്ടിടം മുഴുവൻ ആ പൊട്ടിച്ചിരി കിടന്നു മുഴങ്ങി. അവൾ തക്കുംപുക്കും നോക്കി. ആരെയും കണ്ടില്ല. മച്ചിലും ജനാലയിലും ചിലന്തിവലകൾ വിറകൊണ്ടു. അപ്പുറത്ത് ഒരു നിഴൽ അനങ്ങിയതുപോലെ തോന്നി. അതു വെറും തോന്നൽ മാത്രമാണെന്ന് പിന്നെ അവൾക്കു തോന്നി. ആരുമില്ല. ഈ വീട്ടിൽ നിന്ന് ഒരു നിമിഷം മുമ്പേ പുറത്തുകടക്കണം. എന്ന വിചാരത്തോടെ അവൾ ഒച്ചയുണ്ടാക്കാതെ മുൻവശത്തെ വാതില്ക്കലേക്കു ചെന്നു. അത്ഭുതം ആരാണ് അടച്ചത്? തുറക്കാൻ നോക്കിയിട്ട് സാക്ഷ കാണുന്നില്ല. അവൾ അങ്ങേ മുറിയിലെ വാതില്ക്കൽ ചെന്നു. ആ വാതിലും അടഞ്ഞു കഴിഞ്ഞിരിക്കുന്നു! സംഭ്രാന്തിയോടെ അവൾ ഓരോ വാതില്ക്കലും ഓടിയെത്തി. എല്ലാ വാതിലുകളും അടഞ്ഞുകിടക്കുകയാണെന്ന് അവൾ ഞെട്ടലോടെ അറിഞ്ഞു. പഴഞ്ചൻവീട് ഒരു തടവറയായി തീർന്നിരിക്കുന്നു. വീണ്ടും കനത്ത നിശ്ശബ്ദത. ആ നിശ്ശബ്ദതയിൽ അടുത്തോ അകലെയോ എന്നു വേർതിരിച്ചറിയാൻ അസാദ്ധ്യമായ തരത്തിൽ കാൽവയ്പുകളുടെ ധ്വനികൾ. അവൾ പതിഞ്ഞ കാൽവയ്പുകളോടെ ആരിൽനിന്നോ ഒഴിയാൻ തത്രപ്പെട്ടു.

അപ്പോൾ ചുമരിൽ അവൾ ഒരു നിഴൽ കണ്ടു. ഭീമാകാരമായ ഒരു നിഴൽ. അതുസ്വന്തം നിഴലാണെന്നു തിരിച്ചറിയാൻ അവൾക്കൊരു നിമിഷം വേണ്ടിവന്നു. എന്തോ ഒരൊച്ച! ഭീകരമായ ഒരലർച്ച! അവൾ ഉറക്കെ നിലവിളിച്ചു. ആ നിലവിളിയോടെയാണ് അവൾ ഉറക്കം തെളിഞ്ഞത്. നരച്ച ഇരുട്ടിൽ അവൾ ചുറ്റും നോക്കി. മധു ഗാഢനിദ്രയിലാണ്. അവളുടെ നിലവിളി ആരും കേട്ടില്ല. അടുത്ത് ദീപുമോൻ കിടന്നുറങ്ങുന്നു. അവൾ ദീപുമോനെ കെട്ടിപ്പിടിച്ചുകിടന്ന് കരച്ചിലടക്കി.

ഈ ദുഃസ്വപ്നങ്ങളുടെയൊക്കെ അർത്ഥമെന്താണ്? സ്വപ്നങ്ങളിൽ എവിടെയെങ്കിലും ഒരു രക്ഷാകേന്ദ്രമന്വേഷിച്ചാണ് അവൾ പുറപ്പെട്ടത്. ചെന്നെത്തുന്നത് തടവറകളിൽ എവിടെയും അവൾ ഏകാകിനിയാണ്. അവൾ വേദനയോടെ ചിന്തിച്ചു - ഈശ്വരാ, എനിക്കെന്തു സംഭവിക്കുന്നു?

പിറ്റേന്ന്, മധു ആഫീസിലേക്കു പുറപ്പെടാൻ നേരത്ത് അവൾ അടുത്തുചെന്നു. അവൾക്കെന്തോ പറയാനുണ്ടെന്ന് അവളുടെ മുഖഭാവത്തിൽനിന്ന് ഊഹിക്കാമായിരുന്നു പക്ഷേ, മധു അവളുടെ നേരെ നോക്കുകകൂടി ചെയ്തില്ല. ഒരാൾ അടുത്തുവന്നു നില്ക്കുന്നു. എന്നറിഞ്ഞ ഭാവമേ ഇല്ല. ഇത്രയധികം അവഗണനയ്ക്ക് താൻ എന്തു തെറ്റു ചെയ്തുവെന്ന് അവൾ വേദനയോടെ ചിന്തിച്ചു. കുറേ ദിവസമായി ഈ അകല്ച്ച തുടങ്ങിയിട്ട്. അവൾ എത്ര അടുക്കാൻ ശ്രമിക്കുന്നുവോ അയാൾ അത്ര അകലുന്നു. ഓരോ നിമിഷവും അവർക്കിടയിലുള്ള അകലം വർദ്ധിക്കുന്നു. എതിർദിശകളിലേക്കു സഞ്ചരിക്കുന്നവരെപ്പോലെയാണ് അവർ. ഓരോ നിമിഷവും അവൾ അതോർത്ത് ഉരുകുകയായിരുന്നു. ഇതിങ്ങനെ പോയാൽ എവിടെയാണ് അവസാനം എന്ന് അവൾ പേടിച്ചു. മധുച്ചേട്ടന്റെ മനസ്സിൽ വേറെന്തോ ഉണ്ട്. അതാണ് ഇത്ര ഗർവ്വ്. അതും മനസ്സിൽ വച്ചുകൊണ്ടുള്ള പോരാണ്. എന്തെങ്കിലും ആ മനസ്സിലോട്ടു കേറിയാൽ പിന്നെ...

മധു ഷർട്ടിന്റെ കൈ മടക്കിവയ്ക്കുന്നതിനിടയിൽ അവൾ കുറേക്കൂടി അടുത്തുചെന്നു. മധുവിന്റെ മുഖത്തേക്കു നോക്കി. നിർവ്വികാരമായ ഭാവത്തോടെ മധു അവളെയും നോക്കി. സങ്കടം അടക്കാൻ ക്ലേശിക്കുകയായിരുന്നു അവൾ. യാചനാസ്വരത്തിൽ അവൾ ചോദിച്ചു.

"ഞാൻ വീട്ടിലൊന്നു പൊയ്ക്കോട്ടെ?"

മധു ആ ചോദ്യം കേട്ട ഭാവമില്ല.

അവൾ വീണ്ടും ചോദിച്ചു:

"ചോദിച്ച കേട്ടില്ലേ? ഞാനെന്റെ വീട്ടിലൊന്നു പൊയ്ക്കോട്ടെ?"

നേരെ നോക്കാതെ മധു ചോദിച്ചു:

"എന്താ വിശേഷം?"

"ഒന്നൂല്ല." അവളുടെ ഇമകൾ പിടഞ്ഞു. "കുറേദിവസം അവിടെ ചെന്നു നില്ക്കാമെന്നോർത്താ. ഞാൻ കാരണം ഇവിടെയൊള്ളോരനുഭവിക്കുന്ന വിഷമം കാണുമ്പോ."

"ഇവിടെയുള്ളോർക്കു വിഷമമുണ്ടെന്ന് നിന്നോടാരു പറഞ്ഞു?"

“ആരെങ്കിലും പറയണോ? എനിക്കറിയാം. ഞാനിപ്പോ മധുച്ചേട്ടന് ഒരു ഭാരമാണ്. എന്നെ ഓർത്തു വിഷമിക്കണ്ടാ. ഞാൻ ഒഴിഞ്ഞു മാറിയേക്കാം. എങ്ങനെയെന്നാ ജീവിച്ചോ.”

“അതിനു നിന്റെ അനുവാദം വേണോ എനിക്ക്?”

“അതല്ല.” അനുവദിക്കാനും അനുവദിക്കാതിരിക്കാനും ഞാനാരാ? ഒരു സ്ത്രീയും എന്നോളം സഹിക്കുകയില്ല. ഞാൻ മടുത്തു. ഇനി എന്നെക്കൊണ്ട് വയ്യാ.”

“എനിക്കുവേണ്ടി ആരും ഒന്നും സഹിക്കണ്ട.”

“എനിക്കറിയാം അതേ പറയ്യോളെള്ളന്ന്. നാശം ഒന്നൊഴിഞ്ഞുകിട്ട്യാൽ മതിയെന്നല്ലേ വിചാരം? അത്ര വെറുത്തു എന്നെ. സ്നേഹം. വിശ്വാസോന്നൊക്കെ പറേന്നത് ഇത്രയ്ക്കൊക്കെ്യ ഒള്ളൂ! എത്ര എളുപ്പം എന്നെ സംശയിച്ചു? ഈശ്വരനറിയാം. എന്റെ ഹൃദയത്തിൽ കറയില്ല.”

ശത്രുവിന്റെ നേർക്ക് ഒരു വാൾ വലിച്ചെറിയുംപോലെ മധു പറഞ്ഞു. “ഞാനാരുടെയും ഹൃദയം മുറിച്ചുനോക്കീട്ടില്ല.”

“ആരേം ഇങ്ങനെ ചവിട്ടിത്തേക്കരുത്. ഒരാളേം ഇങ്ങനെ സങ്കടപ്പെടുത്തരുത്. എല്ലാം ഈശ്വരൻ കാണുന്നുണ്ടെന്നോർക്കണം. ഞാനീ വീട്ടിൽ എങ്ങനെയാണു കഴിഞ്ഞുകൂടുന്നതെന്ന് ചിന്തിക്കുന്നുണ്ടോ? എനിക്കെന്താ വല്ല പകർച്ചരോഗവുമുണ്ടോ? ഞാനൊരു സ്ത്രീയാണ്. സഹിക്കാവുന്നതിനും ഒരതിരൊക്കെയുണ്ട്.”

“ആരു പറഞ്ഞു സഹിക്കണമെന്ന്?” മധു ഗൗരവത്തോടെ അവളെ തറച്ചുനോക്കി. “നിനക്കെവിടെയെങ്കിലും പോകാൻ എന്റെ അനുവാദം വേണോ?”

“ഇല്ലാതെ ഞാനവിടെ പോയെന്നാ?”

പ്രക്ഷുബ്ധമായ മനസ്സിന് നിയന്ത്രണം നഷ്ടപ്പെടുന്നു.

“നിനക്കിഷ്ടോള്ളേടത്ത്. അതു ഞാനെങ്ങനെ അറിയും? എന്റെ കൈയിലാണോ നിന്റെ മനസ്സിന്റെ താഴും താക്കോലും?”

“അതു ഞാനങ്ങോട്ടു ചോദിക്കണ്ടതായിരുന്നു.” അവൾ കുപിതയായി മധുവിനെ നോക്കി. “സ്വന്തം തെറ്റിന് മറയുണ്ടാക്കാൻ കാണിക്കുന്ന ബുദ്ധി. ഹും. ഒരാൾക്കേ ബുദ്ധിയുള്ളെന്നാ വിചാരം! ഇഷ്ടംപോലെ ആയിക്കോ. ഞാനാണോ തടസ്സം? പറ, ഈ നിമിഷം ഒഴിഞ്ഞു തരാം.”

“ഒച്ച വയ്ക്കരുത്. എനിക്കാരുടെയും അനുവാദം ആവശ്യമില്ല. എങ്ങനെ ജീവിക്കണമെന്ന് എനിക്കറിയാം.”

“അതാ പറഞ്ഞെ, ഞാൻ പോവ്വാണെന്ന്. എനിക്കുമറിയാം ജീവിക്കാൻ. എന്റെ അച്ഛനുമമ്മേം ഉള്ളേടത്തോളം കാലം...”

“പോകാൻതന്നെ തീരുമാനിച്ചോ?”

“ഞാൻ യാത്ര ചോദിച്ചു കഴിഞ്ഞു.”

“ഒന്നുകൂടി ആലോചിക്ക്–”

“ആയിരം വട്ടം ആലോചിച്ച എന്നോടാണോ? എല്ലാർക്കുണ്ട് ആത്മാഭിമാനം. ഞാൻ ഒരുങ്ങിക്കഴിഞ്ഞു.”

"കൊള്ളാം ഒൻപതരയ്ക്കൊരു വണ്ടിയുണ്ട്. യാത്രയ്ക്കുള്ള പണം...."

അവൾ സ്തംഭിച്ചുപോയി. യാത്ര ചോദിക്കുമ്പോൾ തീർച്ചയായും വിലക്കുമെന്നാണ് ഓർത്തത്. കണക്കുകൂട്ടൽ മുഴുവൻ തെറ്റി. യാത്ര ചോദിക്കുന്ന കേൾക്കാൻ കാത്തുനില്ക്കുകയായിരുന്നു. യാത്രാക്കൂലിക്കുള്ള പണം കൈയിലുണ്ടോ എന്ന്! ഈശ്വരാ, സ്നേഹത്തിന്റെ ഒരു തരിപോലും ബാക്കിയില്ലേ? നീ ഈ വീട്ടിൽനിന്ന് ഇറങ്ങിപ്പോകരുതെന്ന് അധികാരത്തോടെ പറഞ്ഞിരുന്നെങ്കിൽ. അതാണ് അവൾ ആഗ്രഹിച്ചിരുന്നത്. അതിനുപകരം, എത്ര ലാഘവത്തോടെയാണ് ആ പ്രശ്നം കൈകാര്യം ചെയ്തത്. ഒഴുക്കിലെ ചങ്ങാടത്തിന് ഒരുന്തും കൂടി? വെറുതെ വലിഞ്ഞുകേറി വന്നവളാണോ?

ഷർട്ടിന്റെ കൈ മടക്കി, ഷൂസിന്റെ ചരടുകൾ ഒന്നുകൂടി മുറുക്കി ക്കെട്ടി. കണ്ണാടിയിൽ മുഖം നോക്കി മധു പുറത്തേക്കു നടന്നു. എല്ലാം പറഞ്ഞു കഴിഞ്ഞു എന്നാണ് മനോഭാവം. അവളെ ഒന്നു നോക്കുകകൂടി ചെയ്തില്ല. മധു വാതിൽ കടക്കാൻ നേരത്ത് അവൾ പിന്നിൽനിന്ന് പൊട്ടിക്കരച്ചിലിനിടയിൽ പറഞ്ഞു:-

"ഇല്ല. ഞാൻ പോവില്ലാ. എന്നെ ഈ വീട്ടീന്ന് അടിച്ചിറക്കുംവരെ ഞാനെങ്ങും പോവില്ലാ."

മധു വാതില്ക്കൽ തിരിഞ്ഞുനിന്ന് യാതൊരു ഭാവഭേദവും കൂടാതെ അവളെ നോക്കി.

അവൾ പൊട്ടിക്കരഞ്ഞു

"നീ എന്തു ഭാവിച്ചാ മോനേ?" വാതില്ക്കൽ വന്നു നിന്നു അമ്മ ചോദിച്ചു: — "ഈ വീട്ടിൽ എനിക്കൊരു സമാധാനവുമില്ലെന്നായല്ലോ. ഇതൊക്കെ കാണാനുള്ള മനഃശ്ശക്തി എനിക്കില്ല. ഞാൻ വല്ല വഴിക്കും. ഇറങ്ങിപ്പോകും."

ഒരക്ഷരം മിണ്ടാതെ മധു ധൃതിയിൽ ഇറങ്ങിപ്പോയി. അകന്നകന്നു പോകുന്ന കാറിന്റെ ഒച്ച അവളുടെ കാതിൽ വന്നലച്ചു. ഹൃദയം പൊട്ടുന്ന വേദനയോടെ അവൾ കിടക്കയിൽ വീണു. കമിഴ്ന്നുകിടന്ന് ഏങ്ങിയേങ്ങി കരഞ്ഞു. ചുമലിൽ അമ്മയുടെ സ്നേഹത്തിന്റെയും കാതിൽ സാന്ത്വനത്തിന്റെയും സ്പർശനം അവൾ തിരിച്ചറിഞ്ഞു.

"എന്റെ മോള് കരയാതെ സ്നേഹംല്ലാഞ്ഞിട്ടല്ല. നിനക്കറിയാൻ മേലേ, അവന് മൂക്കത്താ ദേഷ്യം. മതി കരഞ്ഞത്. നീയെന്തിനാ സങ്കടപ്പെടണെ?"

അവൾ പിന്നെയും കരഞ്ഞു. കിടക്ക അവളുടെ കണ്ണീരിൽ നനഞ്ഞു. കാടുകൾ കൊണ്ടിരുണ്ട് വിജനമായ ഒരു ദ്വീപിൽ ഒറ്റപ്പെട്ടതുപോലെ അവൾക്കു തോന്നി. ഇരുട്ടും ഏകാന്തതയും ഉറയുന്നു. നിശ്ശബ്ദത കട്ടപിടിക്കുന്നു. ഭൂമിയിൽ കമിഴ്ന്നുകിടന്ന് ഭൂമിയെ അള്ളിപ്പിടിച്ച് ഭൂമിയെ അമ്മേ അമ്മേ എന്നു വിളിച്ചു നിശ്ശബ്ദമായി കരയുന്ന അവളുടെമേൽ ശാപം പോലെ മഴ പെയ്തു.

ഇരുപത്തിരണ്ട്

അന്നു ഉച്ച കഴിഞ്ഞ് രാജു വന്നു. ടാക്സിയിൽ വീടിനു മുമ്പിൽ വന്നിറങ്ങി. ഗ്രിൽ ഗേറ്റ് തുറന്ന് അകത്തേക്കു ചെന്നപ്പോൾ കണ്ടത് ഭസ്മക്കുറികളും സിന്ദൂരപ്പൊട്ടും അണിഞ്ഞ് മുടിയും താടിയും നരച്ച ഒരു വൃദ്ധനെയാണ്. അങ്ങനെ ഒരാളെ രാജു അതിനുമുമ്പ് കണ്ടിട്ടില്ല. വൃദ്ധൻ ധ്യാനത്തിലായിരുന്നു. രാജുവിന്റെ കാലൊച്ച കേട്ട് കണ്ണു തുറന്നു. ആരോ ഒരാൾ മുമ്പിൽ നില്ക്കുന്നു! മുൻവശത്ത് വേറെ ആരെയും കാണാത്തതുകൊണ്ട് രാജു ചോദിച്ചു:

"ഇവിടെ ആരുമില്ലേ?"

ആ ചോദ്യം വൃദ്ധന് തീരെ ഇഷ്ടപ്പെട്ടില്ല. പരുക്കൻ സ്വരത്തിൽ വൃദ്ധൻ ചോദിച്ചു:

"നിങ്ങളുടെ കണ്ണിന് വല്ല കുഴപ്പവുമുണ്ടോ?"

രാജു ഒന്നും ആലോചിക്കാതെ പറഞ്ഞു:

"ഇല്ല എന്താ?"

വൃദ്ധൻ ഗൗരവത്തിലായിരുന്നു.

"ഞാനൊരാൾ ഇവിടെ ഇരിക്കുന്നതു കണ്ടുകൂടേ?"

പെട്ടെന്നു രാജുവിന് വൃദ്ധന്റെ ചോദ്യത്തിലെ പരിഹാസം മനസ്സിലായി. 'കിഴവൻ ആൾ കൊള്ളാമല്ലോ' എന്ന് രാജു മനസ്സിൽ കരുതി. പതുക്കെ അടുത്തു ചെന്ന് പരിഹാസത്തിന്റെ വക്കോളം എത്തുന്ന ഭവ്യതയോടെ പറഞ്ഞു.

"ക്ഷമിക്കണം എനിക്ക് മനസ്സിലായില്ല."

ഒട്ടും മയമില്ലാതെ വൃദ്ധൻ ചോദിച്ചു:

"എന്തു മനസ്സിലായില്ലെന്ന്?'

രാജു വൃദ്ധന്റെ നേരെ കൈചൂണ്ടി.

"എന്നെ അല്ലേ?" കിഴവൻ ഘനഗംഭീരമായി രാജുവിനെ ഒന്നു നോക്കി.

"ഞാൻ പരമഹംസൻ."

രാജു അല്പം അമ്പരന്നു.

"പരമഹംസനോ?"

"അതെ. വിശ്വാസം വരുന്നില്ലേ?"

"ധാരാളം കേട്ടിട്ടുണ്ട്. കണ്ണുകൊണ്ട് കണ്ടതിന്നാണ്. സുഖമാണോ?"

"സുഖമാണോന്നു ചോദിച്ചാൽ?"

"എന്നുവെച്ചാൽ വാർദ്ധക്യമല്ലേ; ആരോഗ്യത്തിന്റെ കാര്യം."

"ആരോഗ്യമെന്നുവച്ചാൽ നിങ്ങളെന്താണ് അർത്ഥമാക്കുന്നത്?"

താൻ പിടിച്ചത് ഒരു പുലിയുടെ വാലിലാണല്ലോ എന്ന് രാജുവിനു തോന്നി. വിടാനും മേലാ. പിടിക്കാനും മേലാ.

"ആരോഗ്യമെന്നുവച്ചാൽ, ശരീരത്തിന്റെ കെല്പ്, ശക്തി... അതിൽക്കൂടുതലൊന്നും ഞാനുദ്ദേശിച്ചില്ല."

"എന്റെ ശരീരം എങ്ങനെയുണ്ടെന്ന്: അല്ലേ? എന്നിട്ട് നിങ്ങളെന്താണ് ആദ്യം ചോദിച്ചത്? എനിക്കെങ്ങനെയിരിക്കുന്നു എന്ന്! എന്റെ ശരീരം എങ്ങനെയിരിക്കുന്നു എന്നും എനിക്കെങ്ങനെയിരിക്കുന്നു എന്നും ചോദിക്കുന്നത് ഒന്നാണോ?"

വലഞ്ഞല്ലോ എന്ന് രാജു മനസ്സിലോർത്തു. ഈ കിഴവൻ ആൾ പിശകാണ്. മിണ്ടിയതേ അബദ്ധം!

അപ്പോൾ പരമഹംസൻ പറഞ്ഞു.

"ഞാൻ എന്നു പറയുന്നത് എന്റെ ശരീരമല്ല."

രാജു പരമഹംസനെ തൊഴുതു.

"ക്ഷമിക്കണം. അറിവില്ലായ്മ കൊണ്ടു ചോദിച്ചു പോയതാണ്."

"അജ്ഞാനതിമിരം." പരമഹംസൻ നരച്ചുനീണ്ട താടി തടവി. "നിങ്ങൾ ഒരു പദം പ്രയോഗിച്ചില്ലേ, വാർദ്ധക്യമെന്ന്? ബാല്യം, യൗവനം, വാർദ്ധക്യം എന്നൊക്കെ പറയുന്ന അവസ്ഥകൾ ശരീരത്തിനേ സംഭവിക്കുന്നുള്ളു. അല്ലാതെ അത് ആത്മാവിനെ ബാധിക്കുന്നില്ല. അഹം, ഞാൻ, എന്നു പറയുന്നത് ശരീരമല്ല ആത്മാവാണ്."

രാജുവിന്റെ ക്ഷമയറ്റു. പരമഹംസനെ അവഗണിച്ചു രാജു എണീറ്റു. "ഈ വീട്ടിൽ വേറെ ആരെങ്കിലുമുണ്ടോന്ന് നോക്കട്ടെ."

രാജു വാതില്ക്കലെത്തി. കർട്ടൻ നീക്കി അകത്തേക്കു വിളിച്ചു.

"അമ്മേ.."

മധുവിന്റെ അമ്മയെ കാത്തുനിന്ന രാജുവിന്റെ മുമ്പിലേക്ക് ആദ്യം കടന്നുവന്നത് ഗീതയാണ്. കലങ്ങിയ കണ്ണുകളോടെ. കണ്ണീരിന്റെ പാടുകളുണങ്ങിയ മുഖത്തോടെ, നിമിഷങ്ങളോളം രാജുവും ഗീതയും ഇമകളനക്കാതെ നോക്കിനിന്നു.

അപ്പോഴേക്കും അമ്മ വന്നു.

"ആരാ ഇത്! രാജുവോ?"

"അതെ. അമ്മേ." രാജു പെട്ടെന്ന് മുഖത്തിന്റെ പ്രസന്നത വീണ്ടെടുത്തു. "ഞാൻ എന്റെ കല്യാണത്തിനു ക്ഷണിക്കാൻ വന്നതാണ്."

"ആണോ?" അമ്മ അടുത്തുവന്നു. നിന്നു. "എനിക്കിതിൽപ്പരം ഒരു സന്തോഷമില്ല. ഈശ്വരാ. അവസാനം എന്റെ രാജൂന് സൽബുദ്ധി തോന്നി."

"മധു എവിടെ അമ്മേ?" രാജു പറഞ്ഞു. "അവനെ വിളിക്ക് അകത്തില്ലേ?'

"ഇല്ല." അമ്മ പറഞ്ഞു. "അവൻ ആഫീസിൽ പോയി."

"ഞാനിവിടന്നാണല്ലോ വരുന്നത്." രാജു മുഖത്തെ വിയർപ്പൊപ്പി:- "അവൻ ആഫീസിലില്ല. അവിടെ അന്വേഷിച്ചപ്പോൾ പറഞ്ഞു അവൻ ലീവാണെന്ന്."

പിന്നെ മധു എവിടെപ്പോയി?

അതോർത്ത് അമ്മ മിഴിച്ചുനിന്നു. ഗീതയും അമ്പരന്നു. ആഫീസിലേക്കെന്നുപറഞ്ഞ് രാവിലെ വീട്ടിൽനിന്നുപോയ ആൾ എവിടെപ്പോയി."

* * * * *

ഏതെല്ലാം വഴികൾ തന്നെ കാത്തുകിടക്കുന്നു എന്ന് യാത്ര ആരംഭിക്കുമ്പോൾ ഒരു പഥികനും അറിയുന്നില്ല. എന്റെ വഴി നിന്റെ വഴി എന്ന് എവിടെയും എഴുതിവച്ചിട്ടില്ല. അനേകം വഴികൾ. സ്വന്തം മനസ്സ് നിർദ്ദേശിക്കുന്നു- ഇതിലേ പോ. അല്ലെങ്കിൽ അതിലേ പോ. കൈ ചൂണ്ടിപ്പലകകൾ എങ്ങോട്ടുള്ള വഴിയാണെന്ന് പറയുന്നതേയുള്ളൂ. വഴി ചെന്നവസാനിക്കുന്ന സ്ഥലത്തെക്കുറിച്ചു പറയുന്നില്ല. അതിന്റെ നന്മയേയും തിന്മയേയുംകുറിച്ച് പറയുന്നില്ല. കൈചൂണ്ടിപ്പലകകൾ അവയുടെ ധർമ്മം നിർവ്വഹിച്ച് അവിടെത്തന്നെ നില്ക്കുന്നു. വഴി തെരഞ്ഞെടുക്കുന്നത് യാത്രക്കാരൻതന്നെയാണ്. യാത്ര തുടങ്ങുന്നു. ഏതേതെല്ലാം സ്ഥലങ്ങളിലൂടെ, കടന്നുപോകുന്നു എന്ന് ആ സന്ദർഭങ്ങളിൽ മാത്രമാണ് അറിയുന്നത്. യാത്രക്കാരെ സംബന്ധിച്ചുള്ള മറ്റൊരു യാഥാർത്ഥ്യം കടന്നുപോകുന്ന സ്ഥലങ്ങൾ മാത്രമല്ല; യാത്രയിൽ അവൻ ഓരോരോ അനുഭവത്തിലൂടെയും കടന്നുപോകുന്നു. ഓരോ സ്ഥലവും ഓരോ അനുഭവവും കടന്നുകഴിയുമ്പോഴാണ് തെറ്റും ശരിയും. നന്മയും തിന്മയും അറിയുന്നത്. വഴികൾ യക്ഷികളെപ്പോലെയാണ്. യാത്രക്കാരനെ ആകർഷിക്കുന്നു. മയക്കുന്നു. കൂട്ടിക്കൊണ്ടുപോകുന്നു. ഇടയ്ക്കു യാത്രക്കാരന് സംശയമുണ്ടാക്കുന്നു. വഴിതെറ്റിയോ? അപ്പോൾ തിരിഞ്ഞുനടക്കുന്നു. അല്ലെങ്കിൽ മറ്റൊരു വഴിക്ക് നടക്കുന്നു.

മധു മധുവിനോടു പറഞ്ഞു: 'എനിക്കു വഴിതെറ്റി. ഞാൻ വഴിമാറി യാത്രതുടരുകയാണ്. ഇന്നലെ രജനിയെയും കൂട്ടി ഈ നഗരത്തിൽവന്നു. പുറപ്പെടാൻനേരത്തു രജനി ചോദിക്കുകയുണ്ടായി. "എങ്ങോട്ടാ?"

"എങ്ങോട്ടെങ്കിലും." നഗരത്തിലെ തിരക്കിൽ നിന്നു പുറത്തുകടക്കുന്നതിനിടയിൽ മധു പറഞ്ഞു. "എവിടെയെങ്കിലും ഉള്ള ഒരു ദ്വീപിലേക്ക്. ആരുമില്ലാത്തേടത്തേക്ക്. എന്താ പേടിയുണ്ടോ?"

"എനിക്കോ?" രജനി അയാളുടെ നേരെ മുഖമുയർത്തി. അവളുടെ കറുത്തു വിടർന്ന കണ്ണുകൾ തിളങ്ങി.

"സ്നേഹോള്ള ഒരാളിന്റെ കൂടെ ലോകത്തിന്റെ ഏതറ്റംവരെ പോകാനും എനിക്കിഷ്ടമാണ്."

കായൽക്കരയിലെ വലിയ ഹോട്ടലിൽ മുറിയെടുത്തു. അവരുടെ പുസ്തകത്തിൽ മിസിസ്സ് ആന്റ് മിസ്റ്റർ എന്നെഴുതിക്കൊടുത്തു. അത് രജനി കണ്ടിട്ടുണ്ടാവില്ല. അവൾ റസപ്ഷനിലെ മദാലസയായ മദ്ധ്യവയസ്കയെ അസൂയയോടെ നോക്കിനില്ക്കുകയായിരുന്നു. ലിഫ്റ്റിൽ മൂന്നാം നിലയിലേക്കു കയറിപ്പോകുമ്പോൾ അവളുടെ കാതിൽ പറഞ്ഞു:

"അവർ ധരിച്ചുകാണും ഭാര്യയും ഭർത്താവുമാണെന്ന്."

അവളുടെ മുഖത്ത് നാണം ഒരു പൂവായി വിടർന്നു.

മുടിക്കെട്ടിൽ അവൾ കടുംചുവപ്പുള്ള ഒരു പൂവ് ചൂടിയിരുന്നു. അതിന്റെ ഇതളുകൾ വാടിത്തുടങ്ങി. എങ്കിലും സൗരഭ്യം പോയിട്ടില്ല. അവളുടെ കണ്ണുകളുടെ തിളക്കം അയാളെ വികാരം കൊള്ളിച്ചു. ആദ്യം കണ്ട നിമിഷത്തിലും രജനിയുടെ കറുത്തുവിടർന്ന കണ്ണുകൾ തന്നെ

ആകർഷിച്ചിരുന്നു എന്ന് മധു ഓർത്തു. അന്നു രജനിക്ക് ഇത്ര വണ്ണമുണ്ടായിരുന്നില്ല. ഇപ്പോൾ ഒന്നു കൊഴുത്തു. പണ്ടത്തേതിനേക്കാൾ മാദകത്വമുണ്ടായി. ആർക്കും തോന്നിപ്പോകും, പൊന്നുകൊണ്ട് കടഞ്ഞെടുത്ത ഒരു പെണ്ണ്! അവളുടെ സാമീപ്യം മനസ്സിനെ ദുർബ്ബലമാക്കുമ്പോൾ മനഃപൂർവ്വം ഒഴിഞ്ഞു മാറുകയായിരുന്നു പതിവ്. കീഴ്ച്ചുണ്ടു കടിച്ചു കടക്കണ്ണുകൊണ്ട് അവൾ നോക്കുമ്പോൾ അവളെക്കുറിച്ചുള്ള വിചാരം മറ്റൊന്നായിരുന്നു. ആഫീസിലുള്ളവർക്കൊക്കെ അവളോടു പുച്ഛമായിരുന്നു. നിന്ദയായിരുന്നു. യക്ഷിയാണ്. സൂക്ഷിക്കണം എന്നുവരെ ആരോ പറഞ്ഞു. സൂപ്രണ്ട് സ്വാമിയാണെന്നാണ് ഓർമ്മ. സ്വാമിക്ക് രജനിയെ കണ്ടുകൂടാ. അവൾ കടന്നുപോകുമ്പോൾ പിറുപിറുക്കും. വാംപ്! നടക്കുന്നു അങ്ങനെ. മയക്കാൻ.

ഒന്നൊന്നര മാസം മുമ്പ് ഒരു ദിവസം മധു അവളുടെ വീട്ടിൽ ചെന്നു. ഓർക്കാപ്പുറത്താണ് ചെന്നത്. വീടിനു മുമ്പിൽ കാർ നിർത്തിയതിന്റെ ഒച്ചകേട്ട് അവൾ ഇറങ്ങിവന്നു

"എന്റീശ്വരാ എന്തു മായയാ ഇത്! വഴിതെറ്റിയോ?"

സൗകര്യത്തിന് ഒരു നുണ പറഞ്ഞു.

"ഈ വഴി വരേണ്ട ഒരാവശ്യമുണ്ടായിരുന്നു. അപ്പോൾ രജനിയെ ഓർത്തു."

"ഭാഗ്യം!" അവൾ അമ്മയെ വിളിച്ചു. "അമ്മേ ഇതാ ഒരാൾ വന്നിരിക്കുന്നു."

രജനി ഇറയത്ത് കസേര നീക്കിയിട്ടു. സന്തോഷംകൊണ്ട് എന്തു ചെയ്യണമെന്നറിയാത്ത നിലയിലായിരുന്നു അവൾ.

രജനി നീക്കിയിട്ട കസേരയിൽ മധു ഇരുന്നു.

"എന്നെങ്കിലും ഓർക്കാപ്പുറത്ത് ഞാൻ വരുമെന്നു പറഞ്ഞതോർമ്മയുണ്ടോ?"

അവൾ വാടാത്ത ചിരിയോടെ ചുമരും ചാരിനിന്നു.

"ഞാനോർത്തു ഭംഗിവാക്കു പറഞ്ഞതാണെന്ന്."

അകത്തുനിന്ന് രജനിയുടെ അമ്മ ഇറങ്ങിവന്നു. വിളറി വെളുത്തു ഒരു സ്ത്രീ. മുടി നരച്ചുതുടങ്ങി. നിർജ്ജീവമെന്നു തോന്നിപ്പിക്കുന്ന കണ്ണുകൾ. കണ്ടാലറിയാം, രോഗിയാണെന്ന്.

"അമ്മ അറിയ്യോ ഇതാരാന്ന്." രജനി അവളുടെ അമ്മയോട് അടക്കിപ്പിടിച്ച സന്തോഷത്തോടെ ചോദിച്ചു:- "ഒരു മധുസാറിനെക്കുറിച്ച് ഞാൻ പറയാറില്ലേ."

അമ്മ ചുമരിന്മേൽ ചാരി നിന്നു

"ഇവളെപ്പോഴും പറയും." പൊട്ടിയ ഓട്ടുമണിയുടേതുപോലെ പതറിയ ശബ്ദം. കിതപ്പുകൊണ്ട് ശബ്ദം വിറകൊള്ളുന്നു. ജീവിതത്തിന്റെ സങ്കടങ്ങൾ മുഴുവൻ എടുത്തു കാണിക്കുന്ന മട്ടിൽ ആ അമ്മ പറഞ്ഞു: "ഞങ്ങൾ പാവങ്ങളാ."

പഴയ വീട്. നിറംമങ്ങിയ ചുമരുകൾ. സിമന്റുപൊട്ടിയ തറ. ഇങ്ങ

നെയൊന്നുമല്ല വിചാരിച്ചിരുന്നത്. രജനിയെ കണ്ടാൽ ഇത്ര പാവപ്പെട്ട ഒരു വീട്ടിലെയാണെന്ന് ആരും പറയില്ല. ഒരു രാജകുമാരിയുടെ ഭംഗിയുണ്ടവൾക്ക്. ഭംഗിയായി വസ്ത്രം ധരിച്ചേ അവളെ കണ്ടിട്ടുള്ളൂ. ഇല്ലാവല്ലായ്മകളെക്കുറിച്ച് അവൾ ഒരിക്കലും സങ്കടപ്പെട്ടിട്ടില്ല. ഇപ്പോഴുമില്ലത്.

"എനിക്കാണെങ്കിൽ രോഗം." അമ്മ തളർന്ന സ്വരത്തിൽ വീണ്ടും പറഞ്ഞു: "ആസ്മ, കഴിക്കാത്ത മരുന്നില്ല. മടുത്തു. വാവടുക്കുമ്പോ കൂടും. ചത്താ മതീന്നായി. അവള്ടെ താഴെ രണ്ട് പേരൊണ്ട്. ഒരാണും ഒരു പെണ്ണും. ഇവൾക്കൊരു തൊഴിലുള്ളതുകൊണ്ട് വല്ലോണോം കഴീന്നു."

ജീവിതവ്യസനങ്ങളുടെ ഒരു ചുവട്. മധുവിനു സഹതാപം തോന്നി. ഓരോരുത്തർക്ക് ഓരോതരം ദുഃഖങ്ങളാണ്.

രജനിയുടെ അമ്മ വീണ്ടും പറഞ്ഞു.

"ഏഴുകൊല്ലം കഴിഞ്ഞു ഇവള്ടെ അച്ഛൻ മരിച്ചിട്ട്."

മധു ചോദിച്ചു: "എന്തായിരുന്നു രോഗം?"

രജനിയുടെ അമ്മയുടെ കണ്ണുകൾ വ്യസനംകൊണ്ടു നിറഞ്ഞു കഴിഞ്ഞിരുന്നു. കൊല്ലം ഏഴു കഴിഞ്ഞു. എന്നിട്ടും തീർന്നിട്ടില്ല ആ സങ്കടം.

നിർവ്വികാരമായി രജനി പറഞ്ഞു.

"ആത്മഹത്യ."

മധു ഒരു ഞെട്ടലോടെ രജനിയെ നോക്കി. "നേരോ?"

"അച്ഛന് ബിസിനസായിരുന്നു." ഒരു പഴയ കഥ ഓർമ്മിച്ച് പറയുന്നത്ര നിർവ്വികാരതയോടെ രജനി പറഞ്ഞു. "അന്ന് ഞങ്ങൾ അന്തസ്സായി ജീവിച്ചു. ഇപ്പോൾ അതിന്റെ ഓർമ്മകളേ ബാക്കിയുള്ളൂ. അച്ഛന്റെ ബിസിനസ് പൊളിഞ്ഞു. കടംകൊണ്ടു മുങ്ങി. ഉള്ളതൊക്കെ വിറ്റിട്ടും കടം പാതി പിന്നേം! അച്ഛൻ നോക്കീട്ട് വേറെ ഒരു വഴീം കണ്ടില്ല. ഒരു രാത്രി ഉറക്ക ഗുളികകൾ വിഴുങ്ങി ഉറങ്ങാൻ കിടന്നു. പിന്നെ എഴുന്നേറ്റില്ല."

"അനുഭവിക്കാൻ ഇനീം ബാക്ക്യോണ്ടായിരിക്കും."

രജനിയുടെ അമ്മ സങ്കടപ്പെട്ടു. "അല്ലെങ്കി എന്നെ ഇങ്ങനെ ഇട്ടേക്കണോ? കുഴിക്കും വേണ്ടെന്നെ."

യാതൊരു ദുഃഖവുമില്ലാത്ത ഒരാളെപ്പോലെയാണ് രജനി. അവൾക്ക് ജീവിതത്തെക്കുറിച്ച് ആവലാതികളില്ല. അവൾ ജീവിതത്തെ സ്നേഹിക്കുന്നു

ഏകാന്തത സ്വപ്നങ്ങളിൽ ജീവിക്കുന്നു.

ഹോട്ടൽ ബോയി റൂം തുറന്നു.

ഭംഗിയായി വിരിച്ചിട്ട ഡബിൾ റൂം. ജനാലയ്ക്കൽ നിന്നു നോക്കിയാൽ കായൽപ്പരപ്പു കാണാം. അഴിമുഖത്തു കിടക്കുന്ന കപ്പലുകൾ കാണാം.

യാത്രയുടെ ക്ഷീണത്തോടെ അവൾ കട്ടിലിൽ മലർന്നുകിടന്നു. അവളുടെ നഗ്നമായ കണങ്കാലുകളുടെ ഭംഗി മധു ആസ്വദിച്ചു. ഏതു പുരുഷനേയും മത്തുപിടിപ്പിക്കാനുള്ള സൗന്ദര്യവും മാദകത്വവുമുണ്ടവൾക്ക്.

വേഗത്തിൽ കറങ്ങുന്ന പങ്കയുടെ കീഴിൽ കാറ്റിന്റെ അലകളുടെ സംഗീതം കേട്ട് അവൾ കിടന്നു. പെട്ടെന്ന് എന്തോ ഓർത്തമട്ടിൽ അവൾ കിടക്കയിൽ എഴുന്നേറ്റിരുന്നു. എന്നിട്ട് ഒരു ദിവാസ്വപ്നത്തിലെന്നപോലെ അവൾ പറഞ്ഞു.

"എനിക്കൊരാശയുണ്ടായിരുന്നു."

മധു ചോദിച്ചു: "എന്താ?"

"പക്ഷേ, ഇനി ആശിച്ചിട്ടു ഫലമില്ല. വെറുതെ ഓർക്കാമെന്നു മാത്രം."

"എന്താണെന്നു പറയൂ."

"കേൾക്കുന്നവർക്കു തോന്നും ഞാൻ ഭ്രാന്തു പറയുകയാണെന്ന് പക്ഷേ, സത്യം ചെയ്യാം. എന്റെ ഒരാശയാണത്. ഒരിക്കലും സാധിക്കില്ല. എന്നിട്ടും ഞാനതു സ്വപ്നം കാണുന്നു."

"രജനി ഇതുവരെ സംഗതിയെന്താണെന്നു പറഞ്ഞില്ല."

"എന്നെ കളിയാക്കരുത്."

"ഇല്ല! പറയൂ."

"ഏതെങ്കിലും ഒരു പഴയ രാജകൊട്ടാരത്തിൽ ഒരു രാജകുമാരിയായി ജനിക്കണമെന്നായിരുന്നു എന്റെ ആശ."

അതിശയത്തോടെ മധു അവളെ നോക്കി.

"നിനക്കെന്താ രജനീ."

"ഞാനെന്റെ ഒരാശ പറഞ്ഞതല്ലേ!"

"രാജാവിന്റെയും രാജ്ഞിയുടെയുമൊക്കെ കാലം കഴിഞ്ഞില്ലേ?"

"എന്നാലും ആ പഴയ കൊട്ടാരങ്ങൾ ഇപ്പോഴുമില്ലേ? ഏതെങ്കിലും ഒരു പഴയ രാജകൊട്ടാരത്തിൽ അവിടത്തെ ഒരു രാജകുമാരിയായി ജനിച്ചിരുന്നെങ്കിലെന്നാണ് എന്റെ ആശ."

"ഒരു ഭ്രാന്തിയുടെ അടുക്കൽ നിന്നാണ് ഞാൻ വരുന്നത്."

'പേടിക്കണ്ടാ. എനിക്കു ഭ്രാന്തില്ല. പഠിക്കുന്ന കാലത്തു എനിക്കൊരു കൂട്ടുകാരിയുണ്ടായിരുന്നു. ഒരു രാജകുമാരി. സാവിത്രീവർമ്മ. ഒരിക്കൽ അവളുടെ കൂടെ ഞാൻ അവളുടെ കൊട്ടാരം കാണാൻ പോയി. ഇടിഞ്ഞു പൊളിഞ്ഞ മതിൽക്കെട്ടിനുള്ളിൽ ഒരു പഴയ കൊട്ടാരം. എനിക്കെന്തിഷ്ടമായെന്നോ!"

"ഇനി അടുത്ത ജന്മംവരെ കാത്തിരിക്ക്."

"എന്നാലും എന്താ ഉറപ്പ്? ഞാൻ ചിലപ്പോൾ ചുമ്മാ വിചാരിക്കും. ഞാൻ ജീവിക്കുന്നത് ഒരു പഴയ രാജകൊട്ടാരത്തിലാണെന്ന്. സ്വപ്നം കാണുന്നപോലെയാണത്. അകത്തളങ്ങളിൽ. കൊത്തുപണികളുള്ള മച്ചിനുകീഴിൽ. മാളികയിലേക്കുള്ള കോണിപ്പടികളിൽ.... എന്റെ സ്നേഹിത സാവിത്രീവർമ്മ തീരെ പാവമായിരുന്നു. അവൾക്ക് ഒരു നല്ല ബ്ലൗസോ സാരിയോ ഉണ്ടായിരുന്നില്ല. ഫൈനോടുകൂടിയല്ലാതെ അവൾ ഒരിക്കലും ഫീസു കൊടുത്തിട്ടില്ല. എന്നിട്ടും എനിക്കവളോട് അസൂയയായിരുന്നു. അവൾ രാജകുമാരിയല്ലേ! ഞാൻ മാത്രം അവളെ തമ്പുരാട്ടീന്നു വിളിച്ചു."

“നിന്നെ ഏതെങ്കിലും സൈക്യാട്രിസ്റ്റിനെ കാണിച്ചില്ലെങ്കിൽ സംഗതി കുഴപ്പമാണ്.”

സന്ധ്യ ഇരുട്ടി. കായലിനക്കരെയുള്ള നഗരത്തിൽ തെളിഞ്ഞ വിളക്കുകൾ ദീപക്കാഴ്ചയുടെ ഭംഗിയുണ്ടാക്കി. കായലിലെ ദീപങ്ങളുടെ ഇളകുന്ന പ്രതിബിംബങ്ങൾ. രജനി അതിന്റെ ഭംഗി നോക്കി ജനാലയ്ക്കൽ നിന്നു. അവളുടെ മുടിയിൽ പുതിയ പൂമാല. അതിന്റെ തീക്ഷ്ണമായ സുഗന്ധം മുറിമുഴുവൻ നിറഞ്ഞുനിന്നു മധു അവളുടെ അരികിൽ ചെന്നു നിന്നു. അവൾ മുഖമുയർത്തി നോക്കി.

“നല്ല ഭംഗി അല്ലേ?”

“അതേ. നിന്റെ മുഖത്തിന്.”

മധു അവളുടെ ചുമലിൽ കൈവച്ചു. അവൾ നാണത്തോടെ മുഖം കുനിച്ചുനിന്നു അവളുടെ കറുത്തുവിടർന്ന കണ്ണുകൾ ഭാവതീവ്രമായി.

യാത്രയ്ക്കിടയിൽ ആലോചിച്ച ഒരു ചോദ്യം മധുവിന്റെ മനസ്സിൽക്കിടന്നു പുകഞ്ഞു. ഒരുനിമിഷത്തിന്റെ ദൗർബല്യത്തിൽ അതു ചോദിക്കുകയും ചെയ്തു.

“രജനിക്കു കുറ്റബോധമുണ്ടോ?'

അവൾ ഒരു കൊച്ചുകുട്ടിക്കു ചേർന്ന നിഷ്കളങ്കതയോടെ ചോദിച്ചു.

“എന്തിന്?”

“എന്റെ കൂടെ പോന്നതിന്?”

“ഇല്ല. എനിക്കിഷ്ടോള്ള ആൾ വിളിച്ചപ്പോ ഞാൻ പോന്നു.”

“ആരെങ്കിലും അറിഞ്ഞാലോ?”

അവൾക്കതിനു മറുപടി ഉണ്ടായിരുന്നില്ല.

“ഞാനെന്തനുഭവിക്കുന്നുണ്ടെന്നു രജനിക്കറിയാമോ? ജീവിതം ഇങ്ങനെയായിത്തീരുമെന്ന് ഞാൻ സ്വപ്നത്തിൽപ്പോലും ഓർത്തില്ല.” മധുവിന്റെ വാക്കുകൾ അടക്കിപ്പിടിച്ച ഹൃദയവ്യഥയുടെ മാറ്റൊലികളായിരുന്നു. “ഞാൻ ക്രൂരമായി വഞ്ചിക്കപ്പെട്ടിരിക്കുന്നു. എന്തു ചെയ്യണമെന്നെനിക്കറിയില്ല. ഒരു നാല്ക്കവലയിൽ നില്ക്കുന്ന വഴിയറിയാത്ത യാത്രക്കാരനാണു ഞാൻ.”

എന്തു പറയണമെന്നറിയാതെ അവൾ പരുങ്ങി. അവളുടെ കറുത്തുവിടർന്ന കണ്ണുകളുടെ ഇമകൾ പിടഞ്ഞു. എന്തെങ്കിലും പറയണ്ടേ. അവൾ ചോദിച്ചു.

“ഇതു പറയാനാണോ ഇവിടെവരെ വന്നത്?”

അവൾ കിടക്കയിൽ ചെന്നു കിടന്നു. വൈദ്യുതി വിളക്കിന്റെ വെളിച്ചത്തിൽ അവൾ ഒരു വിഗ്രഹംപോലെ ശോഭിച്ചു. ജനാലയ്ക്കൽ നിന്ന് മധു അവളെ നോക്കി. കിടക്കയിൽ. അവൾ ഒരു സ്വർണ്ണനാഗം പോലെ കിടന്നു പുളയുന്നു. നിലാവത്തെ കടൽപോലെ കിടന്നിളകുന്നു.

ക്ഷമകേടോടെ അവൾ ചോദിച്ചു.

“സമയമെന്തായീന്നാ വിചാരം? കിടക്കണില്ലേ?”

എന്തോ ഓർത്തുനിന്നിരുന്നു മധു നെടുവീർപ്പിട്ടു.

"രജനി ഉറങ്ങിക്കോളൂ. ഞാൻ കുറേനേരം പുറത്തു നില്ക്കാം. അവിടെ നല്ല കാറ്റുണ്ട്. വേണമെങ്കിൽ ലൈറ്റ് ഓഫ് ചെയ്തോളൂ."

കൊളുത്തൂരി വാതിൽ തുറന്ന്, പുറത്തിറങ്ങി പുറത്തുനിന്ന് വാതിൽ ചാരി മധു വരാന്തയിൽനിന്നു.

ഇരുപത്തിമൂന്ന്

കുന്നുകളുടെ ചുവട്ടിൽ കിടക്കുന്ന ഗ്രാമം. കിഴക്കുകിഴക്ക് എവിടെയോ നിന്നൊഴുകി വരുന്ന പുഴ. പുഴവക്കത്ത് പുഴയിലേക്കു ചാഞ്ഞു കിടക്കുന്ന കാടുകൾ. ആകാശം മറച്ചു നില്ക്കുന്ന മരങ്ങൾ. വാളുകൾ പോലുള്ള ഇലകൾ വീശിനില്ക്കുന്ന കള്ളിമുള്ളുകൾ. കൈതക്കാടുകൾ. പുഴവക്കത്ത് കല്ലുകൾ. പാറക്കെട്ടുകൾ. പാറകൾക്കിടയിൽ വെള്ളം കെട്ടിക്കിടക്കുന്ന കുഴികൾ. ഓരോ കുഴിയിലും ഓരോ ആകാശം. ആകാശത്തിന്റെ നിഴൽ.

കൈതക്കാടിന്റെ മറവിൽ വച്ച് രജനി പറഞ്ഞു: "ആഫീസിൽ ചിലരൊക്കെ മുള്ളും മുനയും വച്ച് ഓരോന്നു പറയാൻ തുടങ്ങിയിരിക്കുന്നു. എല്ലാവരും കുറ്റപ്പെടുത്തുന്നത് എന്നെയായിരിക്കും."

മധു ചോദിച്ചു:

"എന്തിന്?"

അവൾ നാണത്തോടെ മുഖം താഴ്ത്തി.

"ഞാൻ വശീകരിച്ചെടുത്തെന്ന്."

മധു പാറകൾക്കിടയിലെ വെള്ളത്തിലേക്ക് ഒരു കല്ലെറിഞ്ഞു.

"അതിനാർക്കാ നഷ്ടം?"

"ഒരാളുടെ ഹൃദയത്തിൽ ഒരു മുറിവുണ്ടാക്യാൽ അത്രേം സുഖം."

"ഒരു സന്ദർഭത്തിനുവേണ്ടിയാണ് ഞാൻ കാത്തിരിക്കുന്നത്. അല്ലാതെ ആരേം പേടിച്ചല്ല. സഹതാപം ക്രൂരതയുടെ പൊയ്മുഖമാണ്. എനിക്കറിയാം. എന്നോടു സഹതാപം കാണിക്കുന്നവർ എന്റെ തോല്വികളിൽ സന്തോഷിക്കുന്നവരാണെന്ന്."

"എന്തൊക്യാ പറേണേന്നോർക്കുമ്പോ..."

"രജനിയെന്തിനാ പേടിക്കുന്നെ?"

"ഞാൻ കാരണം; എന്നല്ലേ പറയൂ. എല്ലാവരും?"

"എനിക്ക് ലോകത്തെ ഒന്നും ബോദ്ധ്യപ്പെടുത്താനില്ല. ഒരുദിവസം ഞാൻ പറയും. ലോകമേ ഇതാ ഞാൻ..."

മധു പ്രേമപൂർവ്വം അവളെ തഴുകിപ്പിടിച്ചു.

അവളുടെ മുഖം ലജ്ജകൊണ്ടു തുടുത്തു.

ഏകാന്തമായ നിമിഷങ്ങൾക്കു വേണ്ടിയാണ് ഈ യാത്രകൾ. മഹാനഗരത്തിലെ ഹോട്ടലിൽ രാത്രികൾ മനസ്സിലെ കാടുകൾ പൂക്കുന്ന നിമിഷങ്ങളുണ്ടാക്കുന്നു. കടൽത്തീരത്തെ സായാഹ്നങ്ങൾ ഹൃദയത്തിന്റെ അഭൗമമായ സംഗീതത്തിന്റെ ലഹരി നിറയ്ക്കുന്നു.

–ആർക്കാണ് നഷ്ടം?

മോഹിപ്പിക്കുന്ന ഒരു പുഷ്പംപോലെ രജനി തന്റെ കൺമുമ്പിൽ നിന്നിരുന്നു. അന്നൊന്നും അവളുടെ വാസന മധുവിനെ വശീകരിച്ചിരുന്നില്ല. കണ്ടില്ലെന്നുവച്ച് ഒഴിഞ്ഞുമാറി നടന്നു.

അവൾ ഒരു പെണ്ണല്ലേ? അവളുടെ സങ്കടങ്ങൾ അവൾക്കേ അറിയൂ. എന്തായാലും ഒരു പഴയ രാജകുടുംബത്തിൽ ഒരു രാജകുമാരിയായി ജനിക്കുന്നത് സ്വപ്നം കാണുന്ന പെണ്ണ്. അവളെക്കുറിച്ച് അതുമിതും പറയുന്നവർ അവളുടെ മനസ്സു കണ്ടിട്ടില്ല.

അവൾ ഒരു ദിവസം പറഞ്ഞു:

"ഗീതയുടെ ജീവിതം തട്ടിപ്പറിക്കണംന്ന് സ്വപ്നത്തിൽപോലും ഞാനോർത്തില്ല."

"പിന്നെയോ?"

ഒരുത്തരമേയുള്ളൂ. അവൾ ജീവിക്കുന്നത് അവളുടെ സ്വപ്നങ്ങളിലാണ്.

യാത്രയ്ക്കിടയിൽ ടൗണിലെ ലിയ ജവുളിക്കടയുടെ മുമ്പിൽ കാറ് നിർത്തി ഇറങ്ങി. രജനി കാറിൽത്തന്നെ ഇരുന്നു. "ഇറങ്ങി വരൂ." എന്നു പറഞ്ഞപ്പോൾ അവൾ കണ്ണുകളുയർത്തി. കറുത്ത വിടർന്ന കണ്ണുകളിൽ "എന്തിനാ" എന്ന ചോദ്യം.

"ഇറങ്ങി വാ" മധു വീണ്ടും വിളിച്ചു. "കാറിൽ തനിച്ചിരിക്കണ്ട?"

അവൾ ഇറങ്ങിവന്നു.

തുണിക്കടയിൽ നല്ല തിരക്കുണ്ടായിരുന്നു. മധുവും രജനിയും കൂടി കയറിച്ചെന്നപ്പോൾ വില്പനക്കാരൻ ഭവ്യതയോടെ കസേര ചൂണ്ടിക്കാട്ടി. നാനാതരം ഡിസൈനുകളിലുള്ള സാരികളെടുത്ത് മടക്കിനിവർത്തി വില്പനക്കാരൻ അവരുടെ മുമ്പിലിട്ടു. അയാൾ അതിന്റെ ഓരോന്നിന്റെയും ഭംഗികൾ വർണ്ണിക്കാൻ തുടങ്ങി.

"പുതിയ ഡിസൈനാണ് സാർ. നല്ല ക്വാളിറ്റിയാണ് സാർ. ഒരിക്കലും കളർ ഫെയ്ഡാവില്ല."

"ഈ ഡിസൈനും ഈ കളറും എല്ലാവർക്കും ഇഷ്ടപ്പെടും. ഉടുക്കുന്ന ആൾക്കും കാണുന്നവർക്കും സംതൃപ്തി."

"ഈ ഡിസൈൻ നോക്കൂ. അഞ്ചു സാരി വന്നു. ഇനി ഇതൊരെണ്ണേ ബാക്കിയുള്ളൂ."

വില്പനക്കാരൻ പിന്നെയും സാരികളെടുത്തിട്ടപ്പോൾ മധു പറഞ്ഞു:

"ഇഷ്ടപ്പെട്ടതു നോക്കി രജനി ഒന്നു തെരഞ്ഞെടുക്കൂ."

അവൾ ചോദിച്ചു.

"എനിക്കിഷ്ടപ്പെട്ടിട്ടെന്താ കാര്യം? ഗീതക്കിഷ്ടപ്പെടേണ്ടേ?"

"രജനി തെരഞ്ഞെടുക്കുന്നതു ഗീതയ്ക്കും ഇഷ്ടപ്പെടും."

നാലഞ്ചെണ്ണം എടുത്തു തിരിച്ചും മറിച്ചും നോക്കിയശേഷം അതിൽനിന്നൊരെണ്ണം രജനി തെരഞ്ഞെടുത്തു.

"ഇതെനിക്കിഷ്ടമായി."

മധു വില്പനക്കാരനോടു പറഞ്ഞു.

"ശരി. ഇതു പായ്ക്കുചെയ്തു തരൂ."

"ബിൽ പേ ചെയ്ത് കടയിൽ നിന്നിറങ്ങുമ്പോൾ രജനി പറഞ്ഞു:

"എനിക്കറീല്ല ഗീതയ്ക്കിഷ്ടപ്പ്വോന്ന്."

മധു നിർവ്വികാരമായി പറഞ്ഞു.

"ഇല്ലെങ്കിൽ വേണ്ടാ."

സന്ധ്യമയക്കത്തിനു രജനിയുടെ വീട്ടുപടിക്കലെത്തി. അവൾ കാറിൽ നിന്നിറങ്ങി.

"രജനി, ഇതു വച്ചോളൂ."

മധു സാരി എടുത്തു നീട്ടി.

"ഗീതയ്ക്കല്ലേ?"

"അല്ല. രജനിക്ക്."

"ഞാൻ ഇതൊന്നും ആശിച്ചല്ല."

പിറ്റേന്ന് ഓഫീസിൽ ചെന്നപ്പോൾ ആളുകളുടെ മുഖഭാവങ്ങൾ ശ്രദ്ധിച്ചു. കോണിപ്പടി കേറി ചെന്നപ്പോൾ സരസ്വതിയമ്മ കോണിപ്പടി ഇറങ്ങിവരുന്നു. കണ്ടഭാവമില്ല. ഒരിക്കലും കണ്ടിട്ടില്ലാത്ത ഒരാൾക്കു വഴി മാറിപ്പോകുന്നതുപോലെ അവൾ കോണിപ്പടികളിറങ്ങിപ്പോയി. കാണുമ്പോഴൊക്കെ സരസ്വതിയമ്മ എന്തെങ്കിലും തമാശ പറയുക പതിവായിരുന്നു. ഗീത രോഗിയായതിൽ പിന്നെ സഹതാപം പ്രകടിപ്പിക്കുകയും ചെയ്തിരുന്നു. ഇപ്പോൾ കണ്ടഭാവമേ ഇല്ല.

ആളുകൾ ഒളിഞ്ഞു നോക്കുന്നു. ഒഴിഞ്ഞു മാറുന്നു. അർത്ഥം വച്ച് ഓരോന്നു പറയുന്നു.

"രാധാമണി ഇന്നലെ എവിടെപ്പോയി?"

"ഞാനെവിടെ പോകാനാ? ആരെങ്കിലുണ്ടോ എന്നെ കൊണ്ടോകാൻ?"

"ങ്? അതിനും വേണം ഭാഗ്യം."

"എന്റെ ഭഗവാനെ എനിക്കത്തരം ഭാഗ്യോന്നും വേണ്ടാ. വല്ലോണോം ഇങ്ങനെയങ്ങു കഴിഞ്ഞാ മതീന്നാ വിചാരം."

ഓരോ വാക്കും ഓരോ മുള്ളായി തന്റെമേൽ വന്നു തറയ്ക്കുന്നു. മധു അതൊന്നും കേട്ടില്ലെന്നു ഭാവിച്ചു. പണ്ടിവരൊക്കെ കാണിച്ച സഹതാപത്തിന് എന്തുവില? എത്ര നാളിങ്ങനെ ജീവിക്കും. ഒരു രണ്ടാം വിവാഹത്തെക്കുറിച്ച് കൂടെക്കൂടെ ഓർമ്മിപ്പിച്ചുകൊണ്ടിരുന്നവരാണ്.

ഇതായിരുന്നു സഹതാപത്തിന്റെ ഉള്ളിൽ ഒളിച്ചുവച്ചിരുന്നത്.

സഹതാപം ക്രൂരതയുടെ പൊയ്മുഖമാണ്. അന്യന്റെ ദുഃഖങ്ങളിലും തോല്വികളിലും ക്രൂരമായ സംതൃപ്തി അനുഭവിക്കുന്നവരുടെ പൊയ്മുഖം.

ഇടനാഴിയിലൂടെ കടന്നു പോകുമ്പോൾ കേട്ടു:

"ശേഖരൻ ഇന്നലെ നഗരത്തിലൂടെ കാറിൽ പോകുന്നതു കണ്ടല്ലോ. ആരായിരുന്നു കൂടെയുണ്ടായിരുന്നു സ്ത്രീ."

"നീ എന്തു ബോറനാടാ വർഗ്ഗീസേ. നിനക്കു ബോധമുണ്ടെങ്കിൽ അങ്ങനെ ഒരുചോദ്യം ചോദിക്കുമോ? കൂടെ ഉണ്ടായിരുന്നതാരാണെന്ന്. നീ കണ്ടില്ലേ? അതൊരു പെണ്ണായിരുന്നു."

"സത്യത്തിൽ എനിക്കസൂയ തോന്നുന്നു. നീ ഭാഗ്യവാനാടാ."

"നീ അസൂയപ്പെടുന്നതെന്തിനാ?"

"അസൂയയല്ല. സന്തോഷം. ചിലരെങ്കിലും സന്തോഷമായിട്ടു ജീവിക്കണുണ്ടല്ലോ."

പിന്നെയും വർഗ്ഗീസ് എന്തോ പറഞ്ഞു. വ്യക്തമായിട്ടു കേട്ടില്ല. കേട്ടത് അവർ രണ്ടുപേരുടെയും ചിരിയാണ്. പരിഹാസത്തിന്റെ മുള്ളുകൾ. കുപ്പിച്ചില്ലുകൾ. കല്ലുകൾ.

അതൊക്കെ മധു ഓർത്തു.

പുഴയിൽനിന്നു കാറ്റുവീശി. കൈതക്കാടുകൾ ഉലഞ്ഞു. പുഴയിൽ പുഴവക്കത്തെ കാടുകളുടെയും മരങ്ങളുടെയും നിഴലുകൾ കിടന്നനങ്ങുന്നു.

"വരൂ. പോകാം."

അവർ പുഴവക്കത്തുകൂടെ നടന്നു. പുഴക്കരയിൽ വളർന്നു പന്തലിച്ചു നില്ക്കുന്ന വലിയ മരത്തിന്റെ ചുവട്ടിലാണ് കാറിട്ടിരുന്നത്. അവർ കാറിനടുത്തെത്തിയപ്പോൾ കാറിന്മേൽ തൊട്ടു നിന്നിരുന്ന കുട്ടികൾ അകന്നുമാറി.

തിരിച്ചുപോരുമ്പോൾ അതിശയകരമായ നിസ്സംഗതയോടെ രജനി പറഞ്ഞു:

"ഞാൻ ആത്മഹത്യ ചെയ്യും എന്നാണ് എനിക്കു തോന്നുന്നത്?"

മധു ഒരു ഞെട്ടലോടെ അവളെ നോക്കി.

"അതാണോ ഇത്രനേരം ആലോചിച്ചുകൊണ്ടിരുന്നത്?"

"അല്ലാതെ ഞാനെന്തു ചെയ്യും?"

"വേറെ ഒന്നും ചെയ്യാനില്ലാത്തവരൊക്കെ ആത്മഹത്യ ചെയ്യുകയാണോ?"

അവൾ എന്തോ ഓർത്തിരുന്നു. അവളുടെ ഹൃദയത്തിൽ കഠിനമായ ദുഃഖത്തിന്റെ ഒരു കടൽ കിടന്നലയ്ക്കുന്നുണ്ടെന്നു മധുവിനു തോന്നി.

പഴയ ഏതെങ്കിലും രാജകൊട്ടാരത്തിൽ ഒരു രാജകുമാരിയായി ജനിക്കാൻ ആശിച്ചിരുന്ന പെൺകുട്ടി. സ്വപ്നങ്ങളിൽ ജീവിക്കുന്ന പെൺകുട്ടി. അവൾ ആത്മഹത്യയെക്കുറിച്ച് ആലോചിക്കാൻ തുടങ്ങിയിരിക്കുന്നു.

മധു അവളുടെ നേരെ നോക്കി. തമാശയുടെ മട്ടിൽ പറഞ്ഞു:

"ആത്മഹത്യ ചെയ്യുന്നതിനുമുമ്പ് എന്നോടൊന്നു പറയണം. കേട്ടോ? അതായത്, ആത്മഹത്യ ചെയ്യുന്നതിനു തൊട്ടു മുമ്പ്."

രജനി ശൂന്യമായ ദൃഷ്ടികളോടെ മധുവിനെ നോക്കി.

മധു പറഞ്ഞു:

"ഞാനിതുവരെ ആത്മഹത്യ കണ്ടിട്ടില്ല."

പിറ്റേന്ന് ആഫീസിൽ ചെന്നപ്പോൾ എന്തു കുത്തുവാക്കും കേൾക്കാ

നുള്ള തയ്യാറിലായിരുന്നു. ആരും ഒന്നും മിണ്ടുന്നില്ല. എല്ലാവരും ഗൗരവത്തിലാണ്. പ്യൂൺ തങ്കപ്പൻപിള്ള മാത്രം യാതൊരു ഭാവവുമില്ല. പതിവു പോലെ ഭവ്യതയോടെ സലാംവച്ചു.

സീറ്റിൽ ചെന്നപ്പോൾ മധു ഒരു കാര്യം ശ്രദ്ധിച്ചു. തന്റെ മേശപ്പുറത്ത് ഒറ്റ ഫയൽ പോലുമില്ല.

"തങ്കപ്പൻപിള്ളേ, മേശപ്പുറത്തിരുന്ന ഫയലുകളെവിടെ?"

തങ്കപ്പൻപിള്ള താഴ്ന്ന സ്വരത്തിൽ പറഞ്ഞു:

"സൂപ്രണ്ടിന്റെ മേശപ്പുറത്ത്"

"ഉം."

"ഞാനെങ്ങനെ അറിയാനാ!"

"ഉം."

മച്ചിനുകീഴിൽ കറങ്ങുന്ന പങ്കയിൽനോക്കി കസേരയിൽ മലർന്നിരുന്നു.

കുറേനേരം കഴിഞ്ഞപ്പോൾ പ്യൂൺ തങ്കപ്പൻപിള്ള വന്നു പറഞ്ഞു.

"സാറിനെ സൂപ്രണ്ട് വിളിക്കുന്നു."

എന്തോ കാര്യമുണ്ട്. അല്ലെങ്കിൽ പ്യൂൺ തങ്കപ്പൻപിള്ളയുടെ മുഖം ഇങ്ങനെ വല്ലാതെയിരിക്കേണ്ട കാര്യമില്ല.

മധു അകത്തേക്കു കയറിച്ചെന്നപ്പോൾ സൂപ്രണ്ട് സ്വാമി ഫയലിൽ എന്തോ എഴുതിക്കൊണ്ടിരിക്കുകയായിരുന്നു. ഇടയ്ക്ക് മുഖമൊന്നുയർത്തി നോക്കി. മുഖം കണ്ടപ്പോൾ മനസ്സിലായി— ഗൗരവത്തിലാണെന്ന്.

ഒന്നുരണ്ടു നിമിഷം കാത്തുനിന്നു.

ക്ഷമകെട്ടു.

"എന്നോടു വരാൻ പറഞ്ഞോ?"

"ഉവ്വ്. എന്താ, അലോഹ്യായോ?"

മധു അമർഷം കടിച്ചൊതുക്കി നിന്നു.

സൂപ്രണ്ടുസ്വാമി ഒരു നിമിഷം മധുവിനെ സൂക്ഷിച്ചു നോക്കി. എന്നിട്ടു മേശപ്പുറത്തു കിടന്ന ഫയലുകൾ എടുത്ത് മേശപ്പുറത്ത് ഒച്ചയോടെ ഇട്ടു.

"ഈ ഫയലുകൾ മിസ്റ്റർ മധുസൂദനൻനായരുടെ മേശപ്പുറത്തിരിക്കാൻ തുടങ്ങിയിട്ട് ദിവസം എത്രയായി?" സ്വാമിയുടെ ശബ്ദം പരുക്കനായിരുന്നു. നിന്ദ നിറഞ്ഞതായിരുന്നു. "ശമ്പളം മേടിച്ചാൽമാത്രം പോരാ. ജോലിയും ചെയ്യണം."

ക്ഷമ നിശ്ശേഷം തകർന്നു.

ഒട്ടും കൂസാതെ അടക്കിപ്പിടിച്ച ദേഷ്യത്തോടെ മധു പറഞ്ഞു:

"സ്വാമീ, സ്വാമി എന്നെ എന്റെ ഉദ്യോഗം പഠിപ്പിക്കരുത്. രാജിക്കത്തെഴുതി സ്വാമിയുടെ മുഖത്തു വലിച്ചെറിഞ്ഞിട്ടിറങ്ങിപ്പോകാൻ എനിക്കറിയാം."

സ്വാമി സ്തബ്ധനായി മിഴിച്ചിരുന്നു.

ഇരുപത്തിനാല്

ഓർമ്മകളിലും ദുഃഖങ്ങളിലും സ്വയം നഷ്ടപ്പെട്ട് എവിടെയാണിരിക്കുന്നതെന്നുപോലും വിസ്മരിച്ച് തന്നിൽതന്നെ ഉൾവലിഞ്ഞ് ഗീത ഇരുന്നു. പെട്ടെന്നാണ് റേഡിയോ പാടാൻ തുടങ്ങിയത്. ദീപുമോനായിരിക്കും റേഡിയോ ഓൺചെയ്തു വച്ചിട്ടുപോയത്. അവൻ അതിന്റെ അടുത്തു നില്ക്കുന്നതു കണ്ടു. ആരും കാണാതെ റേഡിയോ ഓൺ ചെയ്യുന്നത് അവന്റെ പതിവാണ്.

റേഡിയോവിലെ പാട്ടിൽ ഏതോ ഗ്രാമീണ പെൺകൊടിയുടെ വിഷാദസ്മരണകൾ അലകളിളക്കുന്നു. ഒരു നാടൻ പാട്ടിന്റെ ഭംഗിയുള്ള പാട്ട്. ഗീതയുടെ മനസ്സ് ആ പാട്ടിൽ അലിഞ്ഞു.

അകലെ അകലെ എവിടെയോ ഉള്ള ഗ്രാമം. കുന്നും പുഴയും പുഴവക്കത്ത് ക്ഷേത്രവുമുള്ള ഗ്രാമം. കാടുകളും പാടങ്ങളുമുള്ള ഗ്രാമം. സർപ്പക്കാവും തോടും തോട്ടുവക്കത്ത് കൈതക്കാടും ഉള്ള ഗ്രാമം ഒരു ഗ്രാമത്തിലെ പെണ്ണ്...

ഗീതയ്ക്കു തോന്നി ആ ഗ്രാമം തന്റെ ഗ്രാമമാണെന്ന്; ആ ഗ്രാമീണ യുവതി താനാണെന്ന്..

ആ നാടൻപാട്ടിൽ ഒരു പുഴ ഒഴുകുന്നു. പുഴവക്കത്തെ കാടുകൾ പൂക്കുന്നു. പുഴയിൽനിന്ന് ഗ്രാമപ്പെൺകൊടി കുളിച്ചു കയറുന്നു. ഗീതയുടെ മനസ്സിൽ പഴയ ഓർമ്മകൾ ഉണർന്നു. പുഴയിൽനിന്നു കുളിച്ചുകയറുന്നത് നാടൻപാട്ടിലെ ഏതോ പെൺകുട്ടിയല്ല; താൻതന്നെയാണ്.

പുഴവക്കത്ത് പാറക്കെട്ടിനു മുകളിൽ അമ്പലം. ആ നാടൻപാട്ടിലെ ഏതോ പെൺകൊടി അമ്പലത്തിലേക്കുള്ള പടിക്കെട്ടുകൾ കയറുന്നു. ആ ഗ്രാമീണ യുവതി താൻതന്നെയാണെന്ന് ഗീതയ്ക്കു തോന്നി. ഭൂതകാലത്തിലെ നിമിഷങ്ങളിൽ വീണ്ടും ചെന്നെത്തുന്നു. പാറക്കെട്ടിനു മുകളിലെ അമ്പലം വിജനമാണ്. ഉഷപ്പൂജ കഴിഞ്ഞ് ശാന്തിക്കാരൻ അമ്പലം പൂട്ടിപ്പോയി. അമ്പലമുറ്റത്ത് പാറക്കെട്ടിനിടയിൽ നില്ക്കുന്ന ചെമ്പകം ഇറുങ്ങെ പൂത്തിരിക്കുന്നു. പാറക്കെട്ടിൽ പൂക്കൾവീണു ചിതറിക്കിടക്കുന്നു. പാറമേൽ ആരോ കല്ലുകൊണ്ടു പോറിവച്ച "നമശ്ശിവായ" അവൾ നടയ്ക്കുനേരെ നിന്നു തൊഴുതു. അമ്പലത്തിന്റെ വളയിന്മേൽ തൂക്കിയിട്ട എടയ്ക്കാ. അവൾ വലംവെച്ച് പടിക്കെട്ടുകളിറങ്ങി.

മരക്കൊമ്പുകൾക്കപ്പുറത്ത് സൂര്യൻ. അവൾ ഇടവഴിയിലിറങ്ങി. വഴിയിൽ നീളെ നിഴൽപ്പാടുകൾ. അവളുടെമേൽ വെയിൽച്ചീളുകളും നിഴൽപ്പാടുകളും മാറിമാറി വീണു.

പിന്നെ ഒരു പകൽ

കരയിൽ കൈതക്കാടുകൾ വളർന്ന തോട്ടിറമ്പത്തുടെ ആ ഗ്രാമീണ പെൺകുട്ടിയും അവളുടെ കാമുകനും ഒന്നിച്ചു നടന്നു. പാലടിച്ച പാടം കാറ്റത്താടുന്നു. അവന്റെ ഓരോ വാക്കും അവളുടെ ഹൃദയത്തെ വികാ

രനിർഭരമാക്കിത്തീർക്കുന്നു. വിസ്മൃതിയുടെ ഒരുനിമിഷം ഓർമ്മയുടെ ഒരു നിമിഷം. ഇപ്പോൾ ഒന്നിച്ചു നടക്കുന്നത് ഗീതയും അരവിന്ദനുമാണ്. അവൾ വേച്ചു വീഴാൻ പോയപ്പോൾ അരവിന്ദൻ അവളെ താങ്ങി. അവളുടെ അരക്കെട്ടിൽ അരവിന്ദന്റെ കൈ. അവളുടെ മുഖം നാണംകൊണ്ട് ചുവന്നു. തോടിനു കുറുകെയുള്ള മരപ്പാലം കടക്കാൻ അവൾക്കു പേടിയായിരുന്നു. തോട്ടിൽ വീണാലോ! അരവിന്ദൻ അവളുടെ കൈപിടിച്ചു.

"ഇങ്ങനെ പേടിച്ചാലോ?"

"സാരമില്ല. ഒരു വലിയ ധീരന്റെ കൂടെയല്ലേ?"

മരപ്പാലം കടന്ന് വലിയ വരമ്പത്തൂടെ ഒന്നിച്ചു നടന്നു മനയ്ക്കപ്പറമ്പിന്റെ അതിരിലുള്ള സർപ്പക്കാവിന്റെ അപ്പുറത്ത് മരക്കൂട്ടങ്ങളുള്ള നിഴലിൽ...

പിന്നെയും ഒരു പകൽ.

കുന്നിൻചെരുവിൽ കാടുകൾക്കിടയിൽ ഏകാന്തമായ ചില നിമിഷങ്ങൾ.

"വയനാടൻ മഞ്ഞൾ മുറിച്ചുപോലെ
കുന്നത്തെ കൊന്നയും പൂത്തപോലെ."

"അയ്യോ, അരുത്! എന്തും സഹിക്കാം; ഈ പാട്ടൊഴിച്ച്.'

"ഉം അത്ര ബോറാണോ?"

'അസഹ്യം."

"എന്റെ ഹൃദയം നിറയെ സംഗീതമുണ്ട്."

അവൾ ചിരിച്ചു. അതു ഹൃദയത്തിൽതന്നെ ഇരുന്നോട്ടെ എന്നു പറയാനാണ് വിചാരിച്ചത്.

"ഉം, ഗീത എന്താ ചിരിച്ചെ!"

"ഈ സംഗീതം! അല്ലേ? വെറുതെയാണോ അരവിന്ദന്റെ ഹൃദയം ഇത്ര പരുക്കനായത്!"

വളർന്നുപന്തലിച്ച് ആകാശം മറച്ചുനില്ക്കുന്ന മരങ്ങളുടെ ചുവട്ടിൽ സർപ്പങ്ങളെപ്പോലെ ചുറ്റിപ്പിണഞ്ഞു കിടക്കുന്ന കാട്ടുവള്ളികളുടെയും പള്ളപ്പടർപ്പിന്റെയും മറവിൽ വീണ്ടും ഒരു പകൽ. വിജനതയിലെ നിമിഷങ്ങൾ.

അവൾ കൊത്തങ്കല്ലാടി
ഒന്ന്, രണ്ട്, മൂന്ന്...
നാലാമത്തെ കല്ല് അവൾ പിടിച്ചെടുത്തു.
അവൾ ഒരു നിമിഷം അവന്റെ മുഖത്തേക്കും നോക്കി ഇരുന്നു.

"ഞാൻ മടുത്തു."

"എന്താ."

"എത്ര കാലംന്നുവച്ചാ കാത്തിരിക്കണേ?"

"ഇത്രേം നാൾ കാത്തിരുന്നില്ലേ! അല്പം കൂടി ക്ഷമിക്ക്."

അവൾ മിണ്ടാതെ വ്യസനം നിറഞ്ഞ കണ്ണുകളുയർത്തി അയാളെ നോക്കി. കണ്ണീരിന്റെ പാടയിൽ പകൽ വെളിച്ചത്തിന്റെ വെട്ടിത്തിളക്കം.

ഇനിയും കാത്തിരിക്കാൻ! എത്രകാലം?

ഓർമ്മകളുടെ ആകാശം ഇരുളുന്നു.

ഗ്രാമത്തിലെ പൂർവ്വാഹ്നങ്ങൾ, മദ്ധ്യാഹ്നങ്ങൾ. അപരാഹ്നങ്ങൾ. ഋതുഭേദങ്ങൾ ഗ്രാമത്തിനുമീതെ സൂര്യന്റെ ഉത്തരായനങ്ങൾ; ദക്ഷിണായനങ്ങൾ.

ഗ്രാമത്തിലെ പുഴ വറ്റി. അമ്പലമുറ്റത്തെ ചെമ്പകത്തിലെ പൂ മുഴുവൻ കൊഴിഞ്ഞു. കുന്നിൻ ചെരുവിലെ കാടുകളിൽ വേനൽ കുടുങ്ങിക്കിടക്കുന്നു. സർപ്പക്കാവിനു പിന്നിലെ ഏഴിലമ്പാലയുടെ ഇലകൾ കാറ്റിൽ പറന്നു. മരങ്ങൾ ഉണങ്ങി. അകലെ എവിടെയോ ഉള്ള ഗ്രാമം. ഒരു തരിശുനിലമായിത്തീർന്നു. ഉണക്ക മരങ്ങൾ കാവൽനില്ക്കുന്ന, ഉച്ചകൾ വെയിൽ വർഷിക്കുന്ന ഉഷ്ണക്കാറ്റുകൾ വീശുന്ന ഗ്രാമ വിജനതയിൽ ഒരു ദ്വീപിലെന്നപോലെ അവൾ ആർക്കോവേണ്ടി കാത്തിരിക്കുന്നു. ആ സാന്ദ്ര നിശ്ശബ്ദതയിൽ അവളുടെ നെടുവീർപ്പുകൾ ഉഷ്ണക്കാറ്റിൽ ചുഴികളുണ്ടാക്കുന്നു

റേഡിയോവിലെ പാട്ടിൽ ഒരു ഗ്രാമപ്പെൺകുട്ടിയുടെ ദുഃഖങ്ങൾ.

അവൾ എഴുന്നേറ്റുചെന്ന് റേഡിയോ ഓഫ് ചെയ്തു. ആ പാട്ട് പഴയ ഓർമ്മകളെ ഉണർത്തി. അരവിന്ദനെക്കുറിച്ചുള്ള ഓർമ്മ അവളുടെ ഹൃദയത്തെ ഇളക്കിമറിച്ചു.

വെയിൽ തിളങ്ങുന്ന ഒരു വൈകുന്നേരം ഗീത അമ്പലത്തിൽപോകാൻ ഒരുങ്ങി. "വീട്ടിലിരുന്നു മടുത്തല്ലോ അമ്മേ" എന്നു പറഞ്ഞപ്പോൾ മധുവിന്റെ അമ്മ അവളെ നിസ്സഹായതയോടെ നോക്കുകയാണു ചെയ്തത്. മധു ടൂറിലാണ്. അങ്ങനെ പറഞ്ഞാണ് പോയത്. എന്നു തിരിച്ചുവരുമെന്ന് അറിയില്ല. യാത്ര പറയുകയും എന്നു വരുമെന്നു പറയുകയും ചെയ്യുന്ന പതിവ് നിർത്തി. അതൊക്കെ പണ്ടായിരുന്നു. "എന്നെ ആരും കാത്തിരിക്കണ്ടാ." എന്നാക്രോശിക്കുന്ന അവഗണന നിറഞ്ഞ ഭാവം ഇറങ്ങിപ്പോകുമ്പോൾ കാണിക്കുന്നു. ടൂറിന് പോവുകയാണെന്നു പറഞ്ഞത് അമ്മയോടാണ്. എന്നുവരുമെന്ന് അമ്മ ചോദിച്ചില്ല. പതിവുകൾ എല്ലാവരും മറക്കുന്നു. മനസ്സിന്റെ താളക്കേടുകൾക്കിടയിൽ ബന്ധുക്കളുടെ കെട്ടുകൾ അഴിയുന്നു.

"ഞാൻ അമ്പലത്തിൽ തൊഴാൻ പൊയ്ക്കോട്ടെ." എന്നു ചോദിച്ചപ്പോൾ അമ്മ പൊയ്ക്കോളാൻ പറഞ്ഞു. അമ്പലത്തിൽ പോകുന്നതും വഴിപാടു കഴിക്കുന്നതും അമ്മയ്ക്ക് ഇഷ്ടമുള്ള കാര്യമാണ്. കാര്യങ്ങൾ ഇങ്ങനെയെങ്കിലും നീങ്ങുന്നത് ദൈവങ്ങളുടെ കൃപയും കാരുണ്യവും കൊണ്ടാണെന്ന് അമ്മ ദൃഢമായി വിശ്വസിക്കുന്നു. ഇതിൽക്കൂടുതൽ എന്തോ വരാനിരുന്നതാണെന്നാണ് അമ്മ പറയാറ്. ദൈവങ്ങൾ കാത്തു. കണ്ണിൽ കൊള്ളേണ്ടത് പുരികത്തിലാക്കി. "എന്തെങ്കിലും വഴിപാട് കഴിക്ക്യോ കാണിക്കപ്പെട്ടീല് നേർച്ചയിടോ ചെയ്യണ"മെന്ന് അമ്മ പ്രത്യേകം പറഞ്ഞു. ഒരു വെളക്കും മാലേം ആണ് അമ്മയുടെ പ്രധാന വഴിപാട്.

അമ്മ വീട്ടിൽനിന്നിറങ്ങി. മരങ്ങളുടെയും കെട്ടിടങ്ങളുടെയും നിഴലുകൾ കിഴക്കോട്ടു ചാഞ്ഞുതുടങ്ങിയിരിക്കുന്നു. അവളെ കണ്ട നിമിഷത്തിൽ അയൽവീട്ടിലെ പെൺകുട്ടി കാണാത്ത ഭാവത്തിൽ അകത്തേക്കു കയറിപ്പോയി. അവൾക്കു സങ്കടം തോന്നി. മുമ്പാണെങ്കിൽ അവൾ ഗീതയെ കാണുമ്പോൾ ഓടി അടുത്തുവരാറുള്ളതാണ്. അമ്പലത്തിൽ പോകുമ്പോൾ അവളും കൂടെവരാറുണ്ടായിരുന്നു. ഇപ്പോൾ കണ്ട ഭാവമില്ല.

കിഴക്കുഭാഗത്തേക്കുള്ള വഴിയേ തിരിഞ്ഞു. നഗരത്തിൽ ഗീതയ്ക്ക് അധികം പരിചയക്കാരില്ല. നഗരത്തിൽ ആർക്കും ആരോടും ബന്ധമില്ല. ഉള്ള ബന്ധങ്ങൾ തന്നെ ഉപരിപ്ലവവും ഔപചാരികവുമാണ്. വെറുതെ ചിരിക്കും. ഹൃദയത്തിൽ കൊണ്ടിട്ടല്ല. നഗരത്തിൽ അടുത്ത വീട്ടുകാർപോലും അപരിചിതരാണ്. മതിൽക്കെട്ടുകൾക്കുള്ളിൽ കുടുംബത്തിന്റെ അതിരുകൾ ചുരുങ്ങുന്നു. കാണുമ്പോൾ മുഖത്ത് ഒട്ടിച്ചുവച്ച ചിരി ചിരിയാണോ? അതു സ്നേഹം കൊണ്ടാണോ? അല്ല. വെറും പുറംപൂച്ച്. നഗരത്തിൽ ഒരാൾക്ക് മറ്റൊരാളോട് പരിചയമേ ഉള്ളു- സ്നേഹബന്ധമില്ല. മുമ്പ് എവിടെയോ വച്ച് പരിചയപ്പെട്ടിട്ടുള്ള ഒരു സ്ത്രീ എതിരേ വന്നു. ഒരിക്കലും കണ്ടിട്ടില്ലാത്ത മട്ടിൽ അവർ മുഖം തിരിച്ചു കടന്നുപോയി. ഗീത ലോഹ്യംകാണിച്ചതു വെറുതെ.

നഗരമദ്ധ്യത്തിലെ പഴയ ക്ഷേത്രം മറ്റൊരു ദ്വീപായിരുന്നു. മതിൽക്കെട്ടിനുള്ളിൽ ഒളിച്ചുനില്ക്കുന്ന ക്ഷേത്രം. ക്ലാവുപിടിച്ച കൊടിമരത്തിന്മേൽ കൊടിയൊന്നുമില്ല. ഒരു ചെറിയ മണി മുകളിൽ തൂങ്ങിക്കിടന്നു ശാന്തിക്കാരന് നേരത്തേ പൂജ കഴിച്ചുപോകാനുള്ള ധൃതിയായിരുന്നു. ഗീത ഒരു വിളക്കിനും മാലയ്ക്കും പറഞ്ഞത് അയാൾക്കിഷ്ടപ്പെട്ടില്ലെന്നു തോന്നുന്നു. ഒരു വിളക്കു കത്തിച്ച് വിഗ്രഹത്തിൽ രണ്ടുമൂന്നു പൂവും ഇലയും നുള്ളിയിട്ട് പൂജിച്ചെന്നു വരുത്തി പോകാൻ ധൃതിവയ്ക്കുന്നതിനിടയ്ക്കാണ് വിളക്കും മാലേം! അതിന്റെ കുറവേ ഉള്ളു. എന്നു നിന്ദിക്കുന്ന ശാന്തിക്കാരന്റെ മുഖം ഒരു കോമാളിയുടെ മുഖമായിരുന്നു. തൊഴാൻ അഞ്ചോ ആറോ സ്ത്രീകൾ മാത്രമേ ഉള്ളു. അവൾക്കാരെയും പരിചയമില്ല. അവരും കണ്ട ഭാവമില്ല. അവരുടെകൂടെ നിന്നു തൊഴുതു. ശാന്തിക്കാരൻ ഇട്ടുകൊടുത്ത ചന്ദനംകൊണ്ട് നെറ്റിയിൽ കുറിവരച്ചു. പൂവ് മുടിക്കെട്ടിൽ തിരുകി.

മതിൽക്കെട്ടിനു പുറത്ത് ആൽത്തറയിൽ നാഗരാജാവിന്റെയും നാഗയക്ഷിയുടെയും പ്രതിമകൾ ഇരുന്നു. അവർക്കുമുമ്പിൽ വിളക്കും പൂവും ഒന്നുമില്ല.

പെട്ടെന്ന് മനയ്ക്കപ്പറമ്പിന്റെ കിഴക്കേക്കോണിലെ സർപ്പക്കാവിൽ മഞ്ഞൾപ്പൊടിയും പൂക്കിലയും അണിഞ്ഞിരിക്കാറുള്ള സർപ്പബിംബങ്ങൾ ഗീതയുടെ ഓർമ്മയിലേക്കു വന്നു. മീനത്തിലെ ആയില്യത്തിന് സർപ്പങ്ങൾക്കു നൂറുംപാലും കൊടുക്കുമ്പോൾ പുള്ളോനും പുള്ളോത്തിയും അവിടെ ഇരുന്നു പാടും. കുരുത്തോലയും ചെത്തിപ്പൂവും

കൊണ്ടലങ്കരിച്ച പന്തലിനുകീഴിൽ അരിപ്പൊടിയും മഞ്ഞൾപ്പൊടിയും വാകപ്പൊടിയും കൊണ്ടു വരച്ചിട്ട സർപ്പക്കളം. കെട്ടുപിണഞ്ഞ് ഇണ ചേർന്ന് ഫണം വിടർത്തിയാടുന്ന നാഗങ്ങൾ. പുള്ളോന്റെ നാടൻ വീണ യിലെ സംഗീതത്തിന്റെ സ്വർണ്ണനാഗങ്ങൾ കിടന്നു പുളയുന്നു.

ഒന്നാകും നല്ല തിരുക്കടലക്കരെ
ഒന്നല്ലോ മണിനാഗം മുട്ടയിട്ടു
താനിട്ട മുട്ടയും പാമ്പിൻകിടാങ്ങളും
താനേ ഫണം വിരിച്ചാടിവായോ..

നാടൻവീണയുടെ ഈണവും പുള്ളോക്കുടത്തിന്റെ താളവും കൂടി ക്കലരുന്നതിന്റെ ലയം. മഞ്ഞൾ കലക്കിയ നൂറിന്റെയും പാലിന്റെയും ഗന്ധം.

താൻ നില്ക്കുന്നത് തന്റെ ഗ്രാമത്തിൽ തന്നെയാണെന്ന് ഗീതയ്ക്കു തോന്നി.

ശാന്തിക്കാരൻ അമ്പലംപൂട്ടി പുറത്തേക്കിറങ്ങിവന്നു. അയാൾ അവളെ ശൂന്യമായ ദൃഷ്ടികളോടെ നോക്കി. അവൾ കിഴക്കോട്ടുള്ള വഴിയേ തിരിഞ്ഞു നടന്നു. ശാന്തിക്കാരൻ എന്തോ പിറുപിറുത്തുകൊണ്ട് തെക്കോട്ടുള്ള വഴിക്കും.

അമ്പലപ്പറമ്പിൽനിന്ന് അവൾ തെരുവിലിറങ്ങി. തെരുവിൽ തിരക്കു വർദ്ധിച്ചുകഴിഞ്ഞിരുന്നു. ആളുകളും വാഹനങ്ങളും ഇടകലർന്നൊഴു കുന്നു. വഴിവക്കിൽ പൂത്തുനില്ക്കുന്ന മഞ്ഞവാകകൾ. തീക്കനലു കൾപോലെയാണ് വാകയുടെ പൂക്കൾ. വാടിയ പൂക്കൾ വഴിവക്കിൽ വീണു കിടക്കുന്നു.

വഴിക്കുവച്ച് ഒരു പെൺകുട്ടിയുടെ കൈയും പിടിച്ചുവരുന്ന ഒരു മുത്ത ശ്ശിയെ കണ്ടു. മധുച്ചേട്ടന്റെ അമ്മയുമായി അകന്ന ബന്ധമുണ്ടവർക്ക്. ഇടയ്ക്കിടയ്ക്ക് വീട്ടിൽ വരും. നെറ്റിക്കുമീതെ വിലങ്ങനെ കൈവച്ച് ആ മുത്തശ്ശി ഗീതയെ നോക്കി.

"എവിടെപ്പോയതാ പെണ്ണേ?'

"അമ്പലത്തില്."

"തനിച്ചോ....?"

'എനിക്കു പിന്നെ ആരാ തുണ?'– എന്നു ചോദിക്കാനോർത്തതാണ്. ഒന്നും മിണ്ടാതെ നിന്നു.

"എനിക്കെന്റെ എളേമോള്ടെ അടുത്തുപോണം. മോള്ടെ മോളാ ഇത്. പോട്ടെ. നേരംപോയി."

ആ പെൺകുട്ടിയുടെ കൈയും പിടിച്ചു മുത്തശ്ശി നടന്നു. മുത്തശ്ശി യോട് ലോഹ്യം ചോദിക്കാനും ചിരിച്ചു കാണിക്കാനും അവൾ മറന്നു. മുത്തശ്ശിക്ക് എന്തെങ്കിലും തോന്നിയിട്ടുണ്ടാവുമോ ആവോ! വെറുതെ സ്നേഹം ഭാവിക്കാനും ചിരിച്ചു കാണിക്കാനുമൊക്കുമോ? ഹൃദയത്തി ലെന്തെങ്കിലും വേണ്ടേ?

അവൾ നടന്നു.

ദൂരെനിന്ന് അടുത്തടുത്തുവരുന്ന മുദ്രാവാക്യങ്ങൾ അവളുടെ കാതിൽ വന്നലച്ചു. വളവു തിരിയുന്നിടത്തുവച്ച് ഒരു ചെറിയ ജാഥ അവളുടെ നേരെ വന്നു. ജാഥയിൽ കൂടിപ്പോയാൽ ഇരുപതോ ഇരുപത്തഞ്ചോ പേർ ഉണ്ടാവും. ഒക്കെ ചെറുപ്പക്കാരാണ് അവർ ഉയർത്തിപ്പിടിച്ചിരുന്ന ചിത്രത്തിലേക്ക് ഗീത ഉറ്റുനോക്കി. കറുത്ത ചായംകൊണ്ട് ഏതോ ചിത്രകാരൻ അലസമായി വരച്ച അരവിന്ദന്റെ ചിത്രം. മെലിഞ്ഞ ഒരു ചെറുപ്പക്കാരൻ ഉയർത്തിപ്പിടിച്ചിരുന്ന ആ ചിത്രം അവൾ കണ്ണിമയ്ക്കാതെ നോക്കിനിന്നു. അവരുയർത്തിയ മുദ്രാവാക്യങ്ങൾ അവളുടെ കാതിൽ മുഴുക്കങ്ങളുണ്ടാക്കി.

ഇൻക്വിലാബ് സിന്ദാബാദ്
രക്തസാക്ഷികൾ സിന്ദാബാദ്
സഖാവ് അരവിന്ദൻ സിന്ദാബാദ്
ഇൻക്വിലാബ് സിന്ദാബാദ്.

ജാഥയിലുള്ളവർ ഉയർത്തിപ്പിടിച്ചിരുന്ന പ്ലക്കാർഡുകൾ ഗീത മാറി മാറി വായിച്ചു; സഖാവ് അരവിന്ദന്റെ രക്തസാക്ഷിദിനം. ഓരോ തുള്ളി ചോരയ്ക്കും പകരം ഞങ്ങൾ ചോദിക്കും. ഇൻക്വിലാബ് സിന്ദാബാദ്. സഖാവ് അരവിന്ദൻ സിന്ദാബാദ്...

ജാഥ അവളുടെ തൊട്ടുമുമ്പിലെത്തി. മെലിഞ്ഞ ചെറുപ്പക്കാരൻ ഉയർത്തിപ്പിടിച്ചിരുന്ന അരവിന്ദന്റെ ചിത്രം അവളുടെ ഇമചിമ്മാത്ത കണ്ണുകളിൽ പൊടുന്നനെ അരവിന്ദൻ തന്നെയായിത്തീർന്നു. അരവിന്ദൻ മുദ്രാവാക്യങ്ങൾ മുഴക്കി അടിവച്ചടിവച്ചു നീങ്ങുന്നത് അവൾ കണ്ടു.

ഇൻക്വിലാബ് സിന്ദാബാദ്...
ഇൻക്വിലാബ്..

വഴിയരികിൽ ഒരു പ്രതിമപോലെ നില്ക്കുന്ന അവളുടെ മുമ്പിലൂടെ ജാഥയിലെ സഖാക്കൾ കടന്നുപോയി. അവരുയർത്തിയ മുദ്രാവാക്യങ്ങൾ അവളുടെ കാതിൽ ഉച്ചത്തിൽ മുഴങ്ങുകയും പ്രതിദ്ധ്വനികളുണ്ടാക്കുകയും ചെയ്തു. ഒരു സ്വപ്നത്തിലെന്നോണം. ഒരു വിഭ്രാന്തിയിലെന്നോണം അവൾ അരവിന്ദന്റെ സഖാക്കളെ അനുധാവനം ചെയ്തു. ജാഥയിലെ അവസാനത്തെ ആൾ അവളെ തിരിഞ്ഞുനോക്കി. അവൾ ഒരു ഞെട്ടലോടെ വഴിയുടെ മദ്ധ്യത്തിൽ അങ്ങനെ നിന്നു. അവളുടെ കണ്ണിൽനിന്ന് ജാഥ അകന്നകന്നു പോയി. മുദ്രാവാക്യങ്ങൾ അകന്നകന്നു പോയി.

തൊട്ടുമുമ്പിൽനിന്ന് ബ്രേക്കിട്ടു നിർത്തിയ ടാക്സിയിൽനിന്ന് കൊമ്പൻമീശയും ചുവന്ന കണ്ണുകളുമുള്ള ഡ്രൈവർ ക്രുദ്ധനായി അവളോടു ചോദിച്ചു:

"ചാകാൻ തന്നെയാണോ പെങ്ങളേ?"

അപ്പോഴാണ് അവൾക്ക് പരിസരബോധമുണ്ടായത്. നാടകത്തിലെ യമധർമ്മന്റെ മുഖച്ഛായയുള്ള ഡ്രൈവർ ടാക്സി തിരിച്ച് വഴിമാറി ഓടിച്ചുപോയി.

പതറിയ മനസ്സോടെ, അരവിന്ദനെക്കുറിച്ചുള്ള ഓർമ്മകളോടെ അവൾ തിരിച്ചു നടന്നു.

അരവിന്ദനും അരവിന്ദന്റെ സഖാക്കളും ഉയർത്തിയ മുദ്രാവാക്യങ്ങൾ അവളുടെ കാതിൽ വീണ്ടും വീണ്ടും മാറ്റൊലികളുണ്ടാക്കി.

ഇൻക്വിലാബ് സിന്ദാബാദ്

സഖാവ് അരവിന്ദൻ സിന്ദാബാദ്...

ഇൻക്വിലാബ്....

ഓരോ തുള്ളി ചോരയ്ക്കും അവർ പകരം ചോദിക്കുമെന്ന്. ആരാണ് യഥാർത്ഥത്തിൽ അരവിന്ദനെ കൊന്നത്? ആ അർദ്ധരാത്രിയിൽ താനല്ലേ അരവിന്ദനെ മരണത്തിന്റെ മുമ്പിലേക്ക് ഇറക്കിവിട്ടത്? ഭർത്താവ് വീട്ടിലില്ലാത്ത രാത്രിയിൽ പഴയ കാമുകൻ വരുമ്പോൾ ഒരു ഭാര്യ വേറെ എന്തു ചെയ്യും? ഒരു രാത്രി അരവിന്ദനെ ആ വീട്ടിൽ ഒളിച്ചിരിക്കാൻ അനുവദിച്ചിരുന്നെങ്കിൽ ആകാശം ഇടിഞ്ഞു വീഴുമായിരുന്നോ? സ്നേഹത്തിന്റെയും വിശ്വാസത്തിന്റെയും പേരിൽ അഭയം ചോദിച്ചുവന്ന ഒരു മനുഷ്യനെ...

അടഞ്ഞുകിടന്ന ഗ്രിൽഗേറ്റു തുറന്ന്, പടിക്കെട്ടുകൾ കേറി ഇടനാഴി കടന്ന് അവൾ അകത്തേക്കു ചെന്നപ്പോൾ മധു കസേരയിൽ ഇരിക്കുന്നു!

ഓ, വന്നു!

തന്റെ നേർക്ക് ഉയർത്തപ്പെട്ട നിർവ്വികാരമായ ദൃഷ്ടികൾക്കു മുമ്പിൽ, ഹൃദയത്തിന്റെ നടുക്കം കണ്ണിൽ പ്രതിഫലിപ്പിച്ചുകൊണ്ട് വാതില്ക്കൽ ഒരു നിമിഷം അവൾ സ്തംഭിച്ചു നിന്നു.

ഇരുപത്തിയഞ്ച്

മകന്റെ മാറ്റം കണ്ട് അമ്മ പേടിക്കുകയും വ്യസനിക്കുകയും ചെയ്തു. ഇവനെന്തുപറ്റി? ഇവൻ ഇങ്ങനെയായിരുന്നില്ലല്ലോ! എന്നും അവനു സ്വന്തം കാര്യത്തിലായിരുന്നു ശ്രദ്ധ. പഠിക്കുന്നകാലത്ത് പഠിത്തം എന്ന ഒറ്റ വിചാരമേ ഉണ്ടായിരുന്നുള്ളൂ. ഉദ്യോഗം കിട്ടിയതിൽ പിന്നെ ഉദ്യോഗം എന്ന വിചാരം മാത്രം. അവന് അധികം കൂട്ടുകാരുണ്ടായിരുന്നില്ല. അവൻ തന്നെ പറയാറുണ്ടായിരുന്നു. അര നാഴിക ഒന്നിച്ചു നടക്കാൻ മാത്രം അടുപ്പമുള്ള ഒരു സ്നേഹിതനും തനിക്കില്ലെന്ന്. വീട് വിട്ടാൽ ആഫീസിൽ. ആഫീസിൽ നിന്നിറങ്ങിയാൽ വീട്ടിൽ. വേറെ ഒരിടത്തും പോവില്ല. ചാർച്ചയിൽ പെട്ടവരൊക്കെ പരാതി പായാറുണ്ടായിരുന്നു:- "ഒന്നു കേറി വന്നെന്നോർത്തെന്താ; അന്യരൊന്നുമല്ലല്ലോ?" മധു വെറുതെ ചിരിക്കും. വരാം എന്നു പറയും. അവർക്കറിയാം. വരില്ലെന്ന്. അമ്മ ഓർക്കാറുണ്ടായിരുന്നു- അവന് അവന്റെ അച്ഛന്റെ സ്വഭാവം തന്ന്യാണ്. ആരോടും അത്ര അടുപ്പവുമില്ല. അത്ര അകല്ച്ചയുമില്ല. എപ്പോഴും സ്വന്തം കാര്യം മാത്രം ചിന്തിച്ചു, എല്ലാവരിൽനിന്നും അകന്ന്.

അതുപോയിട്ട് ഇപ്പോൾ അവൻ എങ്ങനെയായിത്തീർന്നിരിക്കുന്നു!

വീട്ടിൽ വരുന്നത് സന്ധ്യക്കും അർദ്ധരാത്രിക്കുമാണ്. ചിലപ്പോൾ വരാറേ ഇല്ല. എവിടെയായിരുന്നു എന്നു ചോദിച്ചാൽ ഉത്തരം പറയാൻ അവൻ പരുങ്ങുന്നു. എന്തെങ്കിലും ഒരുകാരണം കണ്ടുപിടിക്കാനുള്ള വെപ്രാളം? ഉദ്യോഗ സംബന്ധമായി ടൂറിലായിരുന്നു. അല്ലെങ്കിൽ ആഫീസിൽ അത്യാവശ്യമായി ചില ജോലികളുണ്ടായിരുന്നു അല്ലെങ്കിൽ...

കേൾക്കുമ്പോഴറിയാം നുണയാണെന്ന്.

സന്ധ്യക്കോ അർദ്ധരാത്രിക്കോ വീട്ടിലേക്കു കയറിവരുന്നതു കണ്ടാൽ സങ്കടം തോന്നും. ഇവൻ ഇങ്ങനെയായിത്തീരുമെന്ന് ആരോർത്തു. അവന് സങ്കടമുണ്ട്. അതിന് അവൻ കണ്ടുപിടിച്ച മരുന്ന്.

എല്ലാം വിധിയാണെന്നു കൂട്ടിയാൽ മതി. അല്ലെങ്കിൽ ഇങ്ങനെ വരണോ? എന്തു മിടുക്കിയായിരുന്നു ഗീത ഈ വീട്ടിൽ വന്നു കയറുമ്പോൾ! കൊളുത്തിവച്ച നിലവിളക്കായിരുന്നു അവൾ. ഈ വീട് മുഴുവൻ അവൾ വെളിച്ചംകൊണ്ടു നിറച്ചു. ഈ വീട് മുഴുവൻ അവൾ നിറഞ്ഞു നിന്നു. അവളുടെ ചിരി. അവളുടെ വർത്തമാനം. ഏതു നേരവും അമ്മേ അമ്മേന്നും വിളിച്ചോണ്ട്.. ഓർക്കുമ്പോൾ സഹിക്കാൻ കഴിയുന്നില്ല. വിധിയെന്നല്ലാതെ വേറെ എന്താണ് പറയുക? ഇപ്പോൾ അവളുടെ നേരെ നോക്കാൻ മനസ്സു വരുന്നില്ല. സന്തോഷം മരിച്ച്, ക്ഷീണിച്ച്, വിളറി, വിഷാദം നിറഞ്ഞ കണ്ണുകളോടെ അവൾ ഇരിക്കുന്നതു കാണുമ്പോൾ ഹൃദയം പൊട്ടുന്നു. പണ്ടത്തെ ഗീതയാണോ ഇത്! കെടുത്തിവച്ച ക്ലാവു പിടിച്ച നിലവിളക്ക്. ദുർവ്വിധി, അമ്മയുടെ മനസ്സിൽ ദുഃഖം എരിഞ്ഞു. ഇതെല്ലാം കാണാൻ ഞാൻ ഒരുത്തി.

രാത്രി മണി പത്തര.

ഇതുവരെ മധു വന്നില്ല. രണ്ടുദിവസമായില്ലേ പോയിട്ട്? എവിടെ പോയതാണവൻ? ഇന്നിങ്ങു വരട്ടെ. അങ്ങനെ വിട്ടാൽ പറ്റില്ലല്ലോ അവനെ.

അമ്മ അരിശവും സങ്കടവും അടക്കി കാറിന്റെ ഒച്ച കേൾക്കാൻ കാത്തിരുന്നു.

ഇന്നും ഇവൻ വരില്ലെന്നുണ്ടോ?

ഒച്ചനയനക്കങ്ങൾ കേൾക്കാനില്ല. നഗരം ഉറങ്ങി. ഇടയ്ക്കിടയ്ക്കു കടന്നുപോകുന്ന ലോറികളുടെയോ കാറുകളുടെയോ ശബ്ദം മാത്രമേ അമ്മ കേട്ടുള്ളൂ. അരണ്ട നിലാവുണ്ട്. ജനലഴികൾക്കിടയിലൂടെ കമ്പിക്കാലുകളിലെ വഴി വിളക്കുകൾ കാണാം. കാത്തിരുന്നു മടുത്തു. കുറേ നേരം കൂടി കാക്കാം. വടക്കോട്ടുള്ള പത്തരയുടെ വണ്ടി പോയോ?

അകത്തെ മുറിയിൽ ഗീത ഉറങ്ങിയിട്ടില്ല. രാത്രി വളരെ ഇരുട്ടുന്നതുവരെ അവൾ അങ്ങനെ ഇരിക്കും. "ഉറങ്ങു മോളെ, നേരം പാതിരാത്രിയായി." – എന്നു പറഞ്ഞാലും അവൾ അങ്ങനെ ഇരിക്കും. ഇന്നലെ ചെന്നു നോക്കുമ്പോൾ അവൾ ഒരു നിഴൽ പ്രതിമപോലെ അങ്ങനെ ഇരിക്കുന്നു. "നീ ഇതുവരെ കിടന്നില്ലേ മോളേ?" എന്നു ചോദിച്ചു അടുത്തേക്കു ചെന്നപ്പോഴാണ് അവൾ മുഖമുയർത്തി നോക്കിയത്. മുഖത്ത് കണ്ണീരൊഴുകിയതിന്റെ പാടുകൾ. ഇവിടെ ഒറ്റയ്ക്കിരുന്നു കരയുകയാ

യിരുന്നോ? നീയെന്തിനാ ഇങ്ങനെ സങ്കടപ്പെടണെ?– എന്നൊക്കെ ചോദിക്കാൻ ഓർത്തതാണ്. വാക്കുകൾ ഹൃദയത്തിൽ കിടന്ന് കൂട്ടിലെ പക്ഷികളായി ചിറകിട്ടടിച്ചു. അവളുടെ കണ്ണിൽ ദുഃഖത്തിന്റെ പാട. കുറേനേരം അവളെ നോക്കിനിന്നതിനുശേഷം ഒന്നും മിണ്ടാതെ നെടുവീർപ്പിട്ടുകൊണ്ടു ഇറങ്ങിപ്പോന്നു. അവളുടെ അടുത്ത് ഇനിയും നിന്നാൽ താനും കരയും എന്ന വിഷമത്തോടെ.

പാവം, പെൺകുട്ടി. കണ്ണീരു കുടിക്കാനാണ് അതിന്റെ യോഗം...

എന്റെ മോള്.. ഞാൻ പെറ്റില്ലെന്നല്ലേ ഉള്ളൂ.

അങ്ങനെ ഓരോന്നോർത്തിരുന്നപ്പോഴാണ് കാറിന്റെ ഒച്ച കേട്ടത്. അമ്മ ഓർമ്മകളിൽ നിന്നുണർന്നു. കാറ് ഗേറ്റിനു മുമ്പിൽ വന്നു നിന്നു. ആരെങ്കിലും ഓടിച്ചെന്നു ഗേറ്റു തുറക്കുകയാണ് പതിവ്. പരമുനായർ നേരത്തെ ഉറങ്ങി. ഗീത അകത്ത് സങ്കടപ്പെട്ടിരിക്കുന്നു. അമ്മ അനങ്ങിയില്ല. അവനിറങ്ങി വേണമെങ്കിൽ ഗേറ്റു തുറക്കട്ടെ. പാതിരാത്രിക്കു കേറി വരുമ്പോൾ ഗേറ്റു തുറക്കാൻ അമ്മ കാത്തിരിക്കണോ ഉറങ്ങാതെ?

മധു കാറിന്റെ ഹോണടിച്ചു.

കേട്ടിട്ടും എനിക്കു മനസ്സില്ല എന്ന അർത്ഥത്തിൽ അമ്മ അവിടെ ഇരുന്നു.

പുറകിൽ കാൽപ്പെരുമാറ്റം

അമ്മ തിരിഞ്ഞുനോക്കിയപ്പോൾ ഗീത. "നിനക്കു വേറെ തൊഴിലില്ലേ പെണ്ണേ" – എന്ന് അമ്മ ചോദിച്ചു. ദേശാടനം കഴിഞ്ഞു വന്നിരിക്കുന്നു, പാതിരാത്രിക്ക്! അതുവരെ ഉറങ്ങാതെ കാത്തിരുന്നോളണം.

ഗീത ഇറങ്ങി ചെല്ലന്നേനു മുമ്പേ മധു കാറിൽ നിന്നിറങ്ങി ഗേറ്റു തുറന്ന് കാറകത്തു കേറ്റിയിട്ടു. ഗീത ഇറങ്ങിച്ചെന്നു ഗേറ്റടച്ചു. കാറിൽ നിന്നിറങ്ങി അമ്മയുടെ അടുത്തേക്കുചെന്ന് ആരോടെന്നില്ലാതെ മധു ചോദിച്ചു.

"ഇവിടെ ആർക്കും ചെകിട് കേൾക്കില്ലേ?"

ഹും, അവന്റെ– ഒരു ഗർവ്വ്!

അമ്മ മിണ്ടാതെ അരിശം കടിച്ചു ചവച്ചു.

"എത്രനേരം കിടന്ന് ഹോണടിച്ചു. ഒരെണ്ണം കേൾക്കില്ല."

അമ്മയ്ക്കു ക്ഷമ കേട്ടു.

"നീയാരാടാ എന്നെ ശാസിക്കാൻ? ഞാനെന്താ നിന്റെ വാല്യക്കാരിയോ?"

"അമ്മ മാത്രമേ ഉള്ളൂ ഇവിടെ."

"പിന്നെ ആരാ, സുഖമില്ലാത്ത ഈ പെണ്ണോ?" മധുവിന് മറുപടി ഇല്ല.

അപ്പോഴേക്കും ഗേറ്റു ചാരി കുറ്റിയിട്ടതിനുശേഷം ഗീത ഇറയത്തേക്കു കയറി വന്നു. അവൾ ഒതുങ്ങി മാറി സങ്കടം ഒതുക്കി മധുവിനെ നോക്കി നിന്നു. മധു അകത്തേക്കുപോകാൻ തുടങ്ങിയപ്പോൾ അമ്മ ആജ്ഞാപിച്ചു.

"നില്ലെടാ അവിടെ?"

"മധു അവിടെ നിന്നു.

"നീ എവിട്യായിരുന്നു രണ്ടീസം കൊണ്ട്?"

"ആഫീസ് സംബന്ധമായ ടൂറിലായിരുന്നു. ഞാൻ ഫോൺ ചെയ്തിട്ടല്ലേ പോയെ?"

"ടൂറ്! നിനക്കു മാത്രെ ഉള്ളൂ. ടൂറ്, ദേ ഞാനൊരു കാര്യം പറഞ്ഞേക്കാം. അമ്മേടടുത്ത് നിന്റെ തോന്ന്യാസൊന്നും കാണിക്കണ്ടാ."

'അമ്മ എന്തിനാ ദേഷ്യപ്പെടണെ? ഞാനെന്തു കാണിച്ചിട്ടാ?"

"ഞാൻ പറേണോ, നിന്നോട്? എടാ, എന്റെ കാര്യം പോട്ടെ. ഈ പെണ്ണിന്റെ സങ്കടോങ്കിലും കാണണ്ടേ നീ?"

"എന്നാൽ ഞാനിവിടെ കുത്തിയിരിക്കാം. ഏതു നേരോം! മതിയോ?

"എന്നാണോ ഞാൻ പറഞ്ഞെ? അവന്റെ ഒരുദ്യോഗോം ആഫീസും! അതൊക്കെ പണ്ടും ഇല്ലാഞ്ഞോ? അമ്മ പൊട്ടിയാണെന്നാണോ മോന്റെ വിചാരം?"

"എന്റെ സങ്കടം എന്താ അമ്മ മനസ്സിലാക്കാത്തെ?"

"നിനക്കു മാത്രമേ ഉള്ളൂ സങ്കടം?"

അമ്മയുടെ അരിശത്തിനുമുമ്പിൽ മകന്റെ തലകുനിഞ്ഞു.

"എടാ, സഹിക്കാൻ മേലാതെയായി എനിക്ക്."

"അമ്മയ്ക്കെന്താ വേണ്ടേ?"

"ശകലം വെഷം."

ശബ്ദങ്ങളായ ശബ്ദങ്ങളൊക്കെ സ്തംഭിച്ച ഒരു നിമിഷം.

"നിന്നെക്കൊണ്ടു കഴിയുമോ അതുകൊണ്ടു തരാൻ? അമ്മ അത് അമൃതമെന്നു കരുതി തിന്നോളാം. തീരുമല്ലോ ഈ ദുരിതം. പിന്നെ ഇതൊന്നും കാണണ്ടല്ലോ. മടുത്തു മോനേ... അമ്മയ്ക്കിനീം ഇതു സഹിക്കാനുള്ള ശക്തിയില്ല." അമ്മയുടെ മൗനം അങ്ങനെ കേണു.

ഒന്നും മിണ്ടാതെ പതിഞ്ഞ കാൽവയ്പുകളോടെ മധു അകത്തേക്കു നടന്നു. ദുഃഖം കടിച്ചമർത്തി നില്ക്കുന്ന ഗീതയെ വാത്സല്യത്തോടെ അമ്മ ശാസിച്ചു: "പോയിക്കിടന്നുറങ്ങ് നേരം പാതിരാത്രി കഴിഞ്ഞു. ഇനി നാളെ നേരം വെളുത്തിട്ടു സങ്കടപ്പെടാം. പോരേ?"

മുഖം കുനിച്ച് ഗീത അകത്തേക്കു നടന്നു. അവൾ ചെന്നപ്പോഴേക്കും മധു ഷർട്ടും പാന്റ്സും അഴിച്ച് കൈലി ഉടുത്ത് കസേരയിൽ ഇരുന്നു കഴിഞ്ഞു. അവൾ അടുത്തുചെന്ന് താല്പര്യത്തോടെ പറഞ്ഞു.

"ഊണു കഴിക്കാൻ വരൂ."

"വേണ്ട." അയാൾ മുഖത്തുനോക്കാതെ പറഞ്ഞു: "ഞാൻ ഭക്ഷണം കഴിച്ചു: ഒരു പാർട്ടിയുണ്ടായിരുന്നു. ഹോട്ടൽ ഓഷ്യാനിക്കിൽ."

അവൾ അടുക്കളയിൽചെന്ന് മൂടിവെച്ചിരുന്ന പാൽ എടുത്തുകൊണ്ടുവന്നു.

"പാൽ."

"അവിടെ വച്ചേക്ക്."

അവൾ മേശപ്പുറത്ത് പാലിന്റെ ഗ്ലാസ് വച്ച് കപ്പുകൊണ്ടുമൂടി.

മധു ഒരു സിഗററ്റു കത്തിച്ചു.

ഗീത മാറി ചുവരും ചാരി നിന്നു.

ടൈംപീസിൽ നിമിഷങ്ങൾ ഇടിഞ്ഞുവീഴുന്ന ഒച്ച.

ദൂരെ ഭാരം കയറ്റിയ ലോറിയുടെ ഞരക്കം മുറിക്കകത്തേക്കു പ്രളയം പോലെ ഇരച്ചു വന്നു. അതിൽ നിമിഷങ്ങളുടെ മിടിപ്പുകൾ മുങ്ങിപ്പോയി. ലോറിയുടെ ശബ്ദം അകന്നകന്നുപോയപ്പോൾ വീണ്ടും നിശ്ശബ്ദത കനത്തു കനത്തു വന്നു.

അവൾ അടുത്തു ചെന്നു പറഞ്ഞു:-

"ഇന്ന് എന്റെ അച്ഛൻ വന്നിരുന്നു. ഉച്ചയ്ക്ക്."

മധു കേട്ട ഭാവമില്ല.

"അനിയത്തിക്ക് ഒരു വിവാഹാലോചന വന്നിരിക്കുന്നു."

കേൾക്കുന്നുണ്ടോ ആവോ.

ഒരക്ഷരം മിണ്ടിയാലെന്താ?

ഒന്നു നേരെ നോക്കിയാലെന്താ?

"ചെറുക്കൻ പെണ്ണു കാണാൻ വന്നിരുന്നെന്ന്." കേൾക്കുന്നുണ്ടെങ്കിലും ഇല്ലെങ്കിലും പറയാതെ നിവൃത്തിയില്ലല്ലോ. അവളുടെ സ്വരത്തിൽ വിഷാദത്തിന്റെ കരടുകൾ തടഞ്ഞു:- "ചെറുക്കന് വിദേശത്താണ് ജോലി. നല്ല ശമ്പളം ആറേഴുമാസംകൂടി കഴിയുമ്പോൾ പ്രൊമോഷൻ കിട്ടും. അപ്പോൾ ശമ്പളം ഇന്നത്തേതിന്റെ അര ഇരട്ടി കൂടി വർദ്ധിക്കുമെന്ന്."

അവൾക്കു ഈർഷ്യയും സങ്കടവും തോന്നി. ഒരു കല്ലിന്റെ മുമ്പിൽ ചെന്നുനിന്ന് ഇത്ര താല്പര്യത്തോടെ പറഞ്ഞാൽ അതിനു പ്രതികരണമുണ്ടാകും. എന്നിട്ടുപോലും-

അവൾ ചോദിച്ചു:-

"ചേട്ടൻ കേൾക്കുന്നുണ്ടോ?"

അയാൾ ഒന്നും മിണ്ടാതെ ഉദാസീനമായി അവളെ ഒന്നു നോക്കി.

ഓ, ഈശ്വരാ! കേൾക്കുന്നുണ്ട്.

അവൾക്ക് അല്പം ആശ്വാസം തോന്നി.

അവൾ നെടുവീർപ്പിട്ടു.

"അനിയത്തിയെ അവർക്കിഷ്ടായെന്ന്. അവൾക്കും ഇഷ്ടമായി. അനിയത്തിയുടെ വിവാഹംകൂടി കഴിഞ്ഞാൽ ചുമതല തീർന്നൂന്നാണ് അച്ഛന്റെ വിചാരം. ഒരു കണക്കിന് അതും നേരാ. അച്ഛനു വയസ്സായി."

മധു ആഷ്ട്രേയിൽ സിഗരറ്റു കുത്തിക്കെടുത്തി. എനിക്കൊന്നും കേൾക്കണ്ടെന്നും പറഞ്ഞ് എഴുന്നേറ്റുപോകാനാണോ ഭാവം...?

അല്ല. ഇരിക്കുന്നു.

"അടുത്ത ആഴ്ച പെണ്ണിന്റെ ആൾക്കാര്. ചെറുക്കന്റെ വീടു കാണാൻ ചെല്ലണമെന്നു പറഞ്ഞിട്ടാണ് അവരുപോയതെന്ന്! അതു പറയാനായിരുന്നു അച്ഛൻ വന്നത്. ഒരുദിവസം അച്ഛൻ ചേട്ടനെ കാത്തു. ഇന്നും വന്നില്ലെങ്കിലോന്നോർത്ത് അച്ഛൻ പോയി. അവിടെ ചെന്നിട്ട് ഒരു നൂറുകൂട്ടം കാര്യങ്ങളുണ്ടെന്ന്."

മധു ഒന്നും മിണ്ടാതെ പോയി കിടന്നു.

ഒരക്ഷരം മിണ്ടിയില്ലല്ലോ എന്ന് അവൾ സങ്കടത്തോടെ ഓർത്തു.

അവൾ ലൈറ്റ് ഓഫ് ചെയ്തു. മങ്ങിയ വെളിച്ചത്തിൽ അവൾ ചുമരും ചാരി നിന്നു.

അനിയത്തിയെന്നു വച്ചാൽ ജീവനാണ് ഗീതയ്ക്ക്. അനിയത്തിക്കാണെങ്കിൽ അമ്മയോടുള്ളതിനേക്കാൾ സ്നേഹമാണ് ചേച്ചിയോട്. അനിയത്തിയുടെ വിവാഹത്തെക്കാൾ സന്തോഷമുള്ള മറ്റെന്തെങ്കിലുമുണ്ടോ ഗീതയ്ക്ക്?

അനിയത്തിക്കെന്തു സ്നേഹമാണ് മധുച്ചേട്ടനോട്!

എന്നിട്ട്, അവൾക്കൊരു വിവാഹാലോചന വന്നിരിക്കുന്നു എന്ന് കേട്ടിട്ട് ഒരക്ഷരം മിണ്ടണ്ടേ!

വിങ്ങിപ്പൊട്ടുന്ന ഹൃദയത്തോടെ അവൾ ദീപുമോന്റെ അടുത്തു ചെന്നു കിടന്നു. അടക്കാൻ കഴിയണ്ടേ സങ്കടം? ചരിഞ്ഞു കിടന്ന് അവൾ ഏങ്ങലടിച്ചു കരഞ്ഞു. അവളുടെ കണ്ണീരു കൊണ്ടു കിടക്ക നനഞ്ഞു.

ചുമലിൽ ഒരു സ്പർശനം.

"ഗീതേ."

അവൾ മുഖം തിരിച്ചു നോക്കി.

നരച്ച ഇരുട്ടിൽ മധു.

"നീയെന്തിനാ കരയുന്നെ?"

എന്തിനാണു കരയുന്നതെന്ന്! കരയിപ്പിക്കുന്ന ആൾക്കല്ലേ അതറിയൂ.

"അരുത്. കരയാതെ."

വികാരശൂന്യമായ ഒരു സാന്ത്വനം.

മധു തന്നെക്കുറിച്ച് മതിപ്പോടെ ഓർത്തു. ഈ നാട്യം തനിക്കേ അറിയൂ. അകമേ ഒരാൾ. പുറമേ മറ്റൊരാൾ

ഇരുപത്തിയാറ്

ദൂരെ എവിടെയോ കാറ്റിൽ ഇല്ലിക്കാടുകൾ ഉലയുന്ന ശബ്ദം. നഗരത്തിൽ ഒരിടത്തും ഇല്ലിക്കാടുകളില്ല. പിന്നെ എവിടുന്നാണിത്? ഇല്ലിക്കാടുകൾ ഉലയുന്നത് തന്റെ ഹൃദയത്തിൽ തന്നെയാണെന്ന് ഗീതയ്ക്കു തോന്നി. പണ്ടു നടക്കാറുണ്ടായിരുന്ന കുന്നിൻചെരിവുകളും ഗ്രാമവീഥികളും ഓർമ്മ വരുന്നു. ആ ഓർമ്മകളിൽ മനസ്സ് ഒഴുകുന്നു. പൊടുന്നനെ ആ ശബ്ദം ഭീകരമായിത്തീർന്നു. കൊടുങ്കാറ്റിൽ ഇല്ലിക്കാടുകൾ ഉലയുന്നു. ചിന്നം വിളിക്കുന്നു. ഇല്ലികൾ ഒടിയുന്നു. അവൾക്കു പേടി തോന്നി. എന്തുകൊണ്ടാണിങ്ങനെ? പുറത്ത് ചങ്ങല പൊട്ടിച്ച കൊടുങ്കാറ്റിൽ ഇല്ലിക്കാടുകൾ ഉലയുന്നു. മരക്കൊമ്പുകൾ ഉലയുന്നു. കൊമ്പുകൾ ഒടിയുന്നു. ഇതൊക്കെ തന്റെ ഹൃദയത്തിലാണുണ്ടാകുന്നതെന്ന് അവൾ പേടിച്ചു. തന്റെ ഉള്ളിൽ എന്തൊക്കെയോ ഇടിഞ്ഞു പൊളിഞ്ഞു വീഴുന്നു. അവൾ

ഭീതിയോടെ മുഖമുയർത്തി നോക്കി. ചുമരിൽ ഒരു വിടവ്. അതവിടെ നേരത്തേ ഉണ്ടായിരുന്നോ? അവൾ കണ്ടിട്ടില്ല. ചുമരിലെ വിള്ളലിൽനിന്ന് കൂറകൾ പറക്കുന്നു. അതിൽ ഒരു കൂറ അവളുടെനേരെ പൈശാചികമായ ശബ്ദത്തോടെ പറന്നുവന്നു. അവൾ കാൽമുട്ടുകൾക്കിടയിൽ തല കുനിച്ചു വച്ചിരുന്നു. കൂറകൾ തലയ്ക്കു മുകളിൽ മൂളിപ്പറക്കുന്നതു പോലെ തോന്നി.

അതു വെറും തോന്നലായിരുന്നു.

പിന്നെ കനത്ത നിശ്ശബ്ദതയിൽ അവൾ മുഖമുയർത്തി നോക്കി. കൂറകളില്ല. ചുമരിലെ വിള്ളൽ അവിടെയുണ്ട്. അതു നേരത്തെ അവിടെ ഉണ്ടായിരുന്നിരിക്കണം. ചുമരിൽ മറ്റെവിടെയെങ്കിലും വിള്ളലുകളുണ്ടോ എന്നു നോക്കുന്നതിനിടയ്ക്കാണ് അവൾ ഞെട്ടിത്തെറിച്ചത് ചുമരിൽ തൂക്കിയിരുന്ന കലണ്ടർ ചിത്രത്തിലെ ചൊകെ ചൊകെ ചുവന്ന റോസാപ്പൂവിൽ നിന്നു രക്തമൊഴുകുന്നു! രക്തം റോസാപ്പൂവിന്റെ ഇതളുകൾക്കിടയിൽനിന്നു ഒലിച്ചിറങ്ങുന്നു. റോസാപ്പൂവുകളുടെ നേരെ അവളുടെ കണ്ണുകൾ ഇമവെട്ടാതെ പന്തംപോലെ എരിഞ്ഞു നിന്നു. ഭ്രാന്തമായ ഒരാവേശത്തോടെ അവൾ എണീറ്റു ചെന്ന് റോസാപ്പൂവിൽനിന്നൊഴുകുന്ന രക്തം തൊട്ടുനോക്കി. ഇല്ല; രക്തമില്ല. വെറും തോന്നലായിരുന്നു. വിഹ്വലമായ മനസ്സിന്റെ വെറുമൊരു വിഭ്രാന്തിയായിരുന്നു

എന്തുകൊണ്ടാണിത്?

അരവിന്ദനെക്കുറിച്ചോർക്കുമ്പോഴൊക്കെ ചോരയൊഴുകുന്ന എന്തെങ്കിലും ഭ്രമസങ്കല്പത്തിൽ ചെന്നു വീഴുന്നു.

അരവിന്ദൻ പറയാറുണ്ടായിരുന്നു. എന്റെ രക്തത്തിൽ ഒരു അഗ്നിവസന്തത്തിന്റെ പൂക്കളുണ്ടെന്ന്.

അരവിന്ദൻ ഒരിക്കൽ പറഞ്ഞു – എന്നായാലും എന്റെ മരണം ഒരു ദുർമ്മരണമായിരിക്കുമെന്ന്. ചോര ചീന്തിയുള്ള തന്റെ മരണം– ദുർമ്മരണം– അരവിന്ദൻ നേരത്തെ ഭാവനയിൽ കണ്ടിരുന്നു.

“എന്നെപ്പോലെ ഒരാളുടെ അന്ത്യം മറിച്ചാവുകയില്ല. ചോര ചിന്തി പ്രാണൻ പിടഞ്ഞ്...”

അതു പൂർത്തിയാക്കാൻ സമ്മതിക്കാതെ അന്ന് അരവിന്ദന്റെ വായ് പൊത്തിയത് ഗീത ഓർത്തു. അത്രയുമൊക്കെ അരവിന്ദന് സങ്കല്പിക്കാൻ കഴിയുമായിരുന്നു. പക്ഷേ, അതിനു താൻ കാരണക്കാരിയായിത്തീരുമെന്ന് അരവിന്ദൻ സ്വപ്നത്തിലെങ്കിലും കണ്ടിരുന്നോ!...

താനല്ലേ ആ രാത്രിയിൽ അരവിന്ദനെ പൊലീസുകാരുടെ നിറതോക്കിനു മുമ്പിലേക്ക് – ദുർമ്മരണത്തിലേക്ക് എറിഞ്ഞുകൊടുത്തത്? രാത്രിയിൽ അരണ്ട നിലാവത്ത് ചാറ്റൽമഴ നനഞ്ഞുകൊണ്ടു ഇറങ്ങിപ്പോയ അരവിന്ദൻ...

ഈശ്വരാ ഓർക്കുമ്പോൾ

അന്നു മുതൽ താൻ അനുഭവിക്കുന്ന മനോവേദന. ആർക്കെങ്കിലും അറിയാമോ അത്? ആരോടെങ്കിലും പറയാനൊക്കുമോ അത്? ഒരിക്കലും

കെടാത്ത ഒരു തീക്കനലായി ആ ഓർമ്മ ഹൃദയത്തിൽ കിടക്കുന്നു.

അവൾ വാതില്ക്കൽ ചെന്ന് അങ്ങേമുറിയിലേക്കു നോക്കി. കസേരയിൽ എന്തോ ഓർത്തുകൊണ്ടു മധുച്ചേട്ടൻ കിടക്കുന്നു. കണ്ടാലറിയാം എന്തോ ഗാഢമായ ചിന്തയിലാണെന്ന്. അവൾ കാലൊച്ചപോലും കേൾപ്പിക്കാതെ തിരിയെ പോന്നു.

അടുക്കളയിൽ അമ്മ കൊണ്ടാട്ടം വറക്കാൻ തുടങ്ങുന്നു. ദീപുമോനും പരമുനായരും അടുക്കളവാതില്ക്കലുണ്ട്. തേങ്ങ പൊതിക്കുന്ന പരമുനായരുടെ അടുത്തു വട്ടത്തിലുള്ള ഒരു തേങ്ങാക്കൊത്തിനു വേണ്ടിയാണ് ദീപുമോൻ നില്ക്കുന്നത്. പരമുനായർ ദീപുമോനോട് എന്തൊക്കെയോ തമാശകൾ പറയുന്നു.

ഗീത അടുക്കളയിൽ നില്ക്കുമ്പോഴാണ് പുറത്ത് കാറിന്റെ ഒച്ച കേട്ടത്. ആരാണാവോ? അവൾ പുറത്തു വന്നു നോക്കിയപ്പോൾ രാജുവും രാജുവിന്റെ ഭാര്യയും കാറിൽ നിന്നിറങ്ങി വരുന്നു അവൾ ധൃതിയിൽ അടുക്കളയിലേക്കു തിരിച്ചുചെന്ന് അമ്മയോട് പറഞ്ഞു:

"അമ്മേ രാജു."

അമ്മയും ഗീതയും മുൻവശത്തേക്കു ചെന്നപ്പോഴേക്കും രാജുവും ഭാര്യയും പൂമുഖത്തെത്തിക്കഴിഞ്ഞു.

"നാണംകെട്ട് ഞാൻ പിന്നെയും വന്നു." രാജു പറഞ്ഞു: "അമ്മയെ കാണാൻ."

ഒന്നും പറയാനില്ലാതെ അമ്മ ഒരു വിളറിയ ചിരിയോടെ രാജുവിന്റെ ഭാര്യയോടു പറഞ്ഞു:

"വാ, മോളേ."

നാണം കൊണ്ടു മുഖം ചുവന്ന ഒരു പെൺകുട്ടി യാതൊരു പ്രൗഢിയുമില്ല. പരിഷ്കാരവുമില്ല. ഒരു ഗ്രാമീണ കന്യകയാണെന്ന് ഒറ്റനോട്ടത്തിലറിയാം.

"ഉഷേ, അതാണ് ഞാൻ പറഞ്ഞ അമ്മ." രാജു പറഞ്ഞു: "എനിക്കമ്മെയില്ലാത്തതിന്റെ സങ്കടം തീർക്കുന്നത് ഞാനീ അമ്മയെക്കുറിച്ചോർത്താണ്. പക്ഷേ, ഈ അമ്മയ്ക്ക് ആ സ്നേഹമില്ല."

"എന്നാരു പറഞ്ഞു." അമ്മ രാജുവിന്റെ നേരെ ശുണ്ഠിയെടുത്തു. - "ഞാനെന്തു സ്നേഹക്കുറവാ കാണിച്ചെ?"

"അമ്മ എന്റെ കല്യാണത്തിനു വന്നോ?"രാജു പറഞ്ഞു. "വേറെ ആരുവന്നില്ലെങ്കിലും എനിക്കത്ര സങ്കടം തോന്നുമായിരുന്നില്ല."

"ഞാനെങ്ങനെ വരാനാ കുഞ്ഞേ?" അമ്മ ചോദിച്ചു:- "നിനക്കറിയാൻ മേലേ ഇവിടത്തെ കാര്യം? വരണംന്ന് എനിക്കാശയില്ലാഞ്ഞിട്ടാണോ?"

"ആ മഹാനെവിടെ. മധു?" രാജു തിരിഞ്ഞ് ഗീതയോട് ചോദിച്ചു.- "വന്നെന്നു പേരുകേൾപ്പിച്ചിട്ട് അവൻ കടന്നുകളഞ്ഞു."

"അവൻ അകത്തുണ്ട്." അമ്മ പറഞ്ഞു:- "വാ അകത്തേക്കു പോകാം മോളേ."

ഉഷയെയും പിടിച്ചുകൊണ്ട് അമ്മ അകത്തേക്കു നടന്നു. ഗീത ഒരു വിഷമസന്ധിയിലായി. ആ പെൺകുട്ടിയോട് എങ്ങനെയാണ് ഇടപെടുക? തനിക്കു ഭ്രാന്താണെന്ന് ഉഷയും അറിഞ്ഞിട്ടുണ്ടാവുമോ! രാജു പറയാതിരിക്കുമോ ഉഷയോട്.

അവർ അകത്തേക്കു ചെന്നപ്പോഴേക്കും മധു പുറത്തേക്കിറങ്ങിവന്നു.

"ഓഹോ സാറിവിടെ ഉണ്ടായിരുന്നോ?" രാജു തമാശയായി ചോദിച്ചു:- "ഞാനോർത്തു വല്ലേടത്തും പോയിക്കാണുമെന്ന്. നീയന്നെന്തു പണിയാ കാണിച്ചത്?"

"ഉം."

"ആരോടും പറയാതെ കടന്നുകളഞ്ഞു. എന്തായിരുന്നു അത്ര ധൃതി? ഈ ലോകം മുഴുവൻ ഞാൻ കറങ്ങി. നിന്നെപ്പോലൊരാളെ ഞാനൊരിടത്തും കണ്ടില്ല."

മധു നിർവ്വികാരമായി ചിരിച്ചുകൊണ്ടു മിണ്ടാതെ നിന്നു.

"അരുത്. അങ്ങനെ ചിരിക്കാതെ." രാജു പരിഹാസത്തോടെ പറഞ്ഞു. "എടാ നീയാണോടാ ഒരു സ്നേഹിതൻ? ഹും, ഞാൻ നാണം കെട്ടവനാണ്. അല്ലെങ്കിൽ ഈ പടി ചവിട്ടില്ല."

"'ഉഷ ഇതൊന്നും കേട്ട് വിഷമിക്കണ്ടാ." അമ്മ പറഞ്ഞു:- "അവനങ്ങനെയാണ്."

ഉഷയെ ഗീതയ്ക്ക് ഇഷ്ടപ്പെട്ടു. പൂ പോലെയുള്ള പെൺകുട്ടി. ഈ നാണം കുണുങ്ങിപ്പെണ്ണ് രാജുവിനോട് എങ്ങനെ ഇണങ്ങിപ്പോകുമെന്ന് ഗീത അതിശയിച്ചു.

"ഞാൻ പേടിച്ചാണ് വന്നത്." രാജു പറഞ്ഞു. "ആ പരമഹംസൻ ഇവിടെ ഉണ്ടാവുമോന്നോർത്ത്."

"ഇല്ല." അമ്മ പറഞ്ഞു.- "ആളെ കണ്ടിട്ട് ഒന്നൊന്നര ആഴ്ചയായി."

"ഹോ, കഴിഞ്ഞ തവണ വന്നപ്പോൾ എന്റെ കഷ്ടകാലത്തിന് അകപ്പെട്ടത് പരമഹംസന്റെ കൈയിലാണ്. വെള്ളം കുടിച്ചുപോയി."

രാജുവും ഉഷയും വന്നത് അമ്മയ്ക്ക് സന്തോഷമായി. വരില്ല എന്നാണോർത്തത്. എന്നിട്ടും വന്നു. രാജു അങ്ങനെയാണ്. അവിടത്തെ ആളായി മാറാൻ രാജുവിന് അരനിമിഷം മതി.

"നിനക്കു തിരിച്ചു പോകാറായില്ലേ?" ഉണ്ണാനിരുന്നപ്പോൾ മധു ചോദിച്ചു. "അതോ പോണില്ലേ?"

"കണ്ടോ അവനെന്നെ പറഞ്ഞുവിടാൻ ധൃതിയായി." രാജു അമ്മയുടെ നേരെ നോക്കി- "ഈ ബോറനൊന്നു പോയിക്കിട്ടിയാൽ മതിയെന്നാണ് അവന് അല്ലേ?"

"നിന്നെ ജോലിക്കു വച്ചോരെ സമ്മതിക്കണം."

"ഞാൻ ഒരു മാസത്തെ അവധികൂടി ചോദിച്ചിട്ടുണ്ട്. പോയാൽപ്പിന്നെ എന്നാ വരാനൊക്കുകന്നാർക്കറിയാം."

"ഭാര്യയേയും കൊണ്ടല്ലേ യാത്ര. പിന്നെന്തിനാ തിരിച്ചുവരുന്നതിനെക്കുറിച്ചിത്ര വേവലാതി? നിനക്കിപ്പോൾ എവിടെയായാലെന്താ! നരകത്തിൽ ചെന്നാൽ അവിടെയും നീയായിരിക്കും ഹീറോ."

"ഞാനതല്ല ഓർക്കുന്നെ" രാജു പറഞ്ഞു:- "ഈ നാണംകുണുങ്ങി പെണ്ണിനെയുംകൊണ്ട് ഞാനെങ്ങനെ അന്യനാട്ടിൽ കഴിയും? അവിടൊള്ളോരെ കാണുമ്പോൾ ഇവൾ വിരണ്ടുപോകും."

"ഉം അവിടൊള്ളോരു മനുഷ്യരല്ലേ?" അമ്മ ഉഷയുടെ പക്ഷം പിടിച്ചു.

"അതല്ലമ്മേ. ഇവളാ ഓണംകേറാമൂലയല്ലാതെ ലോകം കണ്ടിട്ടുണ്ടോ?" രാജുവിന്റെ വാക്കുകളിൽ പരിഹാസത്തിന്റെ മുനകൾ:- "അമ്മനോക്ക് വല്ല പരിഷ്കാരവും ഉണ്ടോന്ന്. അവരു ചോദിക്കില്ലേ. ഈ സാധനത്തിനെ എവിടുന്നു കിട്ടീന്ന്!"

"അവരോടു പറഞ്ഞേര് ഏഴു ജന്മം തപസ്സിരുന്നാലേ ഇത്ര നല്ല പെൺകുട്ട്യേ കിട്ടോളെന്ന്."

അമ്മ കുനിഞ്ഞു ഉഷയുടെ നെറുകയിൽ ചുംബിച്ചു.

'ഈ രാജുവിന്റെ കൂടെ ജീവിക്കാൻ നല്ല തൊലിക്കട്ടി വേണം.' എന്നു പറയാൻ ഓർത്തതാണ് ഗീത. മനസ്സിലോർത്തേ ഉള്ളൂ: പറഞ്ഞില്ല.

"ഉഷ വല്ലാതെ വിഷമിക്കും." രാജു പറഞ്ഞു:- "തൊഴാൻ അവിടെ അമ്പലമില്ല. മുടിയിൽ ചൂടാൻ മുല്ലപ്പൂവില്ല. പണ്ട് ഭീമസേനനോടു പാഞ്ചാലി പറഞ്ഞപോലെ പൂ കൊണ്ടുവാന്നു പറഞ്ഞാൽ ഞാനെന്തോ ചെയ്യും? അവിടെയുണ്ടോ പൂവും പൂവാങ്കുരുന്നിലേം കിട്ടുന്നു?"

പുറത്ത് ആരുടെയോ ഒച്ചകേട്ടു. പരമുനായർ വന്ന് താണസ്വരത്തിൽ പറഞ്ഞു.

"പരമഹംസൻ!"

രാജു തലയിൽ കൈവച്ചു.

"ഭഗവാനേ! ചതിച്ചോ?"

ഊണു കഴിഞ്ഞെഴുന്നേറ്റു കൈ കഴുകി പൂമുഖത്തേക്കു ചെന്നപ്പോൾ പരമഹംസൻ ചാരുകസേരയിൽ കണ്ണടച്ചുകിടക്കുന്നു. കാലൊച്ച കേട്ട് പരമഹംസൻ പതുക്കെ കണ്ണു തുറന്നു.

"അമ്മാവൻ ഊണു കഴിക്കാൻ ചെല്ല്." മധു പറഞ്ഞു.

"വേണ്ടാ." പരമഹംസൻ കസേരയിൽ നിവർന്നിരുന്നു. "എനിക്കിന്ന് ഏകാദശി ഒരിക്കലാണ്."

പരമഹംസൻ കണ്ണുകൾ കൂർപ്പിച്ച് രാജുവിനെ നോക്കി. പണ്ടെവിടെയോ കണ്ടതിന്റെ ഓർമ്മ പ്രജ്ഞയിൽ തപ്പുന്നു. എവിടെ വച്ചാണ്? ആരാണ്? നിമിഷങ്ങൾക്കുള്ളിൽ പരമഹംസൻ ഓർമ്മയിൽ രാജുവിനെ വീണ്ടെടുത്തു.

"എപ്പോൾ വന്നു?"

"കുറേ നേരമായി."

"വിവാഹമൊക്കെ മംഗളകരമായിരുന്നല്ലോ?"

"ങാ, ഏതാണ്ടൊക്കെ."

"ഭാര്യയെവിടെ?"

"കൂടെയുണ്ട്."

കുറെ നേരത്തെ മൗനത്തിനുശേഷം പരമഹംസൻ കസേര ചൂണ്ടിക്കാട്ടി രാജുവിനോടു പറഞ്ഞു:

"ഇരിക്കൂ."

രാജു ഭവ്യത അഭിനയിച്ച് ഒതുങ്ങിനിന്നു.

പരമഹംസൻ വീണ്ടും പറഞ്ഞു:

"ഇരിക്കൂ."

ഇനി ഇരുന്നില്ലെങ്കിൽ പരമഹംസൻ അതു നിഷേധമായി വ്യാഖ്യാനിച്ചാലോ.

രാജു കസേര നീക്കിയിട്ട് അല്പം അകന്നിരുന്നു.

പരമഹംസന്റെ കണ്ണുകൾ രാജുവിന്റെ നേരെ ഇമവെട്ടാതെ നിന്നു.

പിന്നെ പരമഹംസൻ ചോദിച്ചു:-

"നക്ഷത്രമെന്താ?"

രാജുവിനു ചോദ്യം മനസ്സിലായില്ല.

"നക്ഷത്രമെന്താണെന്ന്. നാൾ-"

ഓ, അതാണോ? രാജു ഉള്ളാലെ ചിരിച്ചു.

"പുണർതം."

പരമഹംസന്റെ കണ്ണുകളിൽ ഒരു തിളക്കം. നരച്ച താടിമീശകൾക്കിടയിൽ സന്തോഷത്തിന്റെ തിളക്കം.

"അങ്ങനെ വരട്ടെ. ശ്രീരാമന്റെ നക്ഷത്രമാണ്. രാജയോഗമുണ്ട്."

"ചതിച്ചോ!" രാജുവിന്റെ വാക്കുകളിൽ പരിഹാസത്തിന്റെ വാൾത്തലകൾ പുളഞ്ഞു:- "എത്ര മോഹിച്ചാ ഒരു പെണ്ണിനെ കെട്ട്യേന്ന് എനിക്കു മാത്രമേ അറിയൂ. ശ്രീരാമന്റെ നക്ഷത്രമായതുകൊണ്ട് ഞാനവളെ കാട്ടീക്കളയുവോ?"

ഇവൻ ആളല്പം പിശകാണല്ലോ എന്ന് പരമഹംസനു തോന്നി. ഒന്നും മിണ്ടാതെ പരമഹംസൻ പതുക്കെ കസേരയിലേക്കു മലർന്നു കിടന്നു. ധ്യാനത്തിൽ മുഴുകിയ മട്ടിൽ കണ്ണടച്ചു.

രാജു എഴുന്നേറ്റു പരമഹംസന്റെ നേരേ നിന്നു കുരിശു വരച്ചു.

കന്യാകുമാരിക്കു പോകുന്ന വഴിക്കാണ് രാജുവും ഭാര്യയും അവിടെ വന്നത്. പോകാൻ നേരത്ത് രാജു ചോദിച്ചു:- "നിങ്ങൾ വരുന്നുണ്ടോ?"

"ഇല്ലെ"ന്ന് പറഞ്ഞ് മധു ഒഴിഞ്ഞു. ചിലപ്പോൾ വീണ്ടും വരും എന്നു പറഞ്ഞ് ഉഷയുടെ കൈയിൽ പിടിച്ചു കാറിൽ കയറ്റി രാജു കാറോടിച്ചു പോകുന്നത് ഗീത കൊതിയോടെ നോക്കിനിന്നു.

ദൂരെ അവരുടെ കാർ അപ്രത്യക്ഷമായി. എന്നിട്ടും അവൾ അനന്തതയിലേക്കു നോക്കിനിന്നു.

മൂന്നുകടലുകൾ സംഗമിക്കുന്ന കന്യാകുമാരിയിൽ ഭൂമിയുടെ ആ മുനമ്പിൽ കടലിന്റെയും സൂര്യാസ്തമയത്തിന്റെയും ഭംഗി ആസ്വദിച്ചുകൊണ്ട് രാജുവും ഉഷയും നില്ക്കുന്നത് അവൾ സങ്കല്പിച്ചു. തനിക്കതിനൊന്നും യോഗമില്ല.

ഇരുപത്തിയേഴ്

എല്ലാവരും കുറ്റപ്പെടുത്തുന്നത് തന്നെയാണ്. തന്റെ മനോദുഃഖം ആരെങ്കിലും അറിയുന്നുണ്ടോ? അല്പമെങ്കിലും സഹാനുഭൂതി കാണിക്കുന്നുണ്ടോ? താനൊരു പുരുഷനല്ലേ? എത്രകാലം ഇങ്ങനെ ജീവിക്കും? വീട്ടിൽ സ്വസ്ഥതയില്ല. ആഫീസിൽ എല്ലാവരും പുച്ഛിക്കുന്നു. ശിപായി വരെ. ശിപായി പക്ഷേ, അതു പുറത്തു കാണിക്കുന്നില്ല. എങ്കിലും അയാളുടെ ഹൃദയത്തിലും അതുതന്നെയല്ലേ ഉള്ളത്? ജീവിതത്തെക്കുറിച്ച് എന്തെല്ലാം സ്വപ്നങ്ങളുണ്ടായിരുന്നു! അതൊക്കെ നഷ്ടപ്പെട്ടു. അങ്ങനെ ചിന്തിച്ച് മധുവിന്റെ മനസ്സ് വിങ്ങി. പുച്ഛിക്കുന്നവർക്കും വിമർശിക്കുന്നവർക്കും അറിഞ്ഞുകൂടാ താൻ എന്തനുഭവിക്കുന്നുണ്ടെന്ന്. വേറെ എങ്ങും പോകാനില്ലാത്തതുകൊണ്ടാണ് പിന്നെയും വീട്ടിലേക്കു ചെല്ലുന്നത്. ഗീതയുടെ നിഴൽ കാണുമ്പോൾ മനസ്സ് ഇടിയുന്നു; ഇരുണ്ടു മൂടുന്നു. ചിലപ്പോൾ അവളോട് അനുകമ്പ തോന്നും. അവൾക്കു രോഗം വന്നത് അവളുടെ കുറ്റമാണോ? എങ്കിലും അതങ്ങു പ്രകടിപ്പിക്കാൻ കഴിയുന്നില്ല. അത്ര അകലെയാണ് മനസ്സുകൊണ്ട്. രണ്ടുദ്വീപുകളിൽ. അല്ലെങ്കിൽ ഒരു കടലിന്റെ അക്കര, ഇക്കര.

ദീപുമോനിൽ നിന്നുവരെ താൻ അകന്നുപോയല്ലോ എന്ന് മധു വേദനയോടെ ഓർത്തു. മുമ്പൊക്കെ അവനെ മുതുകിൽ കയറ്റിയിരുത്തി ആന കളിക്കാറുണ്ടായിരുന്നു. എന്തിഷ്ടമായിരുന്നു ദീപുമോന് അത്. കിക്കിളി കൂട്ടിയും ഉമ്മവച്ചും അവനെ ചിരിപ്പിക്കാറുണ്ടായിരുന്നു. അവന്റെ ചിരി കണ്ട് ജന്മത്തിന്റെ സാഫല്യം അനുഭവിക്കാറുണ്ടായിരുന്നു. മുമ്പൊക്കെ അച്ഛാ എന്നു വിളിച്ച് ഓടി വന്ന് കെട്ടിപ്പിടിക്കുകയും ഉമ്മ വയ്ക്കുകയും കൊഞ്ചുകയും ചെയ്യാറുണ്ടായിരുന്ന ദീപുമോൻ ഇപ്പോൾ അകലെ വന്നു നില്ക്കുകയേ ഉള്ളൂ. അവന്റെ ആ നില്പു കാണുമ്പോൾ ഹൃദയം പൊട്ടും. ആർക്കും വേണ്ടാത്ത ഒരു കുട്ടിയുടെ ദൈന്യം അവന്റെ മുഖത്തുണ്ട്. അവന്റെ കളിയും ചിരിയും എല്ലാം പോയി. എല്ലാവരിൽനിന്ന് അകന്ന് ദീപുമോനും അവന്റെ ഏകാന്ത ദുഃഖങ്ങളിൽ മുഴുകിയിരിക്കുന്നു.

ഇതൊന്നും കാണാതെ എങ്ങോട്ടെങ്കിലും ഒളിച്ചോടാൻ തോന്നും ചിലപ്പോൾ. അദൃശ്യമായ അഴികൾക്കുള്ളിൽ തടവിൽ കിടക്കുന്ന തോന്നൽകൊണ്ട് ഓരോ ദിവസവും ജീവിതവും ഒരു ശിക്ഷയായിത്തീരുന്നു. ഈ തടവറയ്ക്കുള്ളിൽ നിന്നു എങ്ങനെ രക്ഷപ്പെടും? തന്റെ മനസ്സ് ഒരു തരിശു നിലമായി തീർന്നിരിക്കുന്നു.

–ഈ വേദന എത്രനാൾ സഹിക്കും?

വിവാഹമോചനത്തെക്കുറിച്ച് അയാൾ കഠിനമായി ആലോചിച്ചു. പക്ഷേ, അതാരോടു പറയും? പലവട്ടം ചിന്തിച്ചതാണ് ഗീതയുടെ അച്ഛനോടും അമ്മയോടും അവളെ വിളിച്ചുകൊണ്ടു പോകാൻ പറഞ്ഞാലോ എന്ന്. അവർ വന്നു വിളിച്ചാലും അവൾ പോകുമെന്നുള്ളതിന് എന്താണ്

ഉറപ്പ്? ചിത്തഭ്രമം പിടിപെട്ട പെണ്ണല്ലേ? അവൾ പറഞ്ഞാലോ എന്നെ കൊന്നാലും ഞാനിവിടുന്നു പോവില്ലെന്ന്! ഈ അവസ്ഥയിലല്ലെങ്കിൽ അവൾ–ഏതു സ്ത്രീയും–പണ്ടേ ഇറങ്ങി പോയേനെ. ഈ അകല്ച്ച ഒരു സ്ത്രീ സഹിക്കുമോ?

പക്ഷേ, താൻ എന്തു പിഴച്ചു?

തന്റെ കുറ്റംകൊണ്ടാണോ അവൾക്കു ചിത്തഭ്രമം പിടിപെട്ടത്?

ഗീത കേൾക്കാൻ ഒരുദിവസം മധു അമ്മയോടു പറഞ്ഞു.

"ഞാൻ മടുത്തു. എന്താണ് ഇതിനൊരവസാനം? ഞാനെന്നും ഇങ്ങനെ കഴിയണമെന്നാണോ? ഞാനൊരു മനുഷ്യനല്ലേ അമ്മേ?"

അമ്മ അതാലോചിക്കാതെയല്ല.

"എന്റെ പൊന്നുമോനെ, എനിക്കറീല്ല. എനിക്കാ പെണ്ണിന്റെ മുഖത്തു നോക്കുമ്പോ..."

ഗീതയുടെ നേർക്കാണ് അമ്മേയുടെ മനസ്സും ചായുന്നത്.

പരമഹംസനമ്മാവൻ രണ്ടുവഴി പറഞ്ഞു. ഒന്നുകിൽ കിഴക്കുള്ള ആ മന്ത്രവാദിയെക്കൊണ്ട് അറ്റകൈ ഒരു മന്ത്രവാദം കൂടി നടത്തിച്ചു നോക്കാം. അല്ലെങ്കിൽ പിന്നെ പുനർവിവാഹം.

ഇനിയും ഒരു മന്ത്രവാദംകൊണ്ട് വല്ല ഫലവും ഉണ്ടാകുമോ എന്ന് ആർക്കറിയാം! പരമഹംസനുപോലും അതിൽ അത്ര വിശ്വാസമില്ല. ചോറ്റാനിക്കരയിൽ അഴിയാത്ത കെട്ട് എവിടെക്കൊണ്ടിട്ടഴിക്കാനാ; ആര ഴിക്കാനാ എന്നൊക്കെയാണ് പരമഹംസന്റെ ആത്മഗതം.

എന്തോ കാര്യത്തിന് ഗീത അയൽവക്കത്തെ സ്ത്രീയുമായി വഴ ക്കുണ്ടാക്കി. പണ്ട് അവർ തമ്മിൽ ഉറ്റ സ്നേഹത്തിലായിരുന്നു. ആ സ്ത്രീയെക്കു റിച്ചു പറയുമ്പോൾ എന്തു താല്പര്യമായിരുന്നു ഗീതയ്ക്ക്. അവർക്കും ഗീതയെന്നുവച്ചാൽ ജീവനായിരുന്നു. അമ്പലത്തിൽ തൊഴാൻ പോക ണമെങ്കിൽ ഗീത കൂട്ടു ചെല്ലണം. സിനിമയ്ക്കു പോകണമെങ്കിൽ ഗീത കൂടെ ചെല്ലണം. എന്തെങ്കിലും പലഹാരമുണ്ടാക്കിയാൽ അതിൽ ഒരു പങ്ക് ഗീതയ്ക്കുണ്ട്. അത്ര സ്നേഹത്തിൽ കഴിഞ്ഞവരാണ് എന്തോ നിസ്സാരകാര്യത്തിന് പിണങ്ങിയത്. ഗീത രോഗിയായി തീർന്നതിൽ പിന്നെ ആ സ്ത്രീ വീട്ടിൽ വരാറില്ല. കണ്ടാൽ ഒഴിഞ്ഞുമാറിക്കളയും. അതു പറഞ്ഞ് ഗീത ഒരിക്കൽ സങ്കടപ്പെട്ടിട്ടുള്ളതാണ്; "എന്തു സ്നേഹമായി രുന്നു അവർക്കെന്നെ! ഇപ്പോൾ കണ്ടാൽ ഒഴിഞ്ഞുമാറും. അങ്ങോട്ടു ചെന്നപ്പോൾ ഇഷ്ടക്കേടു കാണിച്ചു. ഞാനവരോട് എന്തു കാണിച്ചിട്ടാ?"

അന്നതോർത്ത് ഗീത കരയുകപോലും ചെയ്തു. സാരമില്ലെന്നു പറഞ്ഞ് അവളെ സമാധാനിപ്പിച്ചത് അമ്മയാണ്. അതിൽ പിന്നെ ഗീത ആ വീട്ടിൽ പോയിട്ടില്ല. അവരിങ്ങോട്ടും വരാറില്ല. ആ പിണക്കം അങ്ങനെ തുടർന്നുപോന്നു. അതിനിടയ്ക്കാണ് വഴക്ക്. ഒച്ചയും ബഹളവും കേട്ട് അമ്മ ഓടിച്ചെന്നപ്പോൾ ആ സ്ത്രീ അങ്ങേപ്പുറത്തും ഗീത ഇങ്ങേപ്പു റത്തും നിന്ന് വാക്സമരമാണ്. അമ്മ നയത്തിനു ഗീതയെ കൂട്ടിക്കൊണ്ടു പോന്നു. അതങ്ങനെ തീർന്നു എന്നോർത്താണിരുന്നത്.

ആ സ്ത്രീ വൈകിട്ട് മധു വരുന്നതും കാത്തിരുന്നു. സന്ധ്യക്കാണ് മധു വന്നത്. അവർ പടിക്കൽനിന്ന് ആംഗ്യം കാണിച്ചു. മധു കാർ നിർത്തി. വേറെ എന്തെങ്കിലും പറയാനാണെന്നാണ് ഓർത്തത്. അവർ കാറിനടുത്തേക്കുവന്ന് പരുഷമായി പറഞ്ഞു:

"അവൾക്കു ഭ്രാന്താ. അവളെ ഭ്രാന്താശുപത്രിയിൽ കൊണ്ടിട് – മനുഷ്യരെ ഉപദ്രവിക്കാതെ."

മധു വിയർത്തുപോയി. അവരുടെ മുഖഭാവവും അത്ര രൂക്ഷമായിരുന്നു. അത്ര ക്രൗര്യം നിറഞ്ഞതായിരുന്നു. അവർക്കിങ്ങനെ ഒരു മുഖമുണ്ടെന്ന് ആരോർത്തു! എന്തെങ്കിലും അങ്ങോട്ടു പറയാനാവാതെ മധു അന്തംവിട്ടിരുന്നു. വീണ്ടും അവർ എന്തൊക്കെയോ പറഞ്ഞു. തുരുമ്പെടുത്ത ഒരു വാൾകൊണ്ടുള്ള വെട്ടുകൾപോലെ വാക്കുകൾ പരിക്ഷേപിച്ചു. എന്താ കാര്യം എന്നങ്ങോട്ടു ചോദിച്ചിട്ടു അവർ അതു കേട്ടില്ല. അരിശംകൊണ്ട് അവർ ദുർദ്ദേവതയെപ്പോലെ തുള്ളിയുറഞ്ഞു. ഓരോ വാക്കും ഓരോ മുറിവുണ്ടാക്കി ഹൃദയത്തിൽ. അത്ര നിശിതവും അത്ര രൂക്ഷവുമായ പരിഹാസം. ഇതിനു മുമ്പൊരിക്കലും ആ സ്ത്രീ മധുവിന്റെ നേരെ നിന്ന് കറുത്ത ഒരു വാക്കു പറഞ്ഞിട്ടില്ല. സ്വന്തം അനിയനെപ്പോലെയായിരുന്നു മധു അവർക്ക്. അനിയനെന്നാണ് വിളിച്ചിരുന്നതും. അതെല്ലാം ഒരു നിമിഷം കൊണ്ടു തകർന്നു. മധുവിന്റെ മനസ്സ് കലങ്ങി. ഈശ്വരാ ഒരു സമാധാനവുമില്ല. ആ സ്ത്രീയുടെ വാക്കുകൾ കല്ലുമഴ പെയ്തുകൊണ്ടിരുന്നപ്പോൾ മധു കാർ സ്റ്റാർട്ടു ചെയ്തു. വാൾത്തലയുടെ മൂർച്ചയുള്ള അവരുടെ വാക്കുകൾ മധുവിന്റെ ഹൃദയത്തിലുണ്ടാക്കിയ മുറിവുകളിൽനിന്ന് വേദന വാർന്നു.

"അവൾക്കു ഭ്രാന്താ. അവളെ ഭ്രാന്താശുപത്രിയിൽ കൊണ്ടിട് – മനുഷ്യരെ ഉപദ്രവിക്കാതെ."

ഗേറ്റു തുറന്നുകിടന്നു. അതിവേഗത്തിൽവന്ന വേഗത്തിൽ കാർ അകത്തേക്കു ഓടിച്ചുകയറ്റി. കാറിന്റെ ചക്രങ്ങൾ കരഞ്ഞു. കാറിൽനിന്നിറങ്ങി ഡോർ വലിച്ചടച്ച് അകത്തേക്കു കയറിച്ചെന്നപ്പോൾ നോക്കിയത് വാതില്ക്കൽ നില്ക്കുന്ന അമ്മയുടെ മുഖത്താണ്. വാതില്ക്കൽ വഴി തടഞ്ഞാണ് അമ്മ നില്ക്കുന്നത്.

എന്താ നിന്റെ ഭാവം? ഇതൊക്കെ ഇടിച്ചുതർത്തുകളയാനാണോ? എന്നു ചോദിക്കുന്ന അമ്മയുടെ മൗനം അവൻ അവഗണിച്ചു. എവിടെയെങ്കിലും ഒന്നു മുട്ടിയാൽ മതിയായിരുന്നു തകരാൻ. അത്ര സ്പീഡിലായിരുന്നു വരവ്.

വാതില്ക്കൽ നിന്ന് അമ്മയും മകനും അന്യോന്യം നോക്കി. ഒന്നും മിണ്ടാതെ മകന്റെ മുഖത്തുനിന്നു കണ്ണെടുക്കാതെ നെടുവീർപ്പിട്ടു അമ്മ വാതില്ക്കൽ നിന്നു മാറി അവന് അകത്തേക്കു കടന്നുപോകാൻ വഴിയുണ്ടാക്കി.

മധു അകത്തേക്കു കടക്കാതെ അവിടെത്തന്നെ നിന്നു.

"എന്തായിരുന്നമ്മേ ഇവിടെ ബഹളം?"

അമ്മ മിണ്ടാതെ ഹൃദയം അടക്കി നില്ക്കുന്നു.

"ഞാൻ പോരുമ്പോ അങ്ങേതിലെ അമ്മുക്കുട്ടിച്ചേച്ചി എന്നെ വഴിയിൽ തടഞ്ഞുനിർത്തി."

അമ്മ എന്തെങ്കിലും പറയുന്നതുകേൾക്കാൻ മകൻ കാത്തുനിന്നു. എന്നിട്ടും അമ്മ മൗനം.

പെട്ടെന്ന് മധുവിന്റെ ഹൃദയം പ്രക്ഷുബ്ധമായി തീർന്നു; അനിയന്ത്രിതമായിത്തീർന്നു.

"ഞാൻ സഹിക്കുന്നതുപോലെ അന്യരാരും സഹിക്കില്ല. അവരെന്താ പറഞ്ഞതെന്നറിയാമോ എന്നോട്? സഹിച്ചു സഹിച്ചു ഞാൻ മടുത്തു. എവിടെ അവൾ?"

"ഞാനിവിടെയുണ്ട്."

ഡോർ കർട്ടന്റെ പിന്നിൽ നിന്നു ഗീത മുമ്പോട്ടു നീങ്ങിവന്നു. അവൾ അവിടെ നില്പുണ്ടെന്ന് മധു വിചാരിച്ചില്ല. ഞാനിവിടെയുണ്ടെന്ന് അവൾ പറഞ്ഞത് പതുക്കെയാണ്. എങ്കിലും, അവളുടെ ശബ്ദത്തിന് അസാധാരണമായ മുഴക്കമുണ്ടായിരുന്നു. എങ്ങും ഒളിച്ചുപോയിട്ടില്ല; ഞാനിവിടെയുണ്ട്. എന്താ വേണ്ടത് എന്നൊക്കെ ചോദിക്കുന്ന തന്റേടം.

"അന്യരോടും തുടങ്ങ്യോ ഉപദ്രവം? നീ എന്നെക്കൂടി ഭ്രാന്തു പിടിപ്പിക്കും."

"ഞാനെന്തു ചെയ്തിട്ടാ?"

"അതാ ചോദിക്കുന്നത്? ആ സ്ത്രീ എന്നെ തടഞ്ഞു നിർത്തി എന്തൊക്യാ പറഞ്ഞേന്ന് നിശ്ചല്യാ. നീ കാരണം അന്യരുടെ ചീത്തേം കൂടി ഞാൻ കേൾക്കണം."

"അവരെന്നെ ചീത്ത പറേണത് ഞാൻ കേൾക്കണംന്നാണോ? എനിക്കു ഭ്രാന്താണെന്ന്."

വഴക്കിന്റെ കാരണമെന്താണെന്ന് ഗീതയും പറയുന്നില്ല.

ക്ഷമ കേട്ടപ്പോൾ മധു പറഞ്ഞു:

"ക്ഷമിക്കാവുന്നതിന്റെ അപ്പുറം ഞാൻ ക്ഷമിച്ചു. ഇനി എനിക്കു വയ്യാ. അറ്റകൈക്കു ഞാൻ..." പറയാൻ വന്നത് മധു പൂർത്തിയാക്കിയില്ല. ക്രോധത്തിന്റെ പൽച്ചക്രങ്ങൾക്കിടയിൽ വാക്കുകൾ ഞെരിഞ്ഞു.

മധു നോക്കുമ്പോൾ ഗീതയുടെ കണ്ണുകൾ നിറഞ്ഞൊഴുകുന്നു. അവൻ അരിശം കടിച്ചമർത്തി അകത്തേക്കു കടന്നു.

വീണ്ടും തന്റെ തടവറയിലേക്ക്.

അതായിരുന്നു അവന്റെ ചിന്ത.

അകത്തെ മുറിയിലെ ഇരുട്ടിൽ തന്റെ മനസ്സിനുള്ളിലെ ഇരുട്ടിൽ അവൻ ഒരു വനാന്തരത്തിലെ കുട്ടിയെപ്പോലെ വഴിമുട്ടി നിന്നു. പെട്ടെന്ന് ലൈറ്റ് തെളിഞ്ഞപ്പോഴാണ് അയാൾ ആ ഇരുട്ടിൽനിന്ന് പുറത്തുകടന്നത്. മുഖമുയർത്തി നോക്കിയപ്പോൾ, മുഖത്ത് കണ്ണീരിന്റെ പാടുകളുണങ്ങാതെ ഗീത. ഇരുട്ടിൽ മുങ്ങിക്കിടക്കുന്ന ലോകം. ഇടിഞ്ഞു പൊളിഞ്ഞു കിടക്കുന്ന ലോകം. തരിശുഭൂമി. ശ്മശാനഭൂമി. അവൾ നഗ്നപാദയായി.

ഏകയായി ഇരുട്ടിൽ ആകാശം കാട്ടിത്തരുന്ന ഇരുട്ടിനു തുല്യമായ വെളിച്ചത്തിൽ എങ്ങോട്ടെന്നില്ലാതെ നടന്നു. ചെന്നുപെട്ടത് റെയിൽപ്പാളത്തിലാണ്. അനന്തതയിലേക്കു നീണ്ടുനീണ്ടു പോകുന്ന റെയിൽപ്പാളം. അവൾ ധൃതിയിൽ നടന്നു. ദൂരെ തീവണ്ടിയുടെ ഭീകരമായ മുഴക്കവും ചൂളം വിളിയും കേട്ടു. അതടുത്തടുത്തു വരുന്നു. തീവണ്ടി അവളെക്കടന്നു പോയി. റെയിൽപ്പാളത്തിൽ അവൾ ചോരയായി. മാംസക്കഷണങ്ങളായി ചിതറിക്കിടന്നു...

സങ്കല്പത്തിൽ അവൾ അവളുടെ മരണം കണ്ടു.

വീണ്ടും അവൾ നടന്നു.

ഇപ്പോൾ റെയിൽപ്പാളത്തിലല്ല; കറുത്ത നദിപോലെ വളഞ്ഞുപുളഞ്ഞ് വിദൂരതയിലേക്കു ഒഴുകുന്ന ടാറിട്ട റോഡിലാണ്. കൈച്ചൂണ്ടിപ്പലകകൾ വഴി കാണിക്കുന്നു. നാഴികക്കല്ലുകൾ ദൂരം കാണിക്കുന്നു. അതു രണ്ടും അവൾ ഗൗനിച്ചില്ല. അവൾക്കതൊന്നും അറിയണ്ട. അവൾ ധൃതിയിൽ നടന്നു. ആ നിമിഷങ്ങളിൽ ഭൂമിയിൽ അവൾ മാത്രമേ ഉള്ളൂ. ഒടുക്കം ചെന്നു ചേർന്നത് ഭ്രാന്താശുപത്രിയുടെ മുമ്പിൽ. പണ്ടവിടെ നിന്നിരുന്ന കാവല്ക്കാരൻ ഇപ്പോൾ അവിടെ ഇല്ല. അകത്തേക്കുള്ള വാതിൽ തുറന്നു കിടക്കുന്നു. ഭ്രാന്താശുപത്രിയുടെ ഉയർന്ന മതിൽക്കെട്ടിനുള്ളിൽ വേറെ ആരുമില്ല. ഒച്ചയനക്കമില്ല. അഴിയിട്ട സെല്ലുകൾ ഒഴിഞ്ഞുകിടക്കുന്നു. ചുമരിന്മേൽ ചാരിനിന്ന് ഇടറുന്ന സ്വരത്തിൽ അവൾ പറഞ്ഞു:

''എന്നെക്കൊണ്ടു മടുത്തെന്നല്ലേ പറഞ്ഞത്? ചേട്ടൻ പറയാതെതന്നെ എനിക്കറിയാം. ഞാൻ നോക്കീട്ട് വേറെ ഒരു വഴിയും കാണുന്നില്ല. എന്നെ ഭ്രാന്താശുപത്രിയിൽ കൊണ്ടിട്ടേര്."

അതാണു നല്ലതെന്നു യഥാർത്ഥത്തിൽ ഗീതയ്ക്കും തോന്നിക്കഴിഞ്ഞിരുന്നു. ആശുപത്രിയിലാണെങ്കിൽ ഇങ്ങനെ കുറ്റപ്പെടുത്തുന്നവരില്ല. ശപിക്കുന്നവരില്ല. ശകാരിക്കുന്നവരില്ല. നിന്നെക്കൊണ്ടു മടുത്തു എന്നു ഭാവിക്കുന്നവരില്ല. നീ കാരണം എന്റെ ജന്മം തുലഞ്ഞു എന്നു ദുർമ്മുഖം കാണിക്കുന്നവരില്ല.

അന്നു രാത്രി അവൾ ഉറങ്ങിയില്ല. ഓരോന്നോർത്ത് കിടന്നു. ആരും കാണാതെ രാത്രിയിൽ ഇറങ്ങിപ്പോയാലോ? ആത്മഹത്യചെയ്താലോ. അല്ലെങ്കിൽ ഭ്രാന്താശുപത്രിയിലെ ഏതെങ്കിലും സെല്ലിൽ ചെന്നുകയറിയാലോ...

ചിന്തകളിൽക്കൂടി സങ്കല്പങ്ങളിൽക്കൂടി അവൾ അവിടെയൊക്കെ ചെന്നെത്തി.

ആരും അറിയാതെ ആരും കാണാതെ ഇരുട്ടിൽ കാലൊച്ച കേൾപ്പിക്കാതെ, ശ്വാസോച്ഛ്വാസത്തിന്റെ ശബ്ദം പോലും കേൾപ്പിക്കാതെ അവൾ പുറത്തിറങ്ങി. ഇരുട്ടിൽ ആശുപത്രി മുറ്റത്തെ കൂറ്റൻ മരം ഒരു വേതാളംപോലെ ഉയർന്നുനില്ക്കുന്നു. ആശുപത്രി മതിൽക്കെട്ടിനുള്ളിൽ വേറെ ആരും ഇല്ല. അവൾ പതുക്കെ നടന്നുചെന്ന് തുറന്നു കിടന്ന ഒരു

സെല്ലിനകത്തു കടന്ന്, അഴിവാതിൽ വലിച്ചടച്ചു. അഴിക്കൂട്ടിനുള്ളിൽനിന്ന് അവൾ പുറത്തേക്കു നോക്കി. ലോകത്തെ ഇപ്പോൾ ഒരാൾക്കേ ഭ്രാന്തുള്ളൂ. അവൾക്ക്. ഭ്രാന്താശുപത്രിയിൽ അവൾ മാത്രം...

അവൾ ദീപുമോനെ കെട്ടിപ്പിടിച്ചു നിശ്ശബ്ദമായി കരഞ്ഞു.

"എന്റെ പൊന്നുമോനേ എനിക്കാരുമില്ലെടാ! എന്നെ ആർക്കും വേണ്ടെടാ!"

* * * * *

പിറ്റേന്ന് അവധി ദിവസമായിരുന്നു. എങ്ങനെ വീട്ടിൽ കഴിയും? ഒരവധിദിവസം വല്ലാത്ത പ്രശ്നമാണ്. നേരം കഴിക്കണ്ടേ. മധു വേഷം മാറ്റി പുറത്തിറങ്ങി.

അമ്മ ചോദിച്ചു: "നീ എങ്ങോട്ടാ?"

അവൻ പടിയിറങ്ങുന്നതിനിടയിൽ പറഞ്ഞു: "എങ്ങോട്ടുമല്ലാ."

ഗേറ്റു തുറന്നിട്ടു. കാർ സ്റ്റാർട്ടുചെയ്തു. അതിനിടയിൽ അറിയാതെ മുഖം തിരിച്ചു. ദീപുമോൻ പൂമുഖത്തു നില്ക്കുന്നു.

തിരക്കൊഴിഞ്ഞ വഴിയിൽ മധുവിന്റെ കാർ സ്പീഡെടുത്തു.

നേരെചെന്നു നിന്നത് രജനിയുടെ വീടിനു മുമ്പിലാണ് വഴിയരികിൽ മരണത്തലിൽ കാർ ഒതുക്കിയിട്ടു. അഴികളുള്ള പടിവാതിൽ തള്ളിത്തുറന്നു. രജനിയില്ലേ ഇവിടെ? അല്ലെങ്കിൽ കാറിന്റെ ഒച്ച കേൾക്കുമ്പോൾ അവൾ ഓടിയിറങ്ങി വരേണ്ടതായിരുന്നു പടിക്കെട്ടുകൾ കേറിച്ചെന്നു. ഒച്ചയനക്കമില്ല. മുറ്റത്തുനിന്നു ചോദിച്ചു: "ഇവിടെ ആരുമില്ലേ?"

അകത്തുനിന്ന് രജനി ഇറങ്ങിവന്നു. അവളുടെ ഭാവവ്യത്യാസം മധു ശ്രദ്ധിച്ചു. എന്തുപറ്റി ഇവൾക്ക്? കുളിച്ചിട്ടില്ല. അണിഞ്ഞൊരുങ്ങീയിട്ടില്ല. ഇങ്ങനെ ഇവളെ കാണുന്നത് ഇതാദ്യമാണ്.

"എന്താ രജനീ?"

അവൾ മിണ്ടാതെ ചുമരിന്മേൽ ചാരി മുഖം, കനിച്ചുനിന്നു.

എന്തോ ഉണ്ട്.

രജനിയുടെ ദുഃഖം കണ്ടാലറിയാം.

"എന്താണു പറ രജനീ."

അവൾ നെടുവീർപ്പോടെ മുഖമുയർത്തി.

"എന്തോക്യാണ് ഓരോരുത്തർ പറയുന്നതെന്ന് നിശ്ചല്യാ. കേട്ടു കേട്ടു മടുത്തു. പറയുന്നത് അന്യരാണെങ്കിലും നേരല്ലേ? ഞാൻ മധുസാറിന്റെ ആരാ?"

ഹൃദയത്തിൽ ഒരാന്തൽ!

"രജനീ!"

ആലോചിച്ചെടുത്ത ഒരു തീരുമാനം അവൾ പറഞ്ഞു:

"ഇനി എന്നെ കാണാൻ വരരുത്."

ഇരുപത്തിയെട്ട്

രജനിക്ക് പെട്ടെന്നങ്ങനെ ഒരു മനംമാറ്റമുണ്ടാവാനുള്ള കാരണമെന്താണെന്നു എത്ര ആലോചിച്ചിട്ടും മധുവിനു പിടികിട്ടിയില്ല. എന്തെങ്കിലുമൊരു പഴയ രാജകൊട്ടാരത്തിലെ രാജകുമാരിയായി ജനിക്കാൻ ഭാഗ്യമുണ്ടാകാതെ പോയതിൽ നിരാശപ്പെടുന്ന പെണ്ണ്. സ്വപ്നങ്ങളിൽ ജീവിക്കുന്ന പെണ്ണ്. അന്നവൾ മുഷിഞ്ഞ വേഷത്തിലായിരുന്നു. കുളിക്കാതെ, മുടി ചീകാതെ, പൊട്ടുതൊടാതെ, പൂ ചൂടാതെ മ്ലാനമായ മുഖത്തോടെ. അവളുടെ കണ്ണുകളിലെ തിളക്കം എവിടെപ്പോയി? അവളുടെ മുഖത്തെ മന്ദഹാസം എവിടെപ്പോയി? അത്ര ആഴത്തിൽ എന്തോ അവളുടെ ഹൃദയത്തിൽ തട്ടിയിട്ടുണ്ട്. അല്ലെങ്കിൽ അവൾ അങ്ങനെ പറയില്ല. "ഞാൻ മധുസാറിന്റെ ആരാ?" എന്ന് അവൾ ചോദിച്ചപ്പോൾ ഉത്തരം മുട്ടി. ഇതിനുമുമ്പ് അവൾ അങ്ങനെ ആലോചിച്ചില്ലല്ലോ. ഇപ്പോൾ അങ്ങനെ ചിന്തിക്കാൻ പ്രേരിപ്പിക്കത്തക്ക തരത്തിൽ എന്തെങ്കിലും കഠിനമായ അനുഭവം അവൾക്കുണ്ടായിക്കാണും. നേരല്ലേ? മധു സ്വയം ചോദിച്ചു: ഞാൻ രജനിയുടെ ആരാണ്? രജനി എന്റെ ആരാണ്?

ഉത്തരം കിട്ടുന്നില്ല.

മധു അല്പം മനഃശാന്തിക്കു വേണ്ടിയാണ് രജനിയെ കാണാൻ പുറപ്പെട്ടത്. രജനിയുടെ അടുത്തു കഴിയുന്ന നിമിഷങ്ങളിൽ മറ്റെല്ലാം മറക്കാൻ കഴിഞ്ഞിരുന്നു. "ഇനി എന്നെ കാണാൻ വരരു"തെന്ന് അവൾ പറഞ്ഞപ്പോൾ മധുവിന്റെ മനസ്സുരുകി. അപവാദങ്ങൾ ഭയന്നാണോ? അവൾക്ക് ആരെയും പേടിയുണ്ടായിരുന്നില്ല. അവൾ ജീവിച്ചിരുന്നത് അവളുടെ സ്വപ്നങ്ങളിലാണ്.

പിറ്റേന്ന് ആഫീസിൽവച്ചുകണ്ടപ്പോൾ അസാധാരണമായി എന്തെങ്കിലും സംഭവിച്ചിരിക്കുന്നു എന്ന് അവൾ ഭാവിച്ചില്ല. മധു ആഫീസിന്റെ മുകൾത്തട്ടിലേക്കു കയറിച്ചെല്ലുമ്പോൾ അവൾ അവിടന്നിറങ്ങി വരികയായിരുന്നു കോണിപ്പടിയുടെ മദ്ധ്യത്തിൽ വച്ചു കണ്ടുമുട്ടി. ഒരു കീഴുദ്യോഗസ്ഥ അവളുടെ മേലുദ്യോഗസ്ഥനോടു കാണിക്കേണ്ട ഭവ്യതയോടെ അവൾ "ഗുഡ്മോണിങ്" പറഞ്ഞു. ഒതുങ്ങിമാറി കോണിപ്പടികൾ ഇറങ്ങി താഴത്തേക്കുപോയി. യാതൊരു പരിഭ്രമവും ഇല്ല. യാതൊരു ഭാവവ്യത്യാസവും ഇല്ല. മധു കോണിപ്പടിയിൽ നിന്ന് അവളെ നോക്കി. അവൾ കോണിപ്പടികൾ ഇറങ്ങിപ്പോകുന്നു. മ്ലാനവും മൂകവുമായ മനസ്സോടെ അവൻ കോണിപ്പടികൾ കയറി. ചെങ്കുത്തായ ഒരു പർവ്വതത്തിനു മുകളിലേക്ക് ബദ്ധപ്പെട്ടുകയറുന്ന ഒരു തോന്നലായിരുന്നു. കോണിപ്പടി കേറി ചെന്നപ്പോൾ ആരൊക്കെയോ ഗുഡ്മോർണിങ് പറഞ്ഞു. ആരൊക്കെയാണെന്നു മധു ശ്രദ്ധിച്ചില്ല. യാന്ത്രികമായി അവരുടെ നേരെ കൈ ഉയർത്തി നിശ്ശബ്ദമായി ഗുഡ്മോർണിങ് പറഞ്ഞു. ഓഫീസ് റൂമിന്റെ വാതില്ക്കൽ പ്യൂൺ തങ്കപ്പൻപിള്ള നില്പുണ്ടായിരുന്നു. അയാൾ തൊഴുത് ഭവ്യതയോടെ മാറിനിന്നു. മധു തന്റെ കസേരയിൽ ചെന്നിരുന്നു. മേശപ്പുറത്ത്

ഫയലിന്റെ ഒരട്ടി. സ്ഫടികംകൊണ്ടുള്ള പേപ്പർ വെയ്റ്റ്. സ്ഫടികം കൊണ്ടുള്ള പേപ്പർ വെയിറ്റിനുള്ളിൽ പല നിറത്തിലുള്ള പൂക്കൾ. മച്ചിൽ തൂങ്ങിക്കിടക്കുന്ന നിറം മങ്ങിയ ഫാൻ. ചുമരിൽ കലണ്ടർ. ചുമരിനോടു ചേർത്തുവച്ച പച്ചനിറത്തിലുള്ള സ്റ്റീൽ അലമാര. ഈ മുറിയിൽ എത്ര നാളത്തെ പഴക്കമുണ്ട് തനിക്ക്. എന്നിട്ട് ഇപ്പോൾ ഈ മുറി അപരിചിത മായി തോന്നുന്നു. ഏതോ ഒരു ദ്വീപിൽ ഏതോ ഒരു തടവറയിൽ വന്നു പെട്ടിരിക്കുന്നു. ഒരുതരം അപരിചിതത്വം താൻതന്നെ തനിക്ക് അപരിചി തനായിത്തീരുന്നു. രജനി ചോദിച്ചു ഞാൻ മധുസാറിന്റെ ആരാണെന്ന്. തനിക്കിപ്പോൾ സ്വയം ചോദിക്കേണ്ടിയിരിക്കുന്നു.– താൻ ആരാണെന്ന് ഏതോ ഒരപചിരിതൻ.

കുറേ ഫയലുകളുമായി പ്യൂൺ തങ്കപ്പൻപിള്ള അകത്തേക്കു കട ന്നുവന്നു. അപ്പോഴാണ് മധു ചിന്തയിൽ നിന്നുണർന്നത്. തങ്കപ്പൻപിള്ള ഫയലുകൾ മേശപ്പുറത്തു വച്ചു. മച്ചിൽ തൂങ്ങിക്കിടക്കുന്ന ഫാനിന്റെ നേരെ നോക്കി. അതു നിശ്ചലം. തങ്കപ്പൻപിള്ള ഫാനിന്റെ സ്വിച്ച് ഓൺ ചെയ്തു. മുറിക്കുള്ളിൽ കാറ്റിന്റെ ചുഴികൾ കറങ്ങി. ചുമരിലെ കലണ്ട റിന്റെ താളുകൾ കാറ്റിൽ അനങ്ങി. തങ്കപ്പൻപിള്ള പുറത്തേക്കിറങ്ങി. അത്യാവശ്യമുള്ള ഫയലുകളാണ്. വെറുതെ കടലാസുകൾ മറിച്ചു നോക്കി. ഇതൊക്കെ വലിച്ചുവാരിയെറിയാനാണ് തോന്നുന്നത്. മടുത്തു. എല്ലാം ഉപേക്ഷിച്ച് എങ്ങോട്ടെങ്കിലും ഒളിച്ചോടണം.

മേശപ്പുറത്തിരുന്ന കോളിങ് ബെല്ലടിച്ചു. പ്യൂൺ തങ്കപ്പൻപിള്ള വന്നു.

"രജനിയെ വിളിക്ക്."

തങ്കപ്പൻപിള്ള ധൃതിയിൽ പോയി.

നിമിഷങ്ങൾക്കുള്ളിൽ രജനി അകത്തേക്കു കയറിവന്നു. ഭാവശൂ ന്യമായ മുഖം. തിളക്കം നഷ്ടപ്പെട്ട കണ്ണുകൾ. ഇന്നലെവരെ അവൾ സ്വപ്നങ്ങളിൽ ജീവിക്കുന്ന ഒരു പെണ്ണായിരുന്നു. ഇന്ന് വെറും ഒരുദ്യോ ഗസ്ഥ.

"സാർ വിളിച്ചോ?"

"ഉവ്വ്."

എന്തിനാ എന്ന നിശ്ശബ്ദമായ ചോദ്യം അവളുടെ കണ്ണിൽ.

"ഈ നോട്ട് കുറേക്കൂടി വിശദീകരിച്ചെഴുതണം. പ്രശ്നത്തിന്റെ ഗൗരവം വ്യക്തമാകത്തക്ക തരത്തിൽ."

അവൾ ഓർത്തത് മറ്റെന്തെങ്കിലും പറയാനാണെന്നാണ്. അതിനു വേണ്ടിയാണെങ്കിൽ അവൾ മറ്റൊരു നിലപാടെടുക്കുമായിരുന്നു എനിക്കു പറയാനുള്ളതെല്ലാം ഞാൻ പറഞ്ഞുകഴിഞ്ഞു. ഇനി എന്നോടൊന്നും ചോദിക്കണ്ടാ. എനിക്കൊന്നും പറയാനില്ല.

അവൾ ആ ഫയലും വാങ്ങി മുഖത്തുനോക്കാതെ തിരിച്ചിറങ്ങി പ്പോയി. ഒരക്ഷരം മിണ്ടിയില്ല. ഇവൾക്കെന്തു പറ്റിയെന്ന് മധു അതിശ യിച്ചു. ഇന്നലെ വരെ അവൾ അണിഞ്ഞൊരുങ്ങിയാണ് നടക്കാറുണ്ടാ യിരുന്നത്. അവളുടെ ഭംഗികണ്ട് മറ്റുള്ളവർ അവളെ യക്ഷിയെന്നു വിളിച്ചു.

നിർദ്ദേശിച്ച പ്രകാരം അവൾ വീണ്ടും നോട്ടെഴുതിക്കൊണ്ടു വന്നു. ഓടിച്ചൊന്നു വായിച്ചുനോക്കി. ഇപ്പോഴും പ്രശ്നം വിശദീകരിക്കപ്പെട്ടിട്ടില്ല. ഒരു തരം അവ്യക്തത.

വൈകിട്ട് രജനി ആഫീസിൽനിന്നിറങ്ങിപ്പോകുന്നത് നോക്കിനിന്നു. അവൾ അകലെ വളവിലെത്തിയപ്പോൾ മധു കാറിൽ പിന്നാലെ എത്തി. വഴിയുടെ അരികു ചേർന്നു നടന്നുപോകുന്ന അവളുടെ അടുത്ത് കാറിന്റെ വേഗം കുറച്ചു. അവൾ മുഖമുയർത്തി നോക്കി. അനാസക്തമായ കണ്ണുകൾ.

"രജനീ, എനിക്കൊരു കാര്യം അറിയാനുണ്ട്."

"എന്താ?"

"കാറിൽ കയറു. നമുക്ക് കടൽക്കരയിൽ ചെന്നിരിക്കാം."

"ഞാൻ വരില്ല."

"ഉം."

"കാരണവും ചോദിക്കണ്ടാ. ഞാൻ വരില്ലാ."

"രജനീ, എനിക്കു ചിലതു അറിയാനുണ്ട്. എനിക്കു ചിലതു പറയാനുണ്ട്. എന്റെ കൂടെ കടൽക്കരെ..."

അവൾ മിണ്ടാതെ യാതൊരു ഭാവഭേദവും കൂടാതെ അങ്ങനെ നിന്നു, വഴിവക്കിലെ ഇല്ലിക്കാടിന്റെ നിഴലിൽ.

"ഏതാനും നിമിഷങ്ങൾ മാത്രം മതി എനിക്ക്."

അവൾ കാറിന്റെ പിൻസീറ്റിൽ കയറി മുഖം കുനിച്ചിരുന്നു. വഴി കടന്നുപോയത് അവൾ അറിഞ്ഞില്ല. കടൽക്കരയിൽ ഒരിടത്ത് മരത്തണലിൽ മധു കാർ ഒതുക്കിയിട്ടു.

അവൾ വാതിൽതുറന്ന് പുറത്തിറങ്ങി.

കടൽക്കരയിൽ അധികം ആൾക്കാരില്ല. ഇപ്പോഴും കടൽക്കരയിൽ വെയിലുണ്ട്. വെയിലിൽ കടൽ വെട്ടിത്തിളങ്ങുന്നു.

എവിടെ, ഇരിക്കാൻ ഒരു സ്ഥലം? അല്പം തണൽ. പാറക്കെട്ടിനപ്പുറത്തെ ആളൊഴിഞ്ഞേടത്ത് ഒരു മരം. കടൽക്കാറ്റിൽ അതിന്റെ കൊമ്പുകളും ഇലകളും ഇളകുന്നു. മധു മുൻപേ നടന്നു. രജനി പുറകേ, കടലിലേക്കുന്തിനില്ക്കുന്ന പാറയിന്മേൽ ഒരാൾ ഇരിക്കുന്നു— വെയിലിൽ. മുഷിഞ്ഞ വേഷം. കാറ്റത്തു പാറുന്ന ചെമ്പിച്ചമുടി. കടലിന്റെ വിദൂരതയിലേക്കു നോക്കിയിരുന്ന് അയാൾ ചിരിക്കുന്നു. ഭ്രാന്തനാണോ? കണ്ടാൽ അങ്ങനെ തോന്നും.

മധുവും രജനിയും പാറിക്കെട്ടിനപ്പുറത്തെ മരത്തിന്റെ തണലിൽ ചെന്നിരുന്നു. എന്താണ് പറയേണ്ടതെന്ന് മധു ആലോചിച്ചു. എങ്ങനെ തുടങ്ങണം?

കടൽക്കാറ്റിൽ അവളുടെ മുടിയിഴകൾ പറക്കുന്നു. അവൾ കടലിനു നേരെ നോക്കിയിരിക്കുകയായിരുന്നു.

"രജനിയെ കാണാൻ വരരുതെന്ന് രജനി പറഞ്ഞു. എന്താ കാരണമെന്ന് എനിക്കറിയില്ല. ആരുടെയെങ്കിലും ഉപദേശം കേട്ടിട്ടാണോ അതോ.."

"എന്നെ ആരും ഉപദേശിക്കാനില്ല." അവൾ കടലിൽനിന്നും കണ്ണുകൾ പിൻവലിച്ചു. "എന്നെ ആക്ഷേപിക്കാനും കുറ്റപ്പെടുത്താനും മാത്രേ ആൾക്കാരുള്ളു."

"രജനിയോട് ഞാനെന്തെങ്കിലും സ്നേഹക്കുറവു കാണിച്ചോ?"

"എന്താണ് സ്നേഹംന്നു തന്നെ എനിക്കറിഞ്ഞുകൂടാ. അതറിഞ്ഞിട്ടുവേണ്ടേ സ്നേഹക്കുറവെന്താണെന്നറിയാൻ?" അവൾ നിസ്സംഗതയോടെ മധുവിന്റെ മുഖത്തേക്കു നോക്കി. "ഇതാണോ സ്നേഹം.?"

ഒരു മറുപടി പറയാൻ താൻ ബാദ്ധ്യസ്ഥനായിരിക്കുന്നു. മധു പരുങ്ങി. ഇതു സ്നേഹമാണോ? ഇതാണോ സ്നേഹം?

രജനിയുടെ രണ്ടു ചോദ്യങ്ങൾ മധുവിന്റെ ഹൃദയത്തിൽ തറച്ചു നിന്നു.

– ഞാൻ മധുസാറിന്റെ ആരാ?

–ഇതാണോ സ്നേഹം?

കാതിൽ കടൽത്തിരകളുടെ ഇരമ്പം. തിരകൾ തീരത്തെ പാറക്കെട്ടിൽ വന്നടിച്ചു ചിതറുന്നു.

രജനി തന്റെ ആരാണെന്ന് പറയുവാൻ കഴിയുന്നില്ല. ഇതു സ്നേഹമാണെന്ന് പറയുവാനും സാധിക്കുന്നില്ല.

ഞാനൊരു പുനർവിവാഹത്തെക്കുറിച്ചാണ് ആലോചിക്കുന്നത്. ഇതുവരെ തീരുമാനം എടുത്തില്ലെങ്കിലും ആഗ്രഹം മനസ്സിലുണ്ട്.

അതു പറഞ്ഞാൽ അവൾ വിശ്വസിക്കുമോ? ഞാൻ അങ്ങയുടെ ആരുമല്ല എന്ന് അവളുടെ നിസ്സംഗത വിളിച്ചു പറയുന്നു. ഭാര്യയല്ല കാമുകിയല്ല പിന്നെ? വെറും വെപ്പാട്ടി. വെപ്പാട്ടിയോടു കാണിക്കുന്ന സ്നേഹം. അതു സ്നേഹമല്ല. അതിന്റെ പേര് വേറെന്തോ ആണ്.

"രജനീ, ഞാൻ ആലോചിക്കാതെയല്ല." മധു അവളുടെ കണ്ണുകളിലേക്കു നോക്കി. "രജനി എന്റെ ആരാണെന്നു ഞാൻ പറയും. എനിക്കല്പം കൂടി സമയം തരൂ."

"എന്തിനാ അത്രയധികം ആലോചിക്കുന്നത്? ഞാൻ ആരുമല്ലെന്ന് എനിക്കറിയാം. അവളുടെ വാക്കുകൾക്ക് ഹൃദയത്തിന്റെ മുഴക്കമുണ്ടായിരുന്നു. "ഞാനൊരു മണ്ടിപ്പെണ്ണായിരുന്നു ഞാനാരേയും കുറ്റപ്പെടുത്തുന്നില്ല. അനുഭവംകൊണ്ടല്ലേ പഠിക്കുന്നത്."

"നീയെന്തു പഠിച്ചെന്നാ രജനീ?"

"എന്നെ ഞാൻ സൂക്ഷിക്കണമെന്ന്."

ആകാശത്തിൽ തൂങ്ങിനില്ക്കുന്ന സൂര്യൻ. കടലിൽ സൂര്യനുണ്ടാക്കുന്ന തിളക്കം. ആ തിളക്കത്തിന്റെ നേരേ നോക്കാൻ കഴിയുന്നില്ല. കണ്ണു മഞ്ചുന്നു.

രജനിക്കുണ്ടായ മാറ്റം മധുവിനെ അത്ഭുതപ്പെടുത്തി. ഇത്ര പെട്ടെന്ന്–

രജനി എല്ലാം പറഞ്ഞുകഴിഞ്ഞു എന്നാണോർത്തത്. കുനിഞ്ഞിരുന്നു മണൽവാരി കൈവിരലുകൾക്കിടയിലൂടെ ഉതിർത്തുകൊണ്ട് അവൾ എന്തോ ഓർക്കുകയായിരുന്നു.

"എന്റെ കോളേജിൽ പഠിക്കുന്ന അനിയത്തിയെ സാറു കണ്ടിട്ടില്ലേ? ഞാനോർത്തത് അവൾ ശുദ്ധ പാവമാണെന്നാണ്. എന്റെ മുമ്പിൽ അവൾ അങ്ങനെയായിരുന്നുതാനും." രജനി ഇടയ്ക്കു മുഖമുയർത്തി മധുവിനെ നോക്കി. കേൾക്കുന്നുണ്ടോ എന്ന അർത്ഥത്തിൽ; "പക്ഷേ, ഞാൻ വിചാരിച്ചപോലെയല്ല; അവൾക്കൊരു പ്രേമം. നാട്ടുകാര് ചിരിക്കാനും കളിയാക്കാനും തുടങ്ങിയപ്പോഴാണ് ഞാനറിയുന്നത്. ജീവിതത്തിൽ ഇതുവരെ ഞാനിങ്ങനെ വിഷമിച്ചിട്ടില്ല. ഞാനെങ്ങനെ എന്റെ അനുജത്തിയെ ശാസിക്കും. ചെളിയിൽ കിടന്നുരുളുന്ന ആൾക്ക് മണ്ണുവാരിക്കളിക്കുന്ന കുട്ടിയെ ശാസിക്കാൻ എന്താണവകാശം?"

ഹൃദയത്തിൽ ഒരാന്തലോടെ രജനി നോക്കി. എന്നെങ്കിലും ഇവൾക്കിങ്ങനെ ആഴത്തിൽ ചിന്തിക്കാൻ ത്രാണിയുണ്ടാകുമെന്ന് വിചാരിച്ചിരുന്നോ?

ഏതെങ്കിലും പഴയ രാജകൊട്ടാരത്തിൽ ഒരു രാജകുമാരിയായി ജനിക്കുവാൻ ആഗ്രഹിച്ചിരുന്ന പെണ്ണ്.

സ്വപ്നങ്ങളിൽ ജീവിച്ചിരുന്ന പെണ്ണ്.

അവൾക്കിന്നലെവരെ ജീവിതം ഏതോ സ്വപ്നത്തിന്റെ ലഹരിയായിരുന്നു.

ഇന്നവൾ ജീവിതത്തെക്കുറിച്ച് ഗൗരവപൂർവ്വം ചിന്തിക്കുന്നു

"എനിക്കു വഴിതെറ്റി. ഞാൻ വിചാരിച്ചതുപോലെയല്ല ജീവിതം. അതറിയാൻ കുറേ വൈകി."

അവൾ എഴുന്നേറ്റ് സാരിയിലെ മണൽ തട്ടിക്കുടഞ്ഞു.

'ഞാൻ നിന്നെ സ്നേഹിക്കാൻ തുടങ്ങിയപ്പോഴാണോ നീ പിന്മാറുന്നത്?' ആ ചോദ്യം മധുവിന്റെ മനസ്സിൽ കിടന്ന് വിങ്ങി.

"നേരം വൈകി. നേരത്തെ വീട്ടിലെത്തണം." മണൽപ്പരപ്പിൽ കാൽപ്പാടുകളുണ്ടാക്കി കാറിനടുത്തേക്കു നടക്കുമ്പോൾ രണ്ടുപേർക്കും ഒന്നും പറയാനില്ലായിരുന്നു. മനസ്സു ശൂന്യമായതുകൊണ്ടല്ല. അവരൊന്നും പറഞ്ഞില്ല.

അവൾ കാറിന്റെ പിൻവാതിൽ തുറന്ന് അകത്തു കയറി. മധു കാർ സ്റ്റാർട്ടു ചെയ്തു. വളവുകളും തിരിവുകളും പിന്നീട് വണ്ടി പാഞ്ഞു.

അവൾക്കു പോകാനുള്ള വഴിത്തിരിവിൽ എത്തിയപ്പോൾ രജനി പറഞ്ഞു.

"എന്നെ ഇവിടെ ഇറക്കിയേര്."

നേരെ നോക്കാതെ മധു പറഞ്ഞു:

"വീട്ടിൽ കൊണ്ടുവിടാം."

"നന്ദി. വേണ്ടാ."

വഴിയരികിൽ മധു കാർ നിർത്തി.

അവൾ വാതിൽ തുറന്നു പുറത്തിറങ്ങി വാതിലടച്ചു കാറിനടുത്തു നിന്ന് അവൾ അപേക്ഷിച്ചു.

"ഇനി എന്നെ വിളിക്കരുത്. ഞാൻ വരില്ല."

'എങ്ങോട്ടും എന്റെ ജീവിതത്തിലേക്കും?' എന്നു ചോദിക്കാനോർത്തതാണ്. അവൾ നടന്നുകഴിഞ്ഞു.

വിജനമായ വഴിയിൽ വഴിവക്കിലെ മരങ്ങളുടെ മങ്ങിയ നിഴലുകൾക്കിടയിലൂടെ അവൾ നടന്നകലുന്നു. മരക്കൊമ്പുകളിൽ അന്തിവെയിലിന്റെ നിറം മങ്ങുന്നു. നിഴലുകൾക്ക് ഇരുൾച്ച വർദ്ധിക്കുന്നു.

ഹൃദയം വലിഞ്ഞുമുറുകുന്നു. കഠിനമായ ദുഃഖംകൊണ്ട് നഷ്ടബോധംകൊണ്ട്, നിരാശകൊണ്ട്.

മനസ്സിൽ ആകാശക്കോട്ടകൾ കെട്ടിപ്പൊക്കുന്നു. ഓർക്കാപ്പുറത്ത് ഒരു നിമിഷത്തിൽ അത് ഇടിഞ്ഞുപൊളിഞ്ഞു വീഴുന്നു. സ്വന്തം കണ്ണുകൾക്കു കീഴെ.

ഇരുപത്തിയൊൻപത്

ബസിറങ്ങി. പുഴക്കരയിലേക്കു നടക്കുമ്പോൾ പഴയ കാലങ്ങളിലേക്കു തിരിച്ചു ചെല്ലുന്നതു പോലെ ഗീതയ്ക്കു തോന്നി. വഴിയരികിലെ ആൽവൃക്ഷം ഇപ്പോഴും അങ്ങനെ തന്നെയുണ്ട്. ആൽത്തറ കുറേക്കൂടി പൊളിഞ്ഞു എന്നുമാത്രം. ആലിന് ഒരു മാറ്റവുമില്ല. ഒരു കൊമ്പു പോലും ഒടിഞ്ഞിട്ടില്ല. ഒരില പോലും കൊഴിഞ്ഞിട്ടില്ല. അങ്ങനെയാണ് തോന്നുന്നത്. ആലിൻക്കൊമ്പുകളിൽ കാറ്റനങ്ങി. ആലിലകൾ മന്ത്രങ്ങൾ ഉരുവിടുന്നു. ആലിൻകൊമ്പുകൾക്കപ്പുറത്ത് ശൂന്യതയുടെ ചാരനിറം പൂണ്ട് ധ്യാനമുദ്രയണിഞ്ഞു കിടക്കുന്ന വേനൽക്കാലത്തെ ആകാശം. ആകാശത്തിൽ ജ്വലിച്ചുനില്ക്കുന്ന മദ്ധ്യാഹ്ന സൂര്യൻ. ആലിലകളിൽ വെയിലിന്റെ തിളക്കം. ദീപുമോനെയുംകൊണ്ട് അവൾ ആലിന്റെ ചുവട്ടിൽ തണലിൽ നിന്നു. ഒരിടവഴി ഇറങ്ങിവേണം പുഴവക്കത്തെത്താൻ, വീണ്ടും നടന്നു. വഴിവക്കിൽ കാടുകൾ, കാടുകൾക്കപ്പുറത്ത് പഴയ വേലി. ഈ കാടുകളും പഴയ വേലിയുമൊക്കെ പണ്ടത്തേതുതന്നെ. തന്റെ ഗ്രാമത്തിന് ഒരു മാറ്റവുമില്ലേ? വേലിക്കെട്ടിനപ്പുറത്ത് താഴത്തെ ഓന്നച്ചന്റെ കമുകിൻതോട്ടം. അതിനപ്പുറത്ത് കലമുണ്ടാക്കുന്ന കുശവന്റെ വീട്. ദീപുമോന്റെ കൈയിൽ പിടിച്ചുകൊണ്ട് ഗീത വഴിയിറങ്ങി. വഴിവക്കിൽ ചുവന്ന പൂക്കുടം ചുവന്നു നില്ക്കുന്ന കാട്ടുപെരുവലങ്ങൾ. കാറ്റത്തുലയുന്ന ഇല്ലിക്കാട്. ഇല്ലിക്കാടിന്റെ ചുവട്ടിൽ ഇലയിൽ ചുവന്ന പൊട്ടുകൾ തിളങ്ങുന്ന ചേമ്പുകൾ. ഇടവഴിക്കും മാറ്റമില്ല. ഇറക്കത്തിൽ മുളയഴി ഇട്ട കടമ്പ. മാരാത്തേക്കുള്ള പടി. ഈ പടി കേറിച്ചെന്നാൽ ആ പഴയ വീടും വീടിന്റെ തിണ്ണയിൽ പഴയ കാലങ്ങളെക്കുറിച്ചുള്ള ഓർമ്മകൾ എണ്ണിപ്പെറുക്കി വയസ്സന്മാരും ഉണ്ടാവുമായിരിക്കും.

പുഴയിൽ അധികം വെള്ളമില്ല. മണൽപ്പുറം ഉച്ച വെയിലിൽ വെട്ടിത്തിളങ്ങുന്നു. അങ്ങേ കരയോട് ചേർന്ന് നീരൊഴുക്കുണ്ട്. ദീപുമോനെ എടുത്ത് എളിയിൽ ഇരുത്തി. നനയാതെ സാരി മുട്ടറ്റം ഉയർത്തിപ്പിടിച്ചു. അക്കരനിന്ന് ഒരാൾ പുഴയിൽ ഇറങ്ങി വരുന്നതു കണ്ടു. പുഴയിൽ മുട്ടറ്റം വെള്ളമേ ഉള്ളു. വേനലിലെ പുഴയും പണ്ടത്തെപ്പോലെ തന്നെ. ഇറങ്ങിക്കേറാം. വിശാലമായ മണൽപ്പുറം അങ്ങേ വളവുവരെ കാണാം. ആ

വളവിൽ ഏതു വേനൽക്കാലത്തും പുഴയ്ക്കു ആഴമുണ്ട്. പുഴയുടെ അക്കരെയും ഇക്കരെയും കാടുകളും മരങ്ങളും ഉണ്ടാക്കുന്ന ഇരുണ്ട പച്ച. വർഷകാലത്ത് ഈ പുഴ മെത്തിയൊഴുകും. അപ്പോൾ പുഴ കണ്ടാൽ പേടിയാകും. അനക്കമില്ലാതെ കലങ്ങിമറിഞ്ഞൊഴുകുന്ന പുഴയിൽ കടത്തുതോണിയൂന്നാൻ തോണിക്കാരൻ പെടുന്ന പാട്.

പുഴക്കടവിലെ കരിന്തകര ഇരുണ്ട പച്ചയുടെ ഒരു കൂടാരം പോലെ ഇപ്പോഴും. ദീപുമോനെ താഴെ ഇറക്കി കൈപിടിച്ചു നടത്തി. "മോനേ, വീഴാതെ സൂക്ഷിച്ച്..."

കടവിനു മുകൾഭാഗത്താണ് അമ്പലം. അടഞ്ഞുകിടക്കുന്ന അമ്പലത്തിനു മുമ്പിൽ പാറക്കെട്ടിൽ പൂത്ത ചെമ്പകം. പൂക്കുലകൾ പിടിച്ചു നില്ക്കുന്ന ചെമ്പകത്തിന്റെ കൊമ്പുകൾ.

'നാളെ രാവിലെ വന്നു കുളിച്ചു തൊഴണം.' ഗീത മനസ്സിലോർത്തു. "വഴിപാടു കഴിക്കണം."

എത്ര നാളായി ഈ ഗ്രാമം കണ്ടിട്ട്! ഒന്നൊന്നര വർഷം മുമ്പാണ് ഈ ഗ്രാമത്തിൽ വന്നിട്ടു പോയത്. പക്ഷേ, തോന്നുന്നത് വളരെക്കാലമായി എന്നാണ്. അതല്ല അത്ഭുതം. എന്നിട്ടും ഈ ഗ്രാമത്തിന് യാതൊരു മാറ്റവുമില്ല. ആ പഴയ ഗ്രാമം തന്നെ ഇപ്പോഴും.

അവളുടെ മനസ്സിൽ അരവിന്ദനെക്കുറിച്ചുള്ള ഓർമ്മകൾ ഉണർന്നു.

മനയ്ക്കപ്പുറമ്പിന്റെ താഴെ വേലിക്കെട്ടിനോടു ചേർന്നുള്ള വഴിയെ നടന്നു. മനയ്ക്കപ്പുറമ്പിലെ സർപ്പക്കാവും ഏഴിലമ്പാലയും ഒക്കെ ഒരു കേടും കൂടാതെ..

മനയ്ക്കത്താഴത്തു വച്ചാണ് കാവുങ്കലെ ലക്ഷ്മിയമ്മയെ കണ്ടത്. തല മുഴുവൻ പഞ്ഞിക്കുടംപോലെ നരച്ച ലക്ഷ്മിയമ്മയെ സൂക്ഷിച്ചു നോക്കി.

"എന്റീശ്വരാ, ആരാ ഇത്! ഗീതക്കുട്ട്യേ? തനിച്ചേ ഉള്ളോ!"

ആദ്യം തോന്നിയ സന്തോഷം പെട്ടെന്നു തകർന്നു

തനിച്ചേ ഉള്ളോ എന്ന്!

'തനിച്ചല്ല. എന്റെ മോനുണ്ടല്ലോ. എന്റെ കൂടെ. വേറെ ആരാ എനിക്കുള്ളത്? ആരൂല്ല.'

പറഞ്ഞില്ല. മനസ്സിലോർത്തേ ഉള്ളൂ.

"ഞങ്ങളൊക്കെ വിചാരിച്ചത് ഗീതക്കുട്ടി നേരത്തെ വരുന്നാണ്. ഇണങ്ങരെപ്പോലെ ആ മുഹൂർത്തത്തിനു വന്നേച്ചു വന്നു വന്നില്ലാന്ന് പേരുകേൾപ്പിച്ചു പോയാ മതിയോ? സ്വന്തം അനിയത്തീടെ വിവാഹമല്ലേ"

ഗീത വെറുതെ ചിരിക്കുക മാത്രം ചെയ്തു. അല്ലാതെ അവൾ എന്താ പറയുക? ഇപ്പോൾ തന്നെ വന്നത്..

"ഭർത്താവു വരില്ലേ?"

"വരും. ഞാൻ നേരത്തേ പോന്നു."

വരും എന്നു പറഞ്ഞു. പക്ഷേ, വരുമെന്ന് എന്താണ് ഉറപ്പ്? വെറുതെ പറഞ്ഞതാവും. ഗീതയുടെ ഹൃദയം പറഞ്ഞു —വരില്ല.

"നീയും ദീപുമോനും കൂടി പൊയ്ക്കോ. ഞാൻ നാളെ രാവിലെ അവിടെ എത്തിക്കോളാം. ഇന്നെനിക്കു വരാൻ പറ്റില്ല. ആഫീസിൽ കുറേ അത്യാവശ്യ ജോലിയുണ്ട്."

പറയുന്നതു കേട്ടപ്പോഴേ മനസ്സിലായി ഒഴിഞ്ഞുമാറാനുള്ള വിദ്യയാണെന്ന്. ഇതൊക്കെ ആർക്കും മനസ്സിലാവില്ലെന്നാണോ.

ഗീത ഇതൊക്കെ കാണാൻ തുടങ്ങിയിട്ട് എത്ര നാളായി!

അമ്മ വരുമായിരുന്നു. അതിനിടയ്ക്കാണ് അമ്മയുടെ കാൽ പൊള്ളിയത്. പാൽ കാച്ചി അടുപ്പിൽനിന്നു പാത്രമെടുക്കുമ്പോൾ കൈ തെന്നിപ്പോയി. തിളച്ച പാൽ അമ്മയുടെ കാലിൽ വീണു. മുട്ടിനു കീഴോട്ട് കാൽ പൊള്ളിപ്പോയി.

"ഈ കാലും വച്ചോണ്ട് ഞാനെങ്ങനെ നിന്റെ കൂടെ വരും?" എന്നായിരുന്നു അമ്മയുടെ സങ്കടം.

"വേണ്ടമ്മേ. ഞാൻ പൊയ്ക്കോളാം."

"അമ്മയോടും അച്ഛനോടും പറയു. ഞാൻ വരാത്തത് ഇങ്ങനെ ഒര പകടം കൊണ്ടാണെന്ന്."

"ഞാൻ പറയാം.'

"നീ വ്യസനിക്കേണ്ട മോളേ. അവൻ വരും. വരാതിരിക്കില്ല."

ആവോ ആർക്കാ നിശ്ചയം?

ഗീതയുടെ മനസ്സു പറയുന്നു. ഇല്ല. വരില്ല. വരണമെന്നുണ്ടായിരുന്നെങ്കിൽ ഇപ്പോൾ ആവാമായിരുന്നു. ആഫീസിലെ ജോലി ഒരാൾ അവധിയെടുത്താൽ കുഴപ്പത്തിലാകുമോ? ഒരാൾ ലീവെടുത്താൽ ആഫീസ് സ്തംഭിക്കുമോ? അനിയത്തിയുടെ വിവാഹം നിശ്ചയിച്ചത് പൊടുന്നനെയല്ല. നേരത്തേ അറിയാമായിരുന്നല്ലോ. എന്നിട്ട് ആ ദിവസം കണക്കാക്കി ഒന്നോ രണ്ടോ ദിവസത്തെ അവധിയെടുക്കാൻ ഓർത്തില്ലല്ലോ. ഓർക്കാഞ്ഞിട്ടല്ല. വേണ്ടെന്നു വച്ചിട്ട്. ഇഷ്ടമില്ലാഞ്ഞിട്ട് ആർക്കാ ഇതൊന്നും മനസ്സിലാവാത്തത്?

ഇടവഴിയുടെ വശങ്ങളിലെ മരങ്ങളും കാടുകളും വഴി നീളെ നിഴൽ വിരിച്ചിരുന്നു. കാടിന്റെ മുകളിൽവന്നിരുന്നു ചിലയ്ക്കുന്ന ഒരു മഞ്ഞക്കിളിയെ ചൂണ്ടി ദീപുമോൻ പറഞ്ഞു:

'അമ്മേ നോക്കൂ. ഒരു മഞ്ഞക്കിളി. എന്തു ഭംഗി. അല്ലേ അമ്മേ."

അവൾ നിർവ്വികാരമായി മൂളി.

ഇടവഴിയരികിൽ ഗൗരിക്കുട്ടിയമ്മ നിന്നിരുന്നു. പണ്ട് എന്തു സ്നേഹമായിരുന്നു അവർക്ക് ഗീതയോട്. തല നരച്ചു. അത്രയേ മാറ്റമുള്ളൂ അവർക്ക്. ഗീതയെ കണ്ട ഉടൻ അവരുടെ മുഖം വിളറി. "വരുന്ന വഴ്യാണോ?" – എന്നു ചോദിച്ചു. ഒരു തരം അകല്ച്ചയുണ്ടായിരുന്നു അവരുടെ പെരുമാറ്റത്തിൽ. അതുവരെ പടിക്കൽ വെറുതെ നിന്നതാണ് അവർ. ഗീതയെക്കണ്ടപ്പോൾ അവർക്കു ധൃതി; "പോട്ടെ ഒരു നൂറുകൂട്ടം പണിയുണ്ട്."

ആരെങ്കിലും തടഞ്ഞോ പോകരുതെന്ന്.

വഴിയിൽ കണ്ടവരൊക്കെ ഒഴിഞ്ഞു മാറുന്നു. ഒന്നോ രണ്ടോ വാക്കുകൾകൊണ്ട് അല്ലെങ്കിൽ ഒരു വിളറിയ ചിരികൊണ്ട് സ്നേഹം കാണിച്ചു കടന്നു പോകുന്നു. അതു സ്നേഹമല്ല. വെറും നാട്യം. മിണ്ടിയില്ല. സ്നേഹം കാണിച്ചില്ല എന്നൊന്നും തോന്നണ്ടാ എന്ന് കാണിക്കാൻ.

'വേണ്ടാ. നിങ്ങളുടെയൊക്കെ ഹൃദയത്തിൽ എന്താണെന്ന് എനിക്കറിയാം.' ഗീത ഓർത്തു. 'ഞാനത്ര മണ്ടിയൊന്നുമല്ല. എനിക്ക് നിങ്ങളുടെ സ്നേഹവും വേണ്ട. വാത്സല്യവും വേണ്ടാ.'

വീടിന്റെ പടി കേറി ചെന്നപ്പോൾ ആദ്യം കണ്ടത് അച്ഛനെയാണ്. അച്ഛൻ ഓടിവന്ന് ദീപുമോനെ എടുത്തു.

"തനിച്ചേ ഉള്ളോ?"

"ഉം."

"മധുസൂദനൻ..?"

"വരും. ആഫീസിലെന്തോ തിരക്കുണ്ടെന്ന്?"

"വരോ ആവോ?".

അച്ഛനും വിശ്വാസം വരുന്നില്ല.

ഗീത ആ ചോദ്യം കേട്ടതായി ഭാവിച്ചില്ല.

അച്ഛൻ ദീപുമോനെ ഉമ്മ വച്ച് താഴെ നിർത്തി. കല്യാണത്തിന്റെ തിരക്കായിരുന്നു വീട്ടിൽ. വിളിച്ചു വന്ന അതിഥികൾ ഓരോ സ്ഥലത്തു കൂടിയിരുന്നു വർത്തമാനം പറയുന്നു. ചിലർ പന്തൽ അലങ്കരിക്കുന്നു. അകത്ത് നിറയെ പെണ്ണുങ്ങളാണ്. ഗീത അകത്തേക്കു ചെന്നു. ആളുകളുടെ മുഖത്തെ ചിരിയും പകച്ചുനോട്ടവും ഗീത കണ്ടു. ഒരു ഭ്രാന്തിയെ നോക്കുന്നതുപോലെയാണ് എല്ലാവരും തന്നെ നോക്കുന്നത്. പൊള്ളയായ ഒരു ചിരിയോടെ എല്ലാവരും അകന്നുമാറുന്നു. താൻ അതു മനസ്സിലാക്കുന്നില്ലെന്നാണോ അവരുടെ വിചാരം?

"അമ്മേ." എന്നു വിളിച്ചുകൊണ്ട് ഗീത അടുക്കളയിലേക്കു ചെന്നു. പെട്ടെന്ന് അമ്മയുടെ മുഖം വിളറി. എന്നിട്ടും അമ്മ സ്നേഹം കാണിച്ചു. ദീപുമോനെ എടുത്തു ഉമ്മ വച്ച് അമ്മ അവനോടു കളി പറഞ്ഞു.

"എന്റെ മോൻ വലിയ ആളായിപ്പോയല്ലോ."

തന്റെ നേരെ സ്നേഹം കാണിക്കാൻ അമ്മ പെടുന്നപാട് ഗീത കണ്ടു. താൻ വന്നത് അമ്മയ്ക്കിഷ്ടമായില്ലേ?

'വേറെ ആരും പോണില്ലേ?"

"ഇല്ല."

"ഉം?"

"ദീപൂന്റച്ഛൻ വരും. അമ്മയ്ക്കു സുഖമില്ല. തിളച്ച പാൽ വീണു കാൽ പൊള്ളി.'

"ഒരാഴ്ച മുമ്പേ കാക്കണതാ നിന്നെ."

നുണ.

അമ്മയുടെ മുഖഭാവം കണ്ടാലറിയാൻ മേലേ. താൻ വരണമെന്ന് അമ്മ ആഗ്രഹിച്ചില്ലെന്ന്.

"നിനക്കിപ്പോ അസുഖോന്നുല്ലല്ലോ?"

"ഇല്ലമ്മേ."

"അപ്പുറത്തു പോയി വേഷമൊക്കെ മാറ്. എന്നിട്ട് എന്തെങ്കിലും കഴിക്കാൻ വാ. വിശക്കണില്ലേ?"

അത്രയൊക്കെ സ്നേഹം കാണിക്കാൻ ബാദ്ധ്യസ്ഥയാണല്ലോ അമ്മ.

"അനിയത്തി എവിടെ അമ്മേ?"

"അങ്ങേ മുറിയിൽ കാണും. അവളുടെ കൂട്ടുകാരികളുടെ അടുത്ത്."

ദീപുമോനെയുംകൊണ്ട് ഗീത അങ്ങേ മുറിയിലേക്കു ചെന്നു. മുറിക്കകത്തു കൂട്ടുകാരികളുടെ ഇടയിൽ നാണം കൊണ്ടു തുടുത്ത മുഖവുമായി അനിയത്തി ഇരിക്കുന്നു.

"അനീത്തീ."

അനിയത്തിയുടെ മുഖം വിളറുന്നത് ഗീത കണ്ടു.

അനിയത്തിയും കൂട്ടുകാരികളും ഗീതയെ മിഴിച്ചു നോക്കി.

അനിയത്തി കൂട്ടുകാരികൾക്ക് ഗീതയെ പരിചയപ്പെടുത്തി.

"എന്റെ ചേച്ചീ."

ഗീത അകത്തേക്കു ചെന്നു. കൂട്ടുകാരികൾ അകന്നുമാറി ചുമരിനോടു ചേർന്നുനിന്നു. അനിയത്തി വന്ന് ദീപുമോനെ എടുത്തു.

"ചേട്ടനെവിടെ?"

"വന്നില്ല. വരും."

"എനിക്കറിയാം. നിങ്ങൾക്കാർക്കും എന്നോടു സ്നേഹമില്ല."

"നിനക്കങ്ങനെ തോന്ന്യോ?"

"പിന്നെ തോന്നാതെ? സ്നേഹമുണ്ടെങ്കിൽ ഇങ്ങനെയാണോ?"

അവളോടെന്താ മറുപടി പറയേണ്ടതെന്ന് ഗീതയ്ക്കറിയില്ലായിരുന്നു

"ചേച്ചി പോലും ഇന്നല്ലേ വന്നത്?"

കൂട്ടുകാരികളുടെ മുമ്പിൽവച്ച് അത്രയൊക്കെ പറയാനുള്ള ബാദ്ധ്യത അവൾക്കുണ്ടായിരുന്നു. അവൾ ആ വഴിപാടു തീർത്തു.

പിന്നെ അവർക്കിടയിൽ ഇരുൾപോലെ ശൂന്യതപോലെ. പ്രളയം പോലെ നിശ്ശബ്ദത പെരുകി.

ആ നിശ്ശബ്ദത ഗീതയ്ക്ക് അസഹ്യമായി തോന്നി. അവർ കൂട്ടുകാരികൾ രസം പറഞ്ഞിരിക്കുകയായിരുന്നു. അതിനിടയിൽ കയറിച്ചെന്ന് താൻ ആ രസച്ചരട് പൊട്ടിച്ചു.

ദീപുമോന്റെ കൈയ്ക്കു പിടിച്ചു ഗീത മുറിയിൽ നിന്നിറങ്ങിപ്പോന്നു.

എല്ലാവരും തന്നിൽനിന്ന് അകന്നുമാറുന്നു. നടുമുറിയിൽ നിന്ന് അമ്മയും അച്ഛനും എന്തോ സ്വകാര്യം പറയുന്നതുകണ്ടു. അമ്മയാണ് പറയുന്നത്. അച്ഛൻ എല്ലാം ശ്രദ്ധവച്ചു കേൾക്കുന്നു. അതു പണ്ടും അങ്ങനെയാണ്. എല്ലാം പറഞ്ഞു തിരിച്ചുകൊടുക്കുന്നത് അമ്മയാണ്. അച്ഛന് ഒരൊറ്റ വഴിയേയുള്ളൂ. നേരെ വാ നേരേ പോ. അമ്മ നേരെ മറിച്ചാണ്. വളഞ്ഞ വഴികൾ കണ്ടുപിടിക്കും. ഗീതയെ കണ്ടപ്പോൾ അമ്മ സ്വകാര്യം

പറച്ചിൽ പെട്ടെന്നു നിർത്തി. അമ്മയുടെ മുഖം മ്ലാനമായത് എന്തുകൊണ്ടാണ്?

"നിനക്കു വിശക്കണില്ലേ ഗീതേ?" അമ്മ ചോദിച്ചു. "അടുക്കളയിലേക്കു വരൂ."

"എനിക്കു വിശപ്പില്ല."

"ദീപുമോനോ?"

"പിന്നെയാട്ടെ ധൃതീല്ല."

എല്ലാടത്തും തിരക്കാണ്. അകത്തും പുറത്തും അകത്തു മുഴുവൻ പെണ്ണുങ്ങളാണ്. പുറത്ത് പുരുഷന്മാരും അതിഥികൾ ഇനിയും വരാനുണ്ട്. അച്ഛൻ പന്തലിൽനിന്ന് വരുന്നവരെയൊക്കെ തൊഴുകൈയോടെ സ്വീകരിക്കുന്നു. കുശലം ചോദിക്കുന്നു. പരിഭവം പറയുന്നു.

"നല്ല ആള്! ഇപ്പഴാ വരുന്നത്?;"

ഇങ്ങനെയൊക്കെ മതീല്ലോ ഞാനും.

ഇപ്പോഴെങ്കിലും വരാൻ തോന്നീല്ലോ. ഉപകാരം!

അതു ശരിയായില്ല. കേട്ടോ. മിസിസ്സിനെക്കൂടി കൊണ്ടുവരണംന്നു ഞാൻ നിർബ്ബന്ധമായി പറഞ്ഞിട്ട്..

–തമ്പുരാനെ കണ്ടില്ലേ. വരാമെന്ന് എനിക്കു വാക്കുതന്നിരുന്നതാ.

പെണ്ണുങ്ങൾക്കിടയിൽ ഓടിനടന്ന് അമ്മ ഓരോരുത്തരോടും കുശലം ചോദിക്കുന്നു.

–ചായയോ കാപ്പിയോ എന്താ വേണ്ടേന്നുവച്ചാൽ പറേണം.

–കാർത്ത്യാനിച്ചേച്ചിയെന്താ അങ്ങു മാറിനിന്നത്? ഇവിടത്തെ കാര്യങ്ങളൊക്കെ നോക്കാൻ പിന്നെ ആരാ?

–കമലേ, എല്ലാടത്തും നിന്റെ കണ്ണുവേണം.

–ദാക്ഷായണീ മുത്തശ്ശിക്കു മുറുക്കാൻ ഇടിച്ചു കൊടുക്കണം.

–ആരാ അവിടെ? ലതേ ഒന്നിങ്ങോട്ടുവരൂ.

–രശ്മി എവിടെ?

–എന്താ ഇങ്ങനെ ഒഴിഞ്ഞുമാറി നീ നില്ക്കണെത്?

ഞാൻ ചോദിച്ചത്. കുഞ്ഞിക്കുട്ടിചേച്ച്യോടാ.

എത്ര സ്നേഹത്തോടെയാണ് അമ്മ ഓരോരുത്തരോടും ഇടപെടുന്നത്. എന്തുത്സാഹം അമ്മയ്ക്ക്! ആറേഴു വയസ്സു കുറഞ്ഞതുപോലെ തോന്നും അമ്മയുടെ ഉത്സാഹവും സന്തോഷവും കണ്ടാൽ നോക്കുന്നേടത്തൊക്കെ അമ്മയുണ്ട്.

എല്ലാവരും തിരക്കിലാണ്.

തിരക്കിനിടയിൽ ഗീതമാത്രം ഏക..

അകത്തെ മുറിയിൽ ദീപുമോനെയും പിടിച്ച് വെറുതെ ചുമരുംചാരി നിന്നപ്പോൾ അമ്മ അതിലെ വന്നു.

"നിനക്കു സുഖമില്ലാത്തതല്ലേ? അകത്ത് എവിടെയെങ്കിലും ചെന്നു കിടക്കായിരുന്നില്ലേ?"

ഗീതയ്ക്കു കഠിനമായ കോപമുണ്ടായി.

എനിക്കു സുഖമില്ലെന്നാരു പറഞ്ഞു?

വളരെ ക്ലേശിച്ചാണ് ഗീത അരിശം അടക്കിയത്.

നാളെയാണ് അനിയത്തിയുടെ വിവാഹം. ഏറ്റവും അടുത്ത ബന്ധുക്കളും ഏറ്റവും അടുത്ത സുഹൃത്തുക്കളും മാത്രമേ ഇന്നു വരൂ. ഇപ്പോൾ തന്നെ വീട്ടിൽ ഒരുപൂരത്തിനുള്ള ആളുണ്ട്. അപ്പോൾ നാളെ എന്തായിരിക്കും സ്ഥിതി?

"ഇനി ഇവിടെ കെട്ടിക്കാനും പിടിക്കാനും ആരൂല്ലാ. അതുകൊണ്ട് ഇതല്പം മോടിയായിക്കോട്ടേന്നു വച്ചു."

അമ്മ ആരോടോ അഭിമാനപൂർവ്വം പറയുന്നത് ഗീത കേട്ടു.

അന്നു രാത്രി ഗീത ഉറങ്ങിയില്ല. വീട്ടിൽ കല്യാണത്തിന്റെ തിരക്ക്. ഗീത ഓരോന്നോർത്തുകൊണ്ടു കിടന്നു. ഗീത കിടന്ന മുറിയിൽ വേറെ ആരും ഉണ്ടായിരുന്നില്ല. ഗീതയും ദീപുമോനും മാത്രം.

താൻ കിടക്കുന്നതു തന്റെ വീട്ടിലാണോ അതോ ഒരന്യവീട്ടിലാണോ എന്നു ഗീതയ്ക്കു സംശയം തോന്നി. സ്വന്തം വീട്ടിലാണെന്നു അറിയാമെങ്കിലും അതു സ്വന്തം മനസ്സിനെ വിശ്വസിപ്പിക്കാൻ കഴിയുന്നില്ല. ഒരന്യഥാത്വം അനുഭവപ്പെടുന്നു. ഈ മുറിയിൽ, ഈ കട്ടിലിലാണ് പണ്ട് ഗീത കിടന്നിരുന്നത്. ഈ കട്ടിലിൽ കിടന്നാണു സ്വപ്നങ്ങൾ കണ്ടത്. ആ സ്വപ്നങ്ങളൊക്കെ എവിടെയോ നഷ്ടപ്പെട്ടു. ഇപ്പോൾ തോന്നുന്നത് പണ്ടത്തെ മുറിയിലല്ല തന്റെ ശവക്കുഴിയിലാണു കിടക്കുന്നതെന്നാണ്.

വെളുപ്പിനു മുമ്പേ എല്ലാവരും ഉണർന്നു. കുളിച്ചൊരുങ്ങണ്ടേ? പത്തരയ്ക്കാണ് മുഹൂർത്തം. ഒൻപതൊൻപതര ആകുമ്പോഴേക്കും വരനും കൂട്ടരും വരും.

ഗീത വെറുതെ ഇരിക്കുന്നതു കണ്ടപ്പോൾ അമ്മ ചോദിച്ചു:- "കുളിക്കാൻ പോകാമായിരുന്നില്ലേ? നേരത്തേ ഒരുങ്ങിക്കോ."

ഗീത വെറുതെ ചിരിച്ചു. അമ്മ അമ്മയുടെ കടമ ചെയ്തു. പറഞ്ഞില്ലെന്നുവോണ്ടാ: അത്രമാത്രം.

അവളെ വല്ലാതെ വേദനിപ്പിച്ചത് അനിയത്തിയുടെ അകല്ച്ചയാണ്. ഇന്നലെ വന്നപ്പോൾ കാണിച്ച സ്നേഹംകൊണ്ട് അവളും കടമ തീർത്തു. അനിയത്തിക്കൊരു ചേച്ചിയേയുള്ളൂ. അനിയത്തിയുടെ വിവാഹത്തിനു എവിടെയും മുന്നിൽ നില്ക്കേണ്ടതു ചേച്ചിയല്ലേ? പക്ഷേ, എല്ലായിടത്തു നിന്നും താൻ ഒഴിവാക്കപ്പെടുന്നു. മറ്റുള്ളവരൊക്കെയാണ് കാര്യക്കാര്. താൻ അന്യ. വെറും അന്യ.

എല്ലാവരും കുളിച്ചൊരുങ്ങി വന്നു. വീണ്ടും അതിഥികൾ വരാൻ തുടങ്ങി. വരനും കൂട്ടരും വരുന്നതു കാത്തിരിക്കുകയാണ് എല്ലാവരും എതിരേല്ക്കാൻ നാഗസ്വരക്കാർ നേരത്തെ എത്തി.

പടിഞ്ഞാറെ മുറിയുടെ വാതില്ക്കൽനിന്ന് അകത്തേക്കു വിളിച്ചു ചോദിച്ചു:

"കൊച്ചമ്മിണി, വിളക്കും താലോം ഒരുക്കീട്ടില്ലേ എതിരേല്പിന്? അവരു വരാൻ നേരായി."

തൊട്ടടുത്തു നില്പുണ്ടായിരുന്നു ഗീത.

"എന്താ മോളേ ഇങ്ങനെ ഒഴിഞ്ഞുനില്ക്കുന്നത്; അകത്തേക്കു ചെന്ന് ആ വിളക്കും താലോം ഒക്കെ ഒന്നൊരുക്കിക്കൂടേ; അവരു വരാറായി.–" എന്ന് അമ്മയ്ക്കു തന്നോടൊന്നു പറഞ്ഞാലെന്തായിരുന്നു?

താൻ ഒഴിവാക്കപ്പെടുന്നു.

തന്റെ വീട്ടിൽ താൻ അന്യയായിത്തീർന്നിരിക്കുന്നു.

തിരക്കിനിടയിൽ താൻ മാത്രം ഏക.

ഏക.

അന്യ.

ഗീതയ്ക്കു വല്ലാത്ത സങ്കടം തോന്നി. ആരും തന്നെ ഗൗനിക്കുന്നില്ല. പരിഗണിക്കുന്നില്ല.

താൻ ഒറ്റപ്പെടുന്നു.

വരനും പാർട്ടിക്കാരും വന്നപ്പോഴേക്കും വീട്ടിൽ ഒരുത്സവത്തിന്റെ തിരക്കായി. വിളക്കും താലവുമായി കൊച്ചമ്മിണി കാത്തുനില്ക്കുന്നു. നാഗസ്വരത്തിന്റെ മേളം ആകാശങ്ങളിൽ മുഴങ്ങുന്നു. ചെറുക്കനെ കാണാനും ചെറുക്കനെ എതിരേല്ക്കുന്നതു കാണാനും ആളുകൾ തിക്കിത്തിരക്കുന്നു. ഗീത മാത്രം അനങ്ങാതെ ആളൊഴിഞ്ഞ കോണിൽ ഒരുങ്ങിനിന്നു ദീപുമോൻ കൈയ്ക്കുപിടിച്ചു വലിച്ച് വരൂ അമ്മേ വരൂ അമ്മേ എന്നു കരഞ്ഞു. അവൾ അതു കേട്ടില്ല. അവൾ മറ്റെന്തോ ഓർക്കുകയായിരുന്നു. അവളുടെ മനസ്സ് മറ്റെവിടെയോ ആയിരുന്നു.

എതിരേല്പിന്റെ തിരക്കാണ് പന്തലിൽ.

ഗീത ദീപുമോന്റെ കൈയ്ക്കുപിടിച്ചുകൊണ്ട് പുറകു വശത്തെ വഴിയിലൂടെ നടന്നു.

"നമുക്കു പോകാം."

ദീപുമോൻ ചോദിച്ചു.

"എങ്ങോട്ടാമ്മേ..?"

"അച്ഛന്റെ അടുത്തേക്ക്."

ഇടവഴിയിലിറങ്ങിയപ്പോൾ ഗീത കരയുകയായിരുന്നു. ദീപുമോൻ ചോദിച്ചു. "അമ്മ എന്തിനാ കരേണെ?

"ഒന്നുല്ലാ..."

അവൾ ദീപുമോനെ എടുത്തുകൊണ്ട് ധൃതിയിൽ നടന്നു. ആരും കാണരുത്. ആരും അറിയരുത്.

വീട്ടിൽ ആരെങ്കിലും തിരക്കുമോ, ഗീത എവിടേന്ന്?

ഇല്ല ആരും തിരക്കില്ല.

ആർക്കാണിപ്പോൾ ഗീതയെക്കുറിച്ച് ഓർക്കാൻ നേരം?

ഒരു കൈയിൽ ദീപുമോനെ എടുത്ത് മറുകൈകൊണ്ടു നനയാതെ സാരി ചരിച്ചുകയറ്റി ഗീത പുഴകടന്നു.

പുഴയ്ക്കരെനിന്നു. അവൾ അക്കരയ്ക്കുനോക്കി. വേദന കടിച്ചമർത്തി അവൾ നിശ്ശബ്ദമായി യാത്ര പറഞ്ഞു:

"ഗീത തിരിച്ചുപോവ്വാണ്."

മുപ്പത്

അനിയത്തിയുടെ വിവാഹത്തിൽ പങ്കെടുക്കാതെ തിരിച്ചുവന്നപ്പോൾ അതു കുറ്റം!

"നീയെന്തു ധിക്കാരമാണ് കാണിച്ചത്? നിന്നെ കാണാഞ്ഞാൽ അവർ പരിഭ്രമിക്കുകയില്ലേ? കുറഞ്ഞപക്ഷം നിനക്കവരോടു പറഞ്ഞിട്ടെങ്കിലും പോകാൻ മേലാഞ്ഞോ?"

കൂരമ്പുകൾക്കു തുല്യമായിരുന്നു വാക്കുകൾ.

ഗീത ദുഃഖമടക്കി എല്ലാം നിശ്ശബ്ദം കേട്ടുനിന്നു. തന്റെ ഭാഗം ആരും ചിന്തിക്കുന്നില്ല. സ്വന്തം വീട്ടിൽ അന്യയാക്കപ്പെടുന്നത് എങ്ങനെ സഹിക്കും? എവിടെയെല്ലാംനിന്ന് അടിച്ചിറക്കപ്പെട്ടാലും ഒടുക്കം ചെന്നെത്താമെന്ന് വിശ്വസിച്ചിരുന്നിടത്തുനിന്നാണ് ഏറ്റവും അസഹ്യമായ അനുഭവമുണ്ടായത്. എങ്ങനെ സഹിക്കുമത്? അതെന്താ ആരും ആലോചിക്കാത്തത്? എല്ലാവർക്കും തന്നെ കുറ്റപ്പെടുത്തണമെന്നേ ഉള്ളൂ.

താൻ ഏകയും അനാഥയുമാണെന്ന് ഗീതയ്ക്കു തോന്നി. ആർക്കും വേണ്ടാത്തവൾ! എവിടെയെങ്കിലും പോയി തുലയൂ എന്നല്ലേ എല്ലാവരുടേയും മനോഭാവം?

"എന്നെ ജീവിക്കാൻ സമ്മതിക്കൂ." എന്നു കരഞ്ഞാൽ ആരും കേൾക്കാനാണ്! എല്ലാവർക്കും താൻ ഒരു ഭാരമായി തീർന്നിരിക്കുന്നു എന്ന് അവൾ വ്യസനിച്ചു. വേറെ ആരൊക്കെ വെറുത്താലും ഒരാളുടെ സ്നേഹം മതിയായിരുന്നു അവൾക്കു ജീവിക്കാൻ – മധുവിന്റെ. ഹൃദയത്തിന്റെ കോണിൽ സ്നേഹത്തിന്റെ ഒരു തരി. ഈശ്വരാ, അതുപോലുമില്ലല്ലോ. ഉണ്ടെങ്കിൽ ഇങ്ങനെ ചെയ്യുമോ? ഇത്ര ക്രൂരമായി അവഗണിക്കുമോ? എന്തൊക്കെയാണു പറഞ്ഞത്. വാക്കുകൾക്ക് ഇത്ര പാരുഷ്യമുണ്ടെന്ന് അറിഞ്ഞിരുന്നില്ല.

"സാരമില്ല; നീ വിഷമിക്കാതെ" എന്നൊരു വാക്കുമതിയായിരുന്നു അവൾക്ക്. അതിനുപകരം ശകാരത്തിന്റെ ശരവർഷം!

ഭാര്യാഭർത്തൃബന്ധത്തെപ്പോലെ അത്ര ഉറപ്പുള്ള ഒരു ബന്ധം ഭൂമിയിലില്ലെന്നായിരുന്നു അവളുടെ വിശ്വാസം ഇപ്പോൾ ആ വിശ്വാസത്തിന് ഇളക്കം തട്ടിയിരിക്കുന്നു. ഇത്ര ദുർബ്ബലമായ മറ്റൊരു ബന്ധമില്ല. എന്തെങ്കിലും നിസ്സാരമായ കാരണം മതി, ഒരുനിമിഷം മതി, അതു പൊട്ടാൻ.

പുറത്തു മഴ പെയ്യാൻ തുടങ്ങി. പെട്ടെന്ന് ആകാശം ഇരുണ്ടുമൂടി. മഴമേഘങ്ങൾ ഇരുട്ടിൽ മിന്നലിന്റെ വാളുകൾ വലിച്ചെറിഞ്ഞു. പ്രേതക്കാറ്റിന്റെ ചാറ്റുപോലെ പുറത്ത് മഴ പെയ്യുന്നതിന്റെ ഒച്ച. അങ്ങനെ ഓർത്തും വിഷമിച്ചും ഇരുന്നപ്പോൾ താൻ ഏതോ ദ്വീപിൽ, ഏതോ ഭൂഖണ്ഡത്തിൽ ഒറ്റപ്പെട്ടതുപോലെ അവൾക്കുതോന്നി. എവിടെയോ ഒരിടത്ത്. ഇടിഞ്ഞുപൊളിഞ്ഞ ഒരു വീടിനുള്ളിൽ താൻ ഒറ്റയ്ക്കാണ്. കനത്ത നിശ്ശബ്ദത. മഴ പെയ്യുന്നതിന്റെ ഒച്ച നിശ്ശബ്ദതയുടെ മുഴക്കമായിട്ടാണ് അവൾക്കു തോന്നിയത്. അതിനിടയിൽ ആരുടെയോ കാലൊച്ചകൾ

കേൾക്കുന്നു. ആരോ നടന്നടുക്കുന്നു. നടന്നകലുന്നു. ആ കാലൊച്ചകൾ അവൾക്കു വ്യക്തമായി കേൾക്കാം. അടുത്തും അകന്നും. ഭീതിയോടെ അവൾ ചുറ്റും നോക്കി. ഇരുട്ടിൽ ആരെയും കാണുന്നില്ല. ഇരുട്ടിൽ അരൂപിയായ ഒരാളുടെ സാന്നിദ്ധ്യം അവൾ തിരിച്ചറിയുന്നു? ഇരുട്ടാണോ ഇത്? ഇത്ര ഇരുണ്ടിട്ടാണോ ഇരുട്ട്? അതോ. തന്റെ മനസ്സിന്റെ വിഹ്വലതകൾ ഉണ്ടാക്കുന്ന മനോവിഭ്രാന്തിയോ? അതെന്തായാലും ആ കാലൊച്ചകൾ വ്യക്തമായി കേൾക്കുന്നുണ്ട്. പതുക്കെ, ഉറക്കെ, അടുത്ത്, അകലത്ത്, ആരാണത്? അവൾ വല്ലാതെ പേടിച്ചു. ഇരുട്ടിൽ ഏതോ ദുഷ്ടാത്മാവ് ഒളിച്ചുനില്ക്കുന്നു. ഇരുൾ ഒരു ഭീകരസത്വമായി തന്നെ വിഴുങ്ങാൻ കാത്തുനില്ക്കുന്നു. ഇരുട്ടിൽ ശൂന്യതയിൽ താൻ ഏകയാണ്. അനാഥയാണ്. നിരാലംബയാണ്. താൻ ഏതോ ഇരുൾക്കോട്ടയിൽ അകപ്പെട്ടിരിക്കുന്നു.

പെട്ടെന്നാണ് അവൾക്കൊരു ബുദ്ധിതോന്നിയത്. ആരെയെങ്കിലും വിളിച്ചാലോ? പക്ഷേ, ആരെ വിളിക്കും? ആർക്കാണ് തന്നോടു സ്നേഹമുള്ളത്? ആർക്കാണ് തന്നോടു സഹതാപമുള്ളത്? അവൾ ധൃതിയിൽ എഴുന്നേറ്റുചെന്ന് ഫോണെടുത്ത് ഏതോ നമ്പർ കറക്കി. ആരുടെ നമ്പരാണെന്നറിഞ്ഞിട്ടില്ല. ഏതോ ഒരു നമ്പർ. ആരുടെയോ. ഒരു നമ്പർ. അവൾ റിസീവർ കാതിൽ ചേർത്തുപിടിച്ചു. മറുതലയ്ക്കൽ ബെല്ലടിക്കുന്നത് അവൾ കേട്ടു. പിന്നെ ഒരു ചോദ്യം കേട്ടു. പരുക്കൻ സ്വരം.

"ആരാ?"

അവൾ പറഞ്ഞു.

"ഞാനാണ്, ഗീത."

ആ പരുക്കൻ സ്വരം പറഞ്ഞു:

"റോങ് നമ്പർ."

മറുതലയ്ക്കൽ റിസീവർ താഴെ വച്ച ശബ്ദം അവൾ കേട്ടു.

ഗീത വീണ്ടും ഒരു നമ്പർ ഡയൽ ചെയ്തു. ഏതോ ഒരു നമ്പർ. ആരുടെയോ ഒരു നമ്പർ.

നിർവ്വികാരമായ ഒരു സ്വരം അവളോടു ചോദിച്ചു:

"ആരാ?"

അവൾ സങ്കടത്തോടെ പറഞ്ഞു:

"എന്നെ ഒന്നു സഹായിക്ക്. എനിക്കാരുല്ലാ."

മറുപടി ഇല്ല.

മറുതലയ്ക്കൽ റിസീവർ താഴെവച്ച ശബ്ദം അവൾ നിരാശയോടെ കേട്ടു.

വീണ്ടും അവൾ ഒരു നമ്പർ ഡയൽ ചെയ്തു. ഏതോ ഒരു നമ്പർ. ആരുടെയോ ഒരു നമ്പർ.

വന്യമൃഗം അമറുന്ന ശബ്ദത്തിൽ ഒരു ചോദ്യം;

"ആരാ? എന്താ?"

അവൾ പറഞ്ഞു:

"എന്നെ രക്ഷിക്ക്. എനിക്കു പേടിയാവുന്നു. ഈ ഇരുട്ട് എന്നെ വിഴുങ്ങാൻ വരുന്നു. എങ്ങനെയെങ്കിലും എന്നെ രക്ഷിക്ക്."

മറുതലയ്ക്കൽനിന്ന് കേട്ട വാക്കുകൾ അവൾക്കു മനസ്സിലായില്ല. ഏതോ അന്യഭാഷ. ശാസിക്കുകയോ ശപിക്കുകയോ പരിഹസിക്കുകയോ ആണ് ചെയ്തതെന്നു തോന്നുന്നു.

അവൾ ഫോൺ താഴെവച്ച്. ഇരുട്ടിലേക്കു മിഴിച്ചുനോക്കി. ഇരുട്ടിൽ ഇപ്പോഴും കാലൊച്ചകൾ കേൾക്കുന്നുണ്ടോ? അവൾ കാതോർത്തു. ഇല്ല. ഒരൊച്ചയും കേൾക്കുന്നില്ല. കനത്ത നിശ്ശബ്ദത. അവൾ വല്ലാതെ ഭയപ്പെട്ടു. ഇരുട്ടിൽ ആ കാലൊച്ചകൾ നഷ്ടപ്പെട്ടതെപ്പോഴാണ്? അവൾ ഇരുട്ടിലേക്കു മിഴിച്ചുനോക്കി. ടൈംപീസിന്റെ ടിക് ടിക് ശബ്ദം കാതിൽ വന്നു വീണു. ഇരുട്ടിൽ ആരെങ്കിലും പതുങ്ങിനില്പുണ്ടോ?

പുറത്ത് മഴ ഉറച്ചു പെയ്യാൻ തുടങ്ങിയിരിക്കുന്നു. സന്ധ്യക്കുമുമ്പേ തുടങ്ങിയതാണ് മഴ. പുറത്ത് മഴക്കാറ്റിൽ മരക്കൊമ്പുകൾ ഉലയുന്നു. മരക്കൊമ്പുകളിൽ കാറ്റ് ചിന്നം വിളിക്കുന്നു. അതൊന്നും അവൾ അറിഞ്ഞില്ല. ഇരുട്ടിൽ ആരുടെയെങ്കിലും കാലൊച്ച കേൾക്കുന്നുണ്ടോ എന്നായിരുന്നു അവളുടെ ശ്രദ്ധ.

ഇരുട്ട് അരൂപിയായ ഒരു മഹാസത്വമായി വളർന്ന് തന്നെ പൊതിഞ്ഞുനില്ക്കുന്നു എന്ന വിചാരം അവളെ നിശ്ചലയാക്കിത്തീർത്തു.

മഴ പെയ്യുന്നതിന്റെ ഒച്ച. കാറ്റിൽ മരക്കൊമ്പുകൾ ഉലയുന്നതിന്റെ ഒച്ച ടൈംപീസിൽ നിമിഷങ്ങൾ ഇടിഞ്ഞു വീഴുന്നതിന്റെ ഒച്ച. ശബ്ദത്തിന്റെ അലപോലും തിരിച്ചറിയാൻ അവൾ കാതുകൾ കൂർപ്പിച്ചു. അടുത്തടുത്തു വരുന്ന കാലൊച്ചകൾ അവൾ വ്യക്തമായി കേട്ടു. പേടിച്ചരണ്ട് ഇരുട്ടിലേക്കു മിഴിച്ചുനോക്കി. വീർപ്പടക്കി ഒരു സൂചിമുനയിൽ എന്നപോലെ അവൾ നിന്നു.

പെട്ടെന്ന് ലൈറ്റുതെളിഞ്ഞപ്പോൾ അവൾ ഞെട്ടിപ്പോയി. വിഭ്രാന്തിക്കിടയിൽ മധുവിനെ തിരിച്ചറിയാൻ അവൾക്ക് ഒരു നിമിഷം വേണ്ടിവന്നു.

ഇരുട്ടിൽനിന്നിരുന്ന ഗീതയെ കണ്ട് മധുവും അന്തിച്ചുപോയി.

സന്ധ്യക്കുമുൻപ് മഴയ്ക്കുമുൻപ് മധു കാറോടിച്ചുപോകുന്നത്. അവൾ കണ്ടതാണ്. എവിടെ പോയതാണെന്ന് അവൾ ചോദിച്ചില്ല. എന്തിനു ചോദിക്കുന്നു? രജനിയുടെ വീട്ടിലേക്കായിരിക്കും. അല്ലാതെ ഈ നേരത്ത് എവിടെ പോകാനാണ്? എന്നെങ്കിലുമൊരിക്കൽ മധുച്ചേട്ടൻ ഈ വീട്ടിലേക്ക് രജനിയെ വിളിച്ചുകൊണ്ടു വരും എന്ന് അവൾ പേടിച്ചു. എത്രയോ നാളായി ആ പേടി അവളുടെ ഉള്ളിൽ കടന്നുകൂടിയിട്ട്!

ആദ്യത്തെ അന്ധാളിപ്പിനുശേഷം മധു അവളുടെ നേരെനിന്നു ദൃഷ്ടി പിൻവലിച്ച് കസേരയിൽ ചെന്നിരുന്നു. മധുവിന്റെ മനസ്സും ഇരുണ്ടുമൂടി കിടക്കുകയായിരുന്നു. ഇടയ്ക്കയാൾ മുഖമുയർത്തിനോക്കി. ഗീത അപ്പോഴും നോട്ടം പിൻവലിക്കാതെ നില്ക്കുകയാണ്.

കനത്ത നിശ്ശബ്ദതയിൽ ടൈംപീസിന്റെ ടിക് ടിക് ശബ്ദംമാത്രം കേട്ടു.

ഗീതയുടെ ഹൃദയം വേലിയേറ്റംകൊണ്ട കടലിനു തുല്യം ഇളകിമ

റിയുകയായിരുന്നു. നിമിഷങ്ങൾക്കുശേഷം എന്തോ തീരുമാനിച്ചുറപ്പിച്ച മട്ടിൽ അവൾ മധുവിന്റെ അടുത്തേക്കു ചെന്നു.

"ഞാനെന്തു ചെയ്യണമെന്നു പറ."

മധു ഗൗരവപൂർവ്വം അവളെ നോക്കി. അവൾ എന്തു ഭാവിച്ചാണെന്ന് അവളുടെ മുഖഭാവത്തിൽ നിന്നൂഹിക്കാൻ കഴിയുമായിരുന്നില്ല.

"ഞാനെല്ലാവർക്കും ഒരു ഭാരമായിത്തീർന്നിരിക്കുന്നു." ഗീതയുടെ സ്വരം അവൾക്കുപോലും അപരിചിതമായിരുന്നു "അതെനിക്കറിയാം. ഞാനിവിടിന്നിറങ്ങിപ്പോണെങ്കിൽ അതു പറ; ഈ നിമിഷം..."

മധു മിണ്ടിയില്ല.

അവളുടെ കോപം ഇരട്ടിച്ചു. ഞരമ്പുകൾ വലിഞ്ഞു മുറുകുന്നതു പോലെ അവൾക്കു തോന്നി. പെട്ടെന്ന് അവളുടെ മനസ്സ് അനിയന്ത്രിതമായിത്തീരുന്നു.

"സഹിക്കാവുന്നതിന്റെ അപ്പുറം ഞാൻ സഹിച്ചു. ഇനി എന്നെക്കൊണ്ട് വയ്യ. ഞാൻ മടുത്തു." അരിശംകൊണ്ട് അവൾ കിതച്ചു. "നിങ്ങൾക്കാ തേവിടിശ്ശിയെ മതിയെങ്കിൽ അതു പറ."

മധുവിനും നിയന്ത്രണം നഷ്ടപ്പെട്ടു.

"നീ ആരുടെ കാര്യമാണ് പറയുന്നത്?"

അവളുടെ മുഖഭാവം വന്യവും വികൃതവുമായിത്തീർന്നു.

"നിങ്ങൾ ആരെക്കാണാനാണ് പോയത്? നിങ്ങളിപ്പോൾ ആരുടെ അടുത്തുന്നാണ് വരുന്നത്?"

മധു അരിശത്തോടെ എണീറ്റു.

"നീയാരാ ചോദിക്കാൻ? ഞാനെന്റെ ഇഷ്ടംപോലെ ജീവിക്കും! നിനക്കെന്താ നഷ്ടം?"

മസ്തിഷ്കത്തിനുള്ളിൽ ഒരു സ്ഫോടനമുണ്ടായതുപോലെ ഗീതയ്ക്കു തോന്നി. അവളുടെ ശരീരം വിറച്ചു. ഒരു നിമിഷാർദ്ധത്തിനുള്ളിൽ അവളുടെ മുഖഭാവം പൈശാചികമായി തീർന്നു. മേശപ്പുറത്തിരുന്ന ടൈംപീസെടുത്ത് അവൾ തറയിൽ എറിഞ്ഞു. അതു വലിയ ശബ്ദത്തോടെ പൊട്ടിച്ചിതറി.

ആ ശബ്ദം കേട്ട് കട്ടിലിൽ ഉറങ്ങിക്കിടന്ന ദീപുമോൻ ഞെട്ടിയുണർന്നു. കലിതുള്ളി നില്ക്കുന്ന അമ്മയെ കണ്ട് അവൻ പേടിച്ചു.

അങ്ങനെ ഒരു പൊട്ടിത്തെറി മധു പ്രതീക്ഷിച്ചിരുന്നില്ല. ഒരു നിമിഷം അയാൾ സ്തംഭിച്ചു നിന്നു.

"എനിക്കെന്താ നഷ്ടമെന്ന്, അല്ലേ?" അവൾ പല്ലിറുമ്മി: "എല്ലാവരും കൂടി എന്നെ നശിപ്പിച്ചു. എല്ലാവരുംകൂടി എന്നെ ഭ്രാന്തു പിടിപ്പിച്ചു. പോരേ?"

വീണ്ടും മേശപ്പുറത്തിരുന്ന പൂപ്പാത്രമെടുത്ത് അവൾ തറയിൽ എറിഞ്ഞുപൊട്ടിച്ചു. കിതപ്പോടെ, പകയോടെ അവൾ മധുവിനെ നോക്കി. യഥാർത്ഥത്തിൽ അവൾക്ക് സുബോധം നഷ്ടപ്പെട്ടു കഴിഞ്ഞിരുന്നു. ഇപ്പോൾ അവളുടെ കൺമുമ്പിൽ നില്ക്കുന്നത് ഭർത്താവല്ല; ശത്രുവാണ്.

അവൾ ഓടിച്ചെന്നു ദീപുമോനെ എടുത്തു:

"വാടാ മോനെ, നമുക്ക് പോകാം. ഈ നരകത്തീന്ന് എവിടെയെങ്കിലും പോകാം."

ദീപുമോൻ പേടിച്ചു കരഞ്ഞു.

മധു അവളുടെ കൈയിൽനിന്ന് ദീപുമോനെ തട്ടിപ്പറിച്ചു.

"എന്റെ ഈശ്വരാ എന്താ ഇത്?"– എന്നു ചോദിച്ചുകൊണ്ട് അമ്മ വന്നപ്പോൾ ദീപുമോനുവേണ്ടി മധുവും ഗീതയും തമ്മിൽ പിടികൂടുന്നതാണു കണ്ടത്. അമ്മ അവർക്കിടയിൽ കടന്നുചെന്ന് പേടിച്ചുകരയുന്ന ദീപുമോനെ എടുത്തു. ഗീത ഒരു സിംഹിയെപ്പോലെ അമ്മയുടെ നേരെ കുതിച്ചപ്പോൾ മധു അവളെ പിടിച്ചുതള്ളി. അവൾ തെറിച്ചു ചുമരിൽ ഇടിച്ചു വീണു. അവൾ ധൃതിയിൽ പിടഞ്ഞെണീറ്റ് മുറിവേറ്റ വന്യമൃഗത്തിന്റെ പകയോടെ മധുവിനെ നോക്കി. അവൾ ഭ്രാന്തിയെപ്പോലെ ഇറങ്ങി ഓടി. മധു പിന്നാലെ ഓടിയെത്തി പുറത്തെ വാതില്ക്കൽവച്ച് അവളെ തടഞ്ഞുനിർത്തി.

"വിടെന്നെ." അവൾ ബലം പ്രയോഗിച്ച് മധുവിന്റെ കൈ തട്ടിമാറ്റാൻ നോക്കി. "ഞാനെവിടെയെങ്കിലും പോകും. എനിക്കു ജീവിക്കണ്ടാ."

മുടിയഴിച്ചാടുന്ന ഒരു ദുർഭൂതത്തിനെപ്പോലെയായിരുന്നു അവൾ അപ്പോൾ.

മധുവിന്റെ കൈയിൽക്കിടന്ന് അവൾ കുതറി. രക്ഷപ്പെടാൻവേണ്ടി അവൾ മധുവിന്റെ കൈത്തണ്ടയിൽ കടിച്ചു. വേദനകൊണ്ട് മധു പുളഞ്ഞുപോയി. സർവ്വശക്തിയുമെടുത്ത് ഒരു കൈകൊണ്ട് അവളെ പിടിച്ചുനിർത്തി മറുകൈകൊണ്ട് അവൻ അവളുടെ കവിളത്ത് ആഞ്ഞടിച്ചു.

കണ്ണിൽ നക്ഷത്രങ്ങൾ പൊട്ടിച്ചിതറുന്നതുപോലെ അവൾക്കു തോന്നി. അവൾ ഇമയനക്കാതെ ഒരു നിമിഷം അവനെ നോക്കിനിന്നു. പിന്നെ അവൾ ഭ്രാന്തമായി പൊട്ടിച്ചിരിച്ചു. ഇരുട്ടിൽ അവളുടെ പൊട്ടിച്ചിരി അകലങ്ങളിൽ സംഭീതമായ ഒരു ഇടിമുഴക്കമായിത്തീർന്നു. ഹൃദയത്തിൽ ആഞ്ഞടിക്കുന്ന കൊടുങ്കാറ്റിൽ അവളുടെ സകല നിയന്ത്രണങ്ങളും നഷ്ടപ്പെട്ടു. അവളുടെ കണ്ണുകളിൽ അവളുടെ സങ്കടങ്ങൾ ആളിക്കത്തി. അവളുടെ ഇമകളിൽ രൂപംകൊണ്ട കണ്ണീർത്തുള്ളികളിൽ ആ നിമിഷം സ്തംഭിച്ചു.

www.ingramcontent.com/pod-product-compliance
Lightning Source LLC
La Vergne TN
LVHW100303051026
849517LV00006B/2174
* 9 7 8 9 3 9 3 4 6 8 3 2 1 *